വിജ്ഞാനവർഷം

പുസ്തകം 81

എന്താണ് ധനശാസ്ത്രം

Enthanu Dhanasasthram

Prof. K N Gangadharan

CHINTHA PUBLISHERS
Thiruvananthapuram

First Edition
June 2010

Second Edition
October 2012

Second Impression
January 2021

Third Edition
February 2022

Published
Chintha Publishers, Thiruvananthapuram

Printed at
Romanson Print house, Thiruvananthapuram

Cover Design
Vinod Mangoes

ISBN - 978-93-82328-44-5

CR - VV.81 / 3134 / 5917

₹ 160

Email: chinthapublishers@gmail.com
Website: www.chinthapublishers.com

A version is available at National Libraries
Kolkata, Mumbai, Chennai and Delhi

Distribution
DESHABHIMANI BOOKHOUSE
H O Thiruvananthapuram 695035

Branch
Head Office Kunnukuzhi • Statue Thiruvananthapuram
KSRTC Bus Terminal Thampanoor • Saphalyam Complex Thiruvananthapuram
KSRTC Bus Station Alappuzha • KSRTC Bus Station Ernakulam
Machingal Lane Thrissur • IG Road Kozhikode
Mavoor Road Kozhikode • NGO Union Building Kannur
Central Bus Terminal Complex Thavakkara Kannur

എന്താണ് ധനശാസ്ത്രം

പ്രൊഫ. കെ എൻ ഗംഗാധരൻ

ചിന്ത പബ്ലിഷേഴ്സ്
തിരുവനന്തപുരം-695 035
വില: ₹ 160

പ്രൊഫ. കെ എൻ ഗംഗാധരൻ

തൃശൂർ ജില്ലയിൽ കാടുകുറ്റി പഞ്ചായത്തിലെ കാതിക്കുടം വാർഡിൽ 1940 ജൂൺ 15 ന് ജനിച്ചു. അച്ഛൻ: കെ എസ് നാണു, അമ്മ: സി എസ് നാരായണി. വാളൂർ എൻ എസ് എസ് ഹൈസ്കൂൾ, കാലടി ശ്രീശങ്കരാ കോളേജ്, തേവര സേക്രഡ് ഹാർട്ട് കോളേജ് എന്നിവിടങ്ങളിൽ വിദ്യാഭ്യാസം. കേരളത്തിലെ വിവിധ കോളേജുകളിൽ അധ്യാപകനായി ജോലി നോക്കി. തിരുവനന്തപുരം യൂണിവേഴ്സിറ്റി കോളേജിലെ ധനശാസ്ത്ര വിഭാഗം തലവനും പ്രൊഫസറുമായിരുന്നു. 1995 ൽ ആറ്റിങ്ങൽ ഗവൺമെന്റ് കോളേജ് പ്രിൻസിപ്പൽ പദവിയിൽനിന്നും വിരമിച്ചു. എ കെ ജി സി ടിയുടെ മുൻനിര നേതാക്കളിലൊരാളും ഭാരവാഹിയുമായിരുന്നു. ഇ എം എസ് അക്കാദമി ഫാക്കൽറ്റി അംഗമാണ്. പുരോഗമന കലാസാഹിത്യസംഘം സംസ്ഥാന എക്സിക്യൂട്ടീവ് കമ്മിറ്റി അംഗവും പ്രൊഫ. ജോസഫ് മുണ്ടശ്ശേരി ഫൗണ്ടേഷൻ എക്സിക്യൂട്ടീവ് ഡയറക്ടറുമാണ്. *മാർക്സിസം ഒരു കൈപ്പുസ്തകം, മാർക്സിസ്റ്റ് പദാവലി, പ്രതിസന്ധികൾ ഒഴിയുന്നില്ല, ആഗോള മുതലാളിത്ത പ്രതിസന്ധി, ആസിയാൻകരാർ കർഷകർക്കു മരണവാറണ്ട്* എന്നീ ഗ്രന്ഥങ്ങൾക്കു പുറമെ ആനുകാലികങ്ങളിൽ നിരവധി ലേഖനങ്ങൾ പ്രസിദ്ധീകരിച്ചിട്ടുണ്ട്.

ഭാര്യ : അഡ്വ. രുഗ്മിണി ഗംഗാധരൻ

മക്കൾ : കെ ജി സൂരജ്, ഡോ. കെ ജി ചാന്ദിനി

വിലാസം : കാരംവളപ്പിൽ,
ബി–5, ചിത്രനഗർ,
വട്ടിയൂർക്കാവ് പി ഒ
തിരുവനന്തപുരം – 695 013
ഫോൺ : 0471 – 2361115

ഉള്ളടക്കം

മുഖവാക്ക്

ധനശാസ്ത്രസംബന്ധിയായ പുസ്തകങ്ങൾ മലയാളത്തിൽ കുറവാണ്. ഉള്ളവയാകട്ടെ ക്ലാസുമുറികളിലെ ആവശ്യത്തിനനുസരിച്ച് ചിട്ടപ്പെടുത്തിയവയുമാണ്. ധനശാസ്ത്രതത്വങ്ങളെയും സിദ്ധാന്തങ്ങളെയും വിശദീകരിക്കുന്നവയോ ന്യായീകരിക്കുന്നവയോ അല്ലാതെ വിമർശനപരമായി വിലയിരുത്തുന്ന മലയാള പുസ്തകങ്ങൾ ഇല്ലെന്നുതന്നെ പറയാം.

സാമ്പത്തികകാര്യങ്ങളെക്കുറിച്ചുള്ള അറിവ് സാമൂഹ്യജീവിതം മനസിലാക്കാൻ ശ്രമിക്കുന്ന ഏതൊരാൾക്കും അനിവാര്യമാണ്. ധനശാസ്ത്രതത്വങ്ങളെയും സിദ്ധാന്തങ്ങളെയും വിദ്യാർഥികൾക്കെന്നപോലെ സാധാരണ ജനങ്ങൾക്കും പരിചയപ്പെടുത്തുക എന്നതാണ് ഈ പുസ്തകത്തിന്റെ ഉദ്ദേശ്യം.

പുസ്തകത്തിന് പ്രൗഢഗംഭീരമായ അവതാരിക എഴുതിത്തന്നു സഹായിച്ച പ്രമുഖ ധനശാസ്ത്ര അധ്യാപകനും സംസ്ഥാന പ്ലാനിങ് ബോർഡ് അംഗവുമായ ഡോ. കെ രാമചന്ദ്രൻ നായർക്കും, പ്രസിദ്ധീകരണം നിർവഹിച്ച ചിന്ത പബ്ലിഷേഴ്സിനും കൃതജ്ഞത രേഖപ്പെടുത്തുന്നു.

ഗ്രന്ഥകാരൻ

അവതാരിക

ആഗോളക്രമത്തിലെ മനുഷ്യസമൂഹം ഇന്ന് പലവിധത്തിലുള്ള പ്രതിസന്ധികൾ അഭിമുഖീകരിച്ചുകൊണ്ടിരിക്കുകയാണ്. അവയിൽ മുഖ്യം സാമ്പത്തിക പ്രതിസന്ധിയാണെന്ന് പറയുന്നതിൽ തെറ്റില്ല. ആഗോളതാപവ്യതിയാനമെന്ന പ്രതിസന്ധിക്കുപോലും നിർണായകമായ ഒരു സാമ്പത്തികമാനം ഉണ്ട്. അന്താരാഷ്ട്രബന്ധങ്ങളിൽ സാമ്പത്തിക മാനത്തിന് കൂടുതൽ പ്രാധാന്യമുണ്ട്. ഇന്ന് നമ്മുടെ നാട്ടിൽ വിലക്കയറ്റം, ഭക്ഷ്യസുരക്ഷ, ആസിയാൻ കരാർ എന്നിവയെക്കുറിച്ചൊക്കെ ജനങ്ങൾ വ്യാകുലരാണ്. ബിപിഎൽ – എപിഎൽ തരംതിരിവിനെക്കുറിച്ചറിയാൻ ജനങ്ങൾ താൽപ്പര്യം കാണിക്കുന്നു. ദിനപത്രങ്ങളിൽ പ്രത്യേകം കൊടുക്കുന്ന സാമ്പത്തിക വാർത്തകൾ ആരും വായിക്കാതെ വിടാറില്ല. മധ്യവർഗ–സമ്പന്നവർഗ വിഭാഗത്തിലുള്ളവരാണെങ്കിൽ ഓഹരിക്കമ്പോളത്തിലെ വ്യതിയാനങ്ങൾ ഉറ്റുനോക്കുന്നവരും അവയുടെ പിറകിൽ പ്രവർത്തിക്കുന്ന ശക്തികൾ ഏതൊക്കെ എന്നറിയാൻ ഔത്സുക്യം കാണിക്കുന്നവരുമാണ്. ഈയിടയ്ക്ക് പതിമൂന്നാം ധനകാര്യക്കമീഷൻ റിപ്പോർട്ട്, കേന്ദ്ര സംസ്ഥാന ബജറ്റുകൾ എന്നിവ വന്നപ്പോഴും അവ എന്താണെന്നും അവയുടെ പ്രത്യാഘാതങ്ങൾ ഏതൊക്കെയാണെന്നും മനസിലാക്കാൻ സാധാരണക്കാർപോലും തയാറായി. ചുരുക്കത്തിൽ, എല്ലാ ദിവസങ്ങളിലും സാമ്പത്തിക പ്രശ്നങ്ങൾ തിരിച്ചറിയാൻ അവർ ശ്രമിക്കുന്നു.

ഇത്തരം ഒരു അറിവ് സമ്പാദിക്കാൻ ധനശാസ്ത്രം എന്ന വിഷയം ഉപകരിക്കും. എന്നാൽ ഇന്ന് മലയാളഭാഷയിൽ കോളേജ് തലത്തിലെ പഠനത്തിന് തയാറാക്കിയ ചില ഗ്രന്ഥങ്ങൾ ഉണ്ടെങ്കിലും അവ സാധാരണക്കാരന് ഉപകരിക്കുകയില്ല. എന്നാലിതാ സാധാരണക്കാരെ ലക്ഷ്യ

മിട്ട്, *എന്താണ് ധനശാസ്ത്രം* എന്ന ലളിതമായ ഒരു ഗ്രന്ഥം തയാറായി രിക്കുന്നു. ഇതെഴുതിയ എന്റെ സുഹൃത്തും, സഹഅധ്യാപകനുമായിരുന്ന പ്രൊഫ. കെ എൻ ഗംഗാധരൻ സാധാരണ മലയാളിയുടെ ആവശ്യം നിർവഹിച്ചിരിക്കുന്നു.

ഗ്രന്ഥത്തിന്റെ ആമുഖം ശ്രദ്ധേയമാണ്. ധനശാസ്ത്രത്തിന്റെ ഉത്ഭ വവും വികാസവും എന്താണ് എന്ന് സൂചിപ്പിച്ചതിനുശേഷം സിദ്ധാന്ത ങ്ങൾ ഭൗതികപരിതസ്ഥിതിയുടെ പ്രതിഫലനങ്ങളാണെന്നും ഭൗതിക ജീവിതത്തിന്റെ അടിസ്ഥാനം ഉൽപ്പാദനമാണെന്നും ഗ്രന്ഥകാരൻ സമർഥിക്കുന്നു. ഈ സമീപനം അടിസ്ഥാനമാക്കിയാണ് ഗ്രന്ഥകാരന്റെ പിന്നീടുള്ള വിശദീകരണങ്ങൾ. ധനശാസ്ത്രം എന്ന വിഷയത്തിന്റെ കേന്ദ്രബിന്ദു തന്നെ മനുഷ്യനാണ്.

മുഖ്യധാരാ ധനശാസ്ത്രം എന്നാൽ മുതലാളിത്തശാസ്ത്രമാണെന്ന ചിന്താഗതി ഇന്ന് ശക്തമാണ്. എന്നാൽ മുതലാളിത്ത വ്യവസ്ഥിതി തന്നെ ഇന്ന് നിരന്തരം പ്രതിസന്ധികളിൽക്കൂടി കടന്നുപോയിക്കൊണ്ടിരിക്ക യാണ്. അതിലേറ്റവും പുതിയത് ആഗോളസാമ്പത്തിക പ്രതിസന്ധി (2008-09)യാണ്. സുരക്ഷാ പാക്കേജുകളുണ്ടായിട്ടും പ്രതിസന്ധി പരി ഹരിക്കപ്പെട്ടിട്ടില്ല. മുഖ്യധാരാ ധനശാസ്ത്രത്തിന് പകരംവയ്ക്കാൻ വല്ല തുമുണ്ടോ എന്ന അന്വേഷണം തുടരുന്നുണ്ട്.

പ്രൊഫ. ഗംഗാധരന്റെ ഗ്രന്ഥത്തിൽ രണ്ടാം അധ്യായം 'ധനശാസ്ത്ര മെന്നാൽ' എന്നതാണ്. ഉൽപ്പാദനം, ഉപഭോഗം,വിതരണം, മൂല്യം, വിനി മയം എന്നിവ ലളിതമായി വിവരിച്ചിട്ടുണ്ട് അതിൽ. പിന്നീട് വരുന്ന അധ്യാ യങ്ങൾ 'സാമൂഹ്യവ്യവസ്ഥകൾ', 'ദേശീയവരുമാനം', 'പണം', 'ധനകാര്യ സ്ഥാപനങ്ങൾ', 'ബജറ്റ്', 'അന്തർദേശീയ വ്യാപാരം' എന്നിവയാണ്. ചുരു ക്കത്തിൽ, സാധാരണക്കാരന് വായിച്ച് മനസിലാക്കാൻ തക്കവിധത്തി ലാണ് ഈ വിഷയങ്ങൾ രചിച്ചിട്ടുള്ളത്. ഹ്രസ്വമായ വാചകങ്ങൾ ഗ്രന്ഥ ത്തിന്റെ പ്രത്യേകതയാണ്. സിദ്ധാന്തങ്ങൾ വിശദീകരിക്കുന്നതിന് നമുക്ക് ചുറ്റും കാണുന്ന ഉദാഹരണങ്ങൾ ധാരാളമായി ഉപയോഗിച്ചിട്ടുണ്ട്.

ചുരുക്കത്തിൽ മലയാളഭാഷയ്ക്കും സാധാരണക്കാർക്കും ഒരു മുതൽക്കൂട്ടാണ് ഈ ഗ്രന്ഥം. ഗ്രന്ഥകർത്താവിന് എന്റെ ഹൃദയംനിറഞ്ഞ ആശംസകൾ. ഇതുപോലുള്ള കൃതികൾ ഇനിയും ഉണ്ടാകണം.

തിരുവനന്തപുരം
12.03.2010

ഡോ. കെ രാമചന്ദ്രൻ നായർ
കേരള സർവകലാശാല
ധനശാസ്ത്രവകുപ്പ് മുൻ മേധാവി
കേരള സംസ്ഥാന പ്ലാനിങ് ബോർഡ് അംഗം

1

ധനശാസ്ത്രം ഉത്ഭവവും വികാസവും

പണ്ട്, എന്നുവെച്ചാൽ വളരെ പണ്ട്, മനുഷ്യർക്ക് എന്തെങ്കിലും ഉൽപ്പാദിപ്പിക്കുന്ന വിദ്യ വശമായിരുന്നില്ല. പ്രകൃതിയിൽനിന്ന് കിട്ടുന്നവ നേരിട്ട് ഭക്ഷണമാക്കുകയായിരുന്നു ശീലം. കാട്ടുകിഴങ്ങും മൃഗങ്ങളുടെ മാംസവും കാട്ടാറിലെ ജലവും അവർ ഭക്ഷണമായി സ്വീകരിച്ചു. ഉപകരണങ്ങൾ ഉണ്ടാക്കാൻ തുടങ്ങിയത് വളരെക്കാലം കഴിഞ്ഞാണ്. അതോടെയാണ് ഉൽപ്പാദനം ആരംഭിച്ചത്. മെച്ചപ്പെട്ട പണിയായുധങ്ങൾ ഉപയോഗിച്ച് കൃഷിയും മറ്റും ആരംഭിക്കാൻ പിന്നെയും കാലമേറെയെടുത്തു. പണിയായുധങ്ങളും ഉൽപ്പാദനവിദ്യകളും വികസിച്ചതോടെ, സാധനങ്ങൾ കൂടിയ അളവിൽ ഉണ്ടാക്കാൻ തുടങ്ങി. ഉൽപ്പന്നങ്ങളുടെ എണ്ണം കൂടി; അളവും കൂടി. ഓരോ ഗോത്രസമൂഹത്തിന്റെയും ആവശ്യം കഴിഞ്ഞ് മിച്ചം വന്നത് കൈമാറ്റം ചെയ്യാമെന്ന സ്ഥിതിവന്നു. ഉൽപ്പാദനവും വിനിമയവും സംബന്ധിച്ച പൊതു ആശയങ്ങളും സിദ്ധാന്തങ്ങളും രൂപംകൊള്ളുന്നത് ഈ പശ്ചാത്തലത്തിലാണ്. ഉൽപ്പാദനവും വിനിമയവും വർധിച്ചതോടെ അവ സംബന്ധിച്ച ശാസ്ത്രവും വികസിക്കാൻ തുടങ്ങി.

ഉൽപ്പാദന വർധനയ്ക്കൊപ്പം സമൂഹം വളർന്നു. വിനിമയം വർധിച്ചു. പണത്തിന്റെ ഉപയോഗംകൂടി. പണം കൈകാര്യം ചെയ്യുന്ന സ്ഥാപനങ്ങൾ പ്രധാനങ്ങളായി. രാജ്യാതിർത്തി വിട്ട് വ്യാപാരം അന്തർദേശീയ തലത്തിലെത്തി. വ്യാപാരബന്ധങ്ങൾ ഉണ്ടായി. ആഗോള സാമ്പത്തിക ബന്ധങ്ങൾ വളർന്നു. ഗവൺമെന്റ്, സമ്പദ്‌വ്യവസ്ഥയെ നയിക്കുകയോ പിന്തുണയ്ക്കുകയോ ചെയ്യുന്ന പ്രധാന ഘടകമായി വളർന്നു. സാമ്പത്തികവികസനം മുഖ്യലക്ഷ്യമായി മാറി. അതോടെ ധനശാസ്ത്ര തത്വങ്ങളും സിദ്ധാന്തങ്ങളും പ്രമുഖ പഠനവിഷയവും പ്രയോഗശാസ്ത്രവുമായി ഉയർന്നു.

സാമൂഹികശാസ്ത്രസിദ്ധാന്തങ്ങൾ ശിലകൾപോലെ ഉറച്ചതും മാറ്റ

മില്ലാത്തവയുമല്ല. ധനശാസ്ത്രത്തിലെന്നല്ല, ചരിത്രം, തത്വശാസ്ത്രം, രാഷ്ട്രമീമാംസ, നിയമം തുടങ്ങി ഏതു സാമൂഹികശാസ്ത്ര ശാഖയിലും ഇതാണ് സ്ഥിതി. ഭൗതികശാസ്ത്ര സിദ്ധാന്തങ്ങളും മാറ്റത്തിനു വിധേയമാണ്. പരീക്ഷണ നിരീക്ഷണങ്ങളും പുതിയ കണ്ടുപിടുത്തങ്ങളും അംഗീകൃതസിദ്ധാന്തങ്ങളെ മാറ്റിയെഴുതുന്നു.

സിദ്ധാന്തങ്ങൾ ഭൗതിക പരിതഃസ്ഥിതിയുടെ പ്രതിഫലനങ്ങൾ

ധനശാസ്ത്ര സിദ്ധാന്തങ്ങളുടെ മാറ്റത്തിനും അവയുടെ വികാസത്തിനും അടിസ്ഥാനമെന്താണ്? ഗൗരവതരമായ അന്വേഷണ വിഷയമാക്കേണ്ടതാണ് അക്കാര്യം. ആദ്യം അംഗീകരിക്കേണ്ട വസ്തുത, ആശയങ്ങളും സിദ്ധാന്തങ്ങളും അന്തരീക്ഷത്തിൽനിന്നും ഉതിർന്നുവീഴുന്നവയല്ല എന്നുള്ളതാണ്. മനുഷ്യർ അധിവസിക്കുന്ന ഈ ഭൂമിയിൽനിന്നും മുളപൊട്ടുന്നവയാണ് അവ. മറ്റൊരു രീതിയിൽ പറഞ്ഞാൽ മനുഷ്യരുടെ ഭൗതിക ചുറ്റുപാടിൽനിന്നും ഉറവെടുക്കുന്നവയാണ്. ഭൗതിക ജീവിത പരിതഃസ്ഥിതിയും ആശയങ്ങളും തമ്മിൽ അഭേദ്യമായ ബന്ധമുണ്ട്. ഭൗതിക ചുറ്റുപാടിന്റെ പ്രതിഫലനങ്ങളും ഉൽപ്പന്നങ്ങളുമാണ് ആശയങ്ങളും സിദ്ധാന്തങ്ങളും. ഭൗതിക പരിതഃസ്ഥിതിയാണ് അടിത്തറ. അടിത്തറ മാറുമ്പോൾ അതിനെ ആശ്രയിച്ചുവളർന്ന ആശയങ്ങളും വഴിമാറും. ഒരിക്കൽ മെനഞ്ഞെടുത്ത സിദ്ധാന്തങ്ങൾ മറ്റൊരിക്കൽ, അഥവാ മറ്റൊരു ഭൗതികജീവിത പരിതഃസ്ഥിതിയിൽ, അപ്രസക്തങ്ങളാകുന്നത് അതുകൊണ്ടാണ്.

ഭൗതികജീവിതത്തിന്റെ അടിസ്ഥാനമെന്തെന്നും അത് മാറ്റത്തിനു വിധേയമാകുന്നത് എന്തുകൊണ്ടാണെന്നുമാണ് ഇനി അന്വേഷിക്കാനുള്ളത്.

ഭൗതികജീവിതത്തിന്റെ അടിസ്ഥാനം ഉൽപ്പാദനം

ഭൗതികജീവിതത്തിന്റെ അടിസ്ഥാനം ഉൽപ്പാദനമാണ്. ഉൽപ്പാദനം കൂടാതെ സമൂഹത്തിന് നിലനിൽക്കാനാവില്ല. ഭക്ഷണം, പാർപ്പിടം, വസ്ത്രം എന്നിവ കൂടിയേ തീരൂ. പക്ഷേ, ആധുനിക സമൂഹത്തിന് അവമാത്രം പോരാ. റോഡുകൾ, പാലങ്ങൾ, വാഹനങ്ങൾ, വ്യവസായശാലകൾ കൃഷിപ്പാടങ്ങൾ, ഓഫീസുകൾ, വ്യാപാരശാലകൾ, വിനോദകേന്ദ്രങ്ങൾ, വാർത്താവിനിമയ സംവിധാനങ്ങൾ അങ്ങനെ ലക്ഷക്കണക്കിനു സാധനങ്ങളും സേവനങ്ങളും സമൂഹത്തിന് ആവശ്യമുണ്ട്. ഉപ്പുതൊട്ട് കർപ്പൂരംവരെ എന്ന് ഉപമയായി പറയാം. പക്ഷേ ഇപ്പറഞ്ഞവയൊന്നും സ്വയംഭൂവായി ലഭിക്കുന്നില്ല. അവ ഉൽപ്പാദിപ്പിക്കണം. അങ്ങനെ സമൂഹം എത്രയോ സാധനങ്ങളും സേവനങ്ങളും നാളിതുവരെ ഉൽപ്പാദിപ്പിച്ചിരിക്കുന്നു. ഇപ്പോഴും ഉൽപ്പാദിപ്പിച്ചുകൊണ്ടിരിക്കുന്നു. ഇനിയുമെത്രയോ ഉൽപ്പാദിപ്പിക്കാനിരിക്കുന്നു. അനുനിമിഷമെന്നോണം പുതുമയാർന്ന ഉൽപ്പന്നങ്ങൾ ഉണ്ടാക്കുന്നു. കൂടിയ അളവിൽ ഉണ്ടാക്കുന്നു. മേന്മയേ

റിയ, ഉൽപ്പാദനക്ഷമങ്ങളായ, ഉപകരണങ്ങളും സാങ്കേതികവിദ്യകളും നിരന്തരം വികസിപ്പിച്ചുകൊണ്ടിരിക്കുന്നു. ഉൽപ്പാദനോപകരണങ്ങളുടെയും സാങ്കേതികവിദ്യകളുടെയും നിർമാണവും നവീകരണവും അണമുറിയാത്ത പ്രക്രിയയാണ്. സംശയം കൂടാതെ പറയാം, ഭാവിസമൂഹം ഇന്നത്തേക്കാൾ മെച്ചപ്പെട്ട കൂടുതൽ ഉൽപ്പാദനക്ഷമങ്ങളായ ഉപകരണങ്ങൾ കണ്ടുപിടിക്കും, പ്രയോഗിക്കും. ഉൽപ്പാദനവളർച്ച സമൂഹത്തിന്റെ ചിന്തയിലും ആശയങ്ങളിലും ഒരു പ്രത്യാഘാതവുമുണ്ടാക്കില്ലെന്ന് ആർക്കുപറയാൻ കഴിയും? ആശയങ്ങൾ ശിലകൾപോലെ ഉറച്ചുകിടക്കുമെന്ന് ആർക്കു ശഠിക്കാൻ കഴിയും?

ഉപകരണങ്ങൾ ഉണ്ടാക്കാനും ഉപയോഗിക്കാനും മനുഷ്യർക്കേ കഴിയൂ

നാളിതുവരെയുള്ള മനുഷ്യ സമൂഹത്തിന്റെ ചരിത്രം പരിശോധിച്ചു നോക്കൂ. കൂർപ്പിച്ച കമ്പും മുനയുള്ള കല്ലും ഉപയോഗിച്ച് മൃഗങ്ങളെ വേട്ടയാടി നടന്ന സമൂഹത്തിൽനിന്നും എത്രയോ ദൂരം സമൂഹം മുന്നേറി! എത്രയോ പുതിയ ഉൽപ്പാദനോപകരണങ്ങൾ സൃഷ്ടിച്ചെടുത്തു! കാർഷികോൽപ്പാദനവും വ്യവസായോൽപ്പാദനവും എത്രയോ മടങ്ങു വർധിച്ചു! പച്ചമാംസം ഭക്ഷിച്ചുകഴിഞ്ഞ സമൂഹത്തിൽനിന്ന് എത്രയോ സമൂഹം മുന്നേറി! ചന്ദ്രന്റെ ഉള്ളറരഹസ്യങ്ങൾ കണ്ടുപിടിക്കാൻ കഴിയുന്ന ഉപകരണങ്ങൾ വരെ സമൂഹം സ്വായത്തമാക്കിക്കഴിഞ്ഞു.

വാസ്തവത്തിൽ ഉൽപ്പാദനോപകരണങ്ങൾക്ക് മനുഷ്യസമൂഹ നിർമിതിയിൽ നിർണായകമായ സ്ഥാനമുണ്ട്. ഉപകരണങ്ങളെ നോക്കി സാമൂഹികജീവിതത്തിന്റെ സ്വഭാവവും ഘട്ടവും നിർണയിക്കാനാവും. ഉൽപ്പാദിപ്പിക്കാനുള്ള കഴിവിന്റെ അടിസ്ഥാനവും സാക്ഷിപത്രവുമാണ് ഉൽപ്പാദനോപകരണങ്ങൾ. അടിമയും കലപ്പയും യന്ത്രങ്ങളും ഓരോ സാമൂഹ്യവ്യവസ്ഥയെയാണ് പ്രതിനിധീകരിക്കുന്നത്.

മാറ്റം എന്നാൽ നിഷേധത്തിന്റെ നിഷേധം

ഭൗതിക ചുറ്റുപാടിന്റെ അടിസ്ഥാനം ഉൽപ്പാദനമാണെന്നും ഉൽപ്പാദനശക്തികൾ വളരുകയാണെന്നും തദ്വാരാ ഭൗതികജീവിത പരിതഃസ്ഥിതികൾ മാറ്റങ്ങൾക്കു വിധേയമാവുകയാണെന്നും മനസിലാക്കിക്കഴിഞ്ഞു. ഭൗതിക ചുറ്റുപാടിലെ മാറ്റങ്ങൾക്കനുസരണമായി, ഭൗതിക പരിതഃസ്ഥിതിയോടുള്ള പ്രതികരണമെന്ന നിലയിൽ രൂപംകൊള്ളുന്ന ആശയങ്ങളും സിദ്ധാന്തങ്ങളും മാറ്റത്തിനു വിധേയമാകും. പഴയതിനെ നിഷേധിച്ചാണ് പുതിയത് ജന്മംകൊണ്ടത്. പുതിയ ആശയം വീണ്ടും നിഷേധിക്കപ്പെടും. നിഷേധത്തിന്റെ നിഷേധമാണ് മാറ്റം. പുതിയതു ജനിക്കുന്നു എന്നാൽ, പഴയതു പൂർണമായും തിരസ്കരിക്കുന്നു എന്നല്ല. പഴയ സമൂഹത്തിന്റെ ഗർഭത്തിലാണ് പുതിയ സമൂഹവും പുതിയ ആശയങ്ങളും

ജന്മംകൊള്ളുന്നത്. സ്വാഭാവികമായും പഴയ സമൂഹത്തിന്റെ അല്ലെങ്കിൽ ആശയങ്ങളുടെ അവശിഷ്ടങ്ങൾ പുതിയ സമൂഹത്തെയും പിന്തുടരും.

പുതിയ സമൂഹവും ആശയങ്ങളും ചിരസ്ഥായിയായി തുടരുകയില്ല എന്നു വ്യക്തമാണ്. കാരണം ലളിതം: ഉൽപ്പാദനശക്തികൾ വളരുന്നു; ഭൗതിക പരിതഃസ്ഥിതി മാറുന്നു, സ്വാഭാവികമായും ആശയങ്ങളും സിദ്ധാന്തങ്ങളും മാറുന്നു.

ഒരു ചരിത്ര പരിതഃസ്ഥിതി രൂപംനൽകിയ തത്വങ്ങളും സിദ്ധാന്തങ്ങളും മാറിയ ചരിത്ര പരിതഃസ്ഥിതിയിൽ അപ്രസക്തങ്ങളായിത്തീരാം. പഴയ ആശയങ്ങൾ മാറുന്നില്ലെങ്കിലോ? പുതിയ ഭൗതിക ഉൽപ്പാദന വളർച്ചയ്ക്ക് പഴയ ആശയങ്ങൾ തടസ്സങ്ങളാകും. അത്തരം തടസ്സങ്ങളെ തട്ടിമാറ്റിയാണ് സമൂഹം വികസിക്കുന്നത്. ഉദാഹരണമായി മുതലാളിത്ത വ്യവസ്ഥ ആവശ്യപ്പെടുന്നത് നിക്ഷേപിക്കാനും ലാഭം കൊയ്യാനുമുള്ള സ്വാതന്ത്ര്യമാണ്. മുൻ വ്യവസ്ഥയുടെ (നാടുവാഴിത്തത്തിന്റെ) ഭാഗമായ നിയന്ത്രണങ്ങൾ മുതലാളിത്തവളർച്ചയെ പിന്നോട്ടടിക്കും. തടസ്സങ്ങൾ തട്ടിമാറ്റിയേ മുതലാളിത്തത്തിനു വികസിക്കാൻ കഴിയൂ.

എല്ലാ ചരിത്രപരിതഃസ്ഥിതികൾക്കും ബാധകങ്ങളായ സിദ്ധാന്തങ്ങളില്ല

എല്ലാ ചരിത്ര പരിതഃസ്ഥിതികൾക്കും ബാധകമായ ഏകരൂപങ്ങളായ, സാർവജനീനങ്ങളായ സിദ്ധാന്തങ്ങളില്ല. ഇന്നു നിലവിലുള്ള ധനശാസ്ത്രസിദ്ധാന്തങ്ങൾ മുൻ സിദ്ധാന്തങ്ങളെ നിഷേധിച്ചും തിരസ്കരിച്ചും ഭേദഗതി ചെയ്തുമാണ് തൽസ്ഥാനങ്ങളിൽ അവരോധിക്കപ്പെട്ടത്. അടിമവ്യവസ്ഥ, അതിന്റെ നിലനിൽപ്പിനും കെട്ടുറപ്പിനുംവേണ്ടി രൂപം കൊടുത്ത ആശയങ്ങൾ, ജന്മി–നാടുവാഴി വ്യവസ്ഥയിൽ അതേരൂപത്തിൽ തുടർന്നില്ല. അതേപോലെ, ജന്മി-നാടുവാഴി വ്യവസ്ഥ രൂപംനൽകിയ ആശയങ്ങൾ അതേ രൂപത്തിൽ മുതലാളിത്തത്തിൽ തുടർന്നില്ല. മുതലാളിത്തം രൂപംനൽകിയ സിദ്ധാന്തങ്ങൾ അതേരൂപത്തിൽ തുടരുകയില്ല. മുതലാളിത്ത വ്യവസ്ഥയും മാറ്റത്തിനു വിധേയമാണ്; മുൻവ്യവസ്ഥകൾ മാറിയതുപോലെ.

ഭൗതിക പരിതഃസ്ഥിതികളുടെ നിർജീവ ഉൽപ്പന്നങ്ങളാണ് ആശയങ്ങളും സിദ്ധാന്തങ്ങളും എന്നു കരുതരുത്. പരിതഃസ്ഥിതിയുടെമേൽ പ്രവർത്തിക്കാനും സ്വാധീനം ചെലുത്താനും മാറ്റങ്ങൾ വരുത്താനും ആശയങ്ങൾക്കു കഴിവുണ്ട്. രണ്ടും തമ്മിൽ വൈരുധ്യാത്മക ബന്ധമാണുള്ളത്. ഉദാഹരണമായി, മുതലാളിത്ത വ്യവസ്ഥയുടെ ഉൽപ്പന്നങ്ങളാണ് പാർലമെന്ററി ജനാധിപത്യവും കമ്യൂണിസവും. പക്ഷേ, അവ രണ്ടും മുതലാളിത്തവ്യവസ്ഥയുടെ പരിവർത്തനത്തിൽ നിർണായകമായ പങ്കു നിർവഹിക്കുന്നു.

ഭൗതികപ്രപഞ്ചവും അതിന്റെ ഭാഗമായ സമൂഹവും നിരന്തരമായ

മാറ്റങ്ങൾക്കു വിധേയമാണ്. അടിസ്ഥാനപരമായ ഒരു ചോദ്യം ഇവിടെ ഉയരുന്നുണ്ട്. എന്താണു മാറ്റങ്ങൾക്ക് അടിസ്ഥാനം? ഉത്തരങ്ങൾ അനവധി നൽകപ്പെട്ടിട്ടുണ്ട്. ശാസ്ത്രവും യുക്തിചിന്തയും ഇന്നത്തെപ്പോലെ വികസിക്കാതിരുന്ന ആദ്യകാലങ്ങളിൽ, ശാസ്ത്രീയമായ വിശദീകരണം നൽകുവാൻ സമൂഹത്തിനു കഴിഞ്ഞില്ല. ഏതോ അദൃശ്യശക്തിയുടെ പ്രവർത്തനംകൊണ്ടാണ് പ്രപഞ്ചത്തിൽ മാറ്റങ്ങൾ നടക്കുന്നത് എന്നു കരുതപ്പെട്ടു. അതൊരു വിശ്വാസമായി വളർന്നു. കാട്ടുതീയും വെള്ളപ്പൊക്കവും കൊടുങ്കാറ്റും മാരകരോഗങ്ങളും ആ അദൃശ്യശക്തിയുടെ വിളയാട്ടം മൂലമാണെന്ന് വിശദീകരിക്കപ്പെട്ടു. ദൈവമെന്ന് അദൃശ്യശക്തിക്ക് പേരിട്ടു. ഒരു കരിയില അനങ്ങുന്നതുപോലും ദൈവത്തിന്റെ ഇംഗിതത്തിനു വിധേയമായാണെന്നും വ്യാഖ്യാനിക്കപ്പെട്ടു. ഒപ്പം മറ്റു വിശദീകരണങ്ങളും നൽകപ്പെടാതിരുന്നില്ല. ഭൂമിശാസ്ത്രപരമായ കിടപ്പാണ് മാറ്റത്തിന്റെ അടിസ്ഥാന ഘടകം എന്നു വാദിക്കപ്പെട്ടിരുന്നു. കാലാവസ്ഥയാണ് കാരണമെന്നു വിശദീകരണമുണ്ടായി. മഹാന്മാരുടെ പ്രവർത്തനങ്ങളാണ് സമൂഹത്തിന്റെ മാറ്റത്തിനു കാരണമെന്നും വിശദീകരണമുണ്ടായി. ഇവയൊന്നുമല്ല, മാറ്റങ്ങൾ കേവലം യാദൃച്ഛികമായി സംഭവിക്കുന്നവയാണ് എന്നും വ്യാഖ്യാനമുണ്ടായി. ഈ വിശദീകരണങ്ങൾക്കെല്ലാം ഒരു പൊതു സ്വഭാവമുണ്ടെന്ന് ഒറ്റനോട്ടത്തിൽ മനസിലാവും. അതായത് മാറ്റങ്ങളെല്ലാം മനുഷ്യാതീതമാണ്; മനുഷ്യനു യാതൊരു പങ്കുമില്ല. ഉൽപ്പാദനത്തിനുള്ള കഴിവ് കൂടുതൽ വികസിതമാവുകയും അറിവിന്റെ ചക്രവാളം കൂടുതൽ വിപുലമാവുകയും ശാസ്ത്രചിന്ത കരുത്താർജിക്കുകയും ചെയ്തതോടെ ശാസ്ത്രീയ ധാരണകൾ രൂപംകൊണ്ടു. വൈരുധ്യങ്ങളുടെ ഏറ്റുമുട്ടലാണ് മാറ്റത്തിന് അടിസ്ഥാനമെന്ന വാദം ശക്തിയാർജിച്ചു. വൈരുധ്യാത്മകവാദം എന്ന് അത് വിശേഷിപ്പിക്കപ്പെടുന്നു.

വൈരുധ്യങ്ങളുടെ ഏറ്റുമുട്ടലാണ് മാറ്റത്തിന് അടിസ്ഥാനം

ആധുനികശാസ്ത്രം സംശയാതീതമായി തെളിയിച്ചിട്ടുള്ള ഒരു വസ്തുതയുണ്ട്. ഈ ലോകത്ത് എല്ലാം നിരന്തരം ചലിക്കുകയും മാറുകയും ചെയ്യുകയാണ്. പദാർഥത്തിന്റെ (matter) ഏറ്റവും സൂക്ഷ്മമായ ഘടകമാണല്ലോ പരമാണു അഥവാ ആറ്റം (Atoms). പരമാണുക്കൾ നിരന്തരം ചലിച്ചുകൊണ്ടിരിക്കുകയാണ്. അവ നിരന്തരമായ പ്രകമ്പനത്തിലാണ്. പ്രകമ്പനം ബാഹ്യശക്തിയുടെ ഇടപെടൽ മൂലമല്ല. മറിച്ച് പ്രകമ്പനത്തിന് കാരണം പരമാണുവിൽത്തന്നെയാണുള്ളത്. പരമാണുവിനകത്തെ ഇലക്ട്രോണും ന്യൂട്രോണും പരസ്പരം സംഘട്ടനത്തിലാണ്. സംഘട്ടനമാണ് ചലനത്തിന് ആധാരം; മാറ്റത്തിനു കാരണം. ഭൗതിക പ്രപഞ്ചത്തിലും സമൂഹത്തിലും ആശയങ്ങളിലും പ്രതിഭാസങ്ങളിലും വിരുദ്ധശക്തികളുണ്ട്. വിരുദ്ധശക്തികൾ ഐക്യപ്പെട്ടുനിൽക്കുന്നു. അതാണ് നിലനിൽപ്പിന് ആധാരം. വിരുദ്ധശക്തികളുടെ ഐക്യമില്ലെങ്കിൽ നിലനിൽ

പ്പില്ല. മുതലാളിത്തവ്യവസ്ഥയിൽ തൊഴിലാളികളും മുതലാളികളും വിരുദ്ധ വർഗങ്ങളാണ്; വിരുദ്ധശക്തികളാണ്. രണ്ടും ഐക്യപ്പെട്ടു നിൽക്കുന്നതുകൊണ്ടാണ് മുതലാളിത്തവ്യവസ്ഥ തുടരുന്നത്. തൊഴിലാളികൾ മാത്രമായാൽ ആ വ്യവസ്ഥ മുതലാളിത്തമല്ല, സോഷ്യലിസമാണ്. മുതലാളികൾ മാത്രമുള്ള വ്യവസ്ഥ അസാധ്യമാണ്. കാരണം തൊഴിലാളികളുടെ അധ്വാനശേഷി ചൂഷണം ചെയ്താണ് മുതലാളിത്തം വളരുന്നത്.

മുഖ്യധാരാ ധനശാസ്ത്രം മുതലാളിത്ത ധനശാസ്ത്രമാണ്

വിരുദ്ധശക്തികൾ ഒന്നിച്ചു നിൽക്കുമ്പോൾത്തന്നെ അവ തമ്മിൽ സംഘട്ടനവുമുണ്ട്. ഏറ്റുമുട്ടലാണ് മാറ്റത്തിന് അടിസ്ഥാനം. സിദ്ധാന്തങ്ങളുടെ നാൾവഴി പരിശോധിച്ചാൽ അവ നിരന്തരം മാറിക്കൊണ്ടിരുന്നതായി കാണാം. ധനശാസ്ത്രശിൽപ്പികളിൽ പ്രമുഖനായി കരുതപ്പെടുന്ന ദേഹമാണ് സ്കോട്ട്ലന്റ്കാരനായിരുന്ന ആദം സ്മിത്ത് (1723–1790). ആദം സ്മിത്തിന്റെ കാലത്ത് ഇംഗ്ലണ്ടിൽ മുതലാളിത്തം മെല്ലെ ചുവടുറപ്പിക്കുകയായിരുന്നു, മുതലാളിത്തത്തിന് ശക്തമായ സൈദ്ധാന്തിക അടിത്തറ ഉണ്ടാക്കിയത് ആദം സ്മിത്ത് ആയിരുന്നു. അദ്ദേഹത്തെപ്പോലെ പ്രധാന പങ്കുവഹിച്ച ധനശാസ്ത്രജ്ഞനായിരുന്നു ഡേവിഡ് റിക്കാർഡോ (1772–1823). കാന്റിലൺ, വില്യം പെറ്റി, സ്റ്റുവർട്ട്സ് തുടങ്ങിയവരെയും ആ ഗണത്തിൽപ്പെടുത്താം. അവർ ക്ലാസിക്കൽ ധനശാസ്ത്രജ്ഞർ എന്നറിയപ്പെടുന്നു. ആദം സ്മിത്ത് ധനശാസ്ത്രത്തിന്റെ പിതാവ് എന്നാണറിയപ്പെടുന്നത്. ആദം സ്മിത്തിനു മുമ്പ് ധനശാസ്ത്ര വിഷയങ്ങൾ ചർച്ച ചെയ്യപ്പെട്ടില്ലെന്നോ എഴുതപ്പെട്ടിരുന്നില്ലെന്നോ കരുതരുത്. തീർച്ചയായും ധാരാളമായി എഴുതപ്പെട്ടിരുന്നു. എന്നാൽ പലരുടെയും സിദ്ധാന്തങ്ങൾ

ആദം സ്മിത്ത്

തമ്മിൽ പൊരുത്തം ഇല്ലായിരുന്നു എന്നതാണ് വാസ്തവം. ആദം സ്മിത്താണ് ആദ്യമായി മുതലാളിത്തസിദ്ധാന്തങ്ങൾക്ക് സമഗ്രതയും പ്രയോഗക്ഷമതയും ഉണ്ടാക്കിയത്. മുതലാളിത്തം തങ്ങളുടെ ശക്തനായ വക്താവും പ്രയോക്താവുമായി ആദം സ്മിത്തിനെ സ്വീകരിച്ചു. അവർ അഭിലഷിച്ച കാര്യങ്ങളെയാണ് അദ്ദേഹം സിദ്ധാന്തവൽക്കരിച്ചത് എന്നതാണ് കാരണം. പിന്നീടുവന്ന ധനശാസ്ത്രജ്ഞരാകട്ടെ, മുതലാളിത്ത സിദ്ധാന്തങ്ങളെ സ്വാംശീകരിക്കുകയും മുതലാളിത്തത്തിന്റെ വൈകല്യങ്ങൾ നീക്കി പ്രസ്തുത വ്യവസ്ഥയെ എങ്ങനെ സംരക്ഷിച്ചു നിലനിർത്താ

മെന്ന് അന്വേഷിക്കുകയുമാണ് ചെയ്തത്, ചെയ്തുവരുന്നത്. മുതലാളിത്തത്തിന്റെ തകർച്ചയിൽനിന്നു രൂപംകൊള്ളുന്ന മറ്റൊരു വ്യവസ്ഥയെക്കുറിച്ച് അവർ അന്വേഷിച്ചില്ല. അടിമവ്യവസ്ഥയുടെ തകർച്ചയിൽനിന്നാണ് നാടുവാഴിത്തം ജനിച്ചതെന്നും, നാടുവാഴിത്തത്തിന്റെ തകർച്ചയിൽനിന്നാണ് മുതലാളിത്തം ഉടലെടുത്തതെന്നും മനസിലാക്കിയെങ്കിലും, ചരിത്രപരമായ മുതലാളിത്തത്തിന്റെ തകർച്ചയെ ഉൾക്കൊള്ളാൻ അവർ തയാറല്ല. പകരം മുതലാളിത്തം എന്നും ഉണ്ടായിരുന്നെന്നും അത് എന്നും തുടരുമെന്നും അവർ കരുതുന്നു. മുതലാളിത്ത വ്യവസ്ഥയുടെ ആവശ്യങ്ങളോടു പ്രതികരിച്ചു രൂപംകൊണ്ട ധനശാസ്ത്ര സിദ്ധാന്തങ്ങൾ സാർവജനീനമാണെന്നും അവർ വിശ്വസിക്കുന്നു. ഇന്ന് അക്കാദമിക്സമൂഹം ചർച്ചചെയ്യുന്ന ധനശാസ്ത്രം മുതലാളിത്ത ധനശാസ്ത്രമാണ്. അതാണ് മുഖ്യധാരാ ധനശാസ്ത്രം. എല്ലാ കാലത്തെയും എല്ലാ സമൂഹത്തിന്റെയും പ്രശ്നങ്ങൾ മുതലാളിത്ത ധനശാസ്ത്രത്തിന്റെ ചട്ടക്കൂടിനകത്തുനിന്നുകൊണ്ട് വിശകലനം ചെയ്യാമെന്ന സമീപനമാണ് മുഖ്യധാരാ ധനശാസ്ത്രത്തിന്റേത്.

ഭൗതിക പരിതഃസ്ഥിതികളോടു പ്രതികരിച്ചുകൊണ്ട് സിദ്ധാന്തങ്ങൾ മാറിമറിയുന്നതിന് ചരിത്രത്തിൽ ഉദാഹരണങ്ങൾ അനവധിയുണ്ട്.

മെർക്കന്റിലിസം പ്രതിനിധീകരിച്ചത് വ്യാപാരി സമൂഹത്തിന്റെ താൽപ്പര്യം

ഇംഗ്ലണ്ട് ദീർഘകാലം മെർക്കന്റിലിസ്റ്റ് സിദ്ധാന്തങ്ങൾ പിന്തുടർന്നു. മെർക്കന്റിലിസം (Mercantilism) ഒരു സാമൂഹികവ്യവസ്ഥയായിരുന്നില്ല. വ്യാപാരാഭിവൃദ്ധിയും സ്റ്റേറ്റിന്റെ അധീശത്വവും സ്ഥാപിക്കുന്നതിന് ആവിഷ്കരിച്ച തത്വങ്ങളുടെ സമാഹാരമായിരുന്നു മെർക്കന്റിലിസം. അതൊരു സാമ്പത്തിക നയമായിരുന്നു. നാടുവാഴിത്തം തകരുകയും ഉൽപ്പാദനം വളരുകയും കച്ചവടം വിപുലമാകുകയും ചെയ്തതോടെ വ്യാപാരിസമൂഹം ശക്തരായി. സ്വതന്ത്രചിന്തയുടെ വ്യാപനം പള്ളിയുടെ അപ്രമാദിത്വം ചോദ്യം ചെയ്യുന്ന സ്ഥിതിയുണ്ടാക്കി. സ്റ്റേറ്റ് പ്രധാനപ്പെട്ട സ്ഥാപനമായി വികസിച്ചു. സ്റ്റേറ്റിന്റെ ശക്തി അതിന്റെ സമ്പത്തിനെ ആശ്രയിച്ചിരിക്കുന്നു എന്നു സിദ്ധാന്തവൽക്കരിക്കപ്പെട്ടു. സമ്പത്തിന്റെ ഉറവിടം വ്യാപാരമാണെന്നു വിശ്വസിക്കപ്പെട്ടതു സ്വാഭാവികം. ഏറ്റവും കൂടുതൽ സ്വർണം കൈവശമാക്കിയ സ്റ്റേറ്റാണ് ഏറ്റവും ശക്തമായ സ്റ്റേറ്റ് എന്നു കരുതപ്പെട്ടു. സ്വർണ നാണയവ്യവസ്ഥയായിരുന്നു നിലവിലിരുന്നത്. കയറ്റുമതി, രാജ്യത്തെ സ്വർണം വർധിപ്പിക്കും. ഇറക്കുമതി സ്വർണം നഷ്ടമാക്കും. അതുകൊണ്ട് മെർക്കന്റിലിസം കയറ്റുമതി പ്രോത്സാഹിപ്പിക്കുകയും ഇറക്കുമതി നിരുത്സാഹപ്പെടുത്തുകയും ചെയ്തു. വളർന്നുകൊണ്ടിരുന്ന വ്യാപാരിസമൂഹത്തിന്റെ താൽപ്പര്യങ്ങളാണ് മെർക്കന്റിലിസം പ്രതിനിധീകരിച്ചത്.

സ്വതന്ത്രവ്യാപാരവും സ്വതന്ത്രനിക്ഷേപവും മുതലാളിത്ത വികാസത്തിനു അനിവാര്യം

പതിനെട്ടാം നൂറ്റാണ്ടിന്റെ അവസാനപാദത്തിൽ ഇംഗ്ലണ്ട് അടിസ്ഥാനപരമായ സാമ്പത്തിക രാഷ്ട്രീയ മാറ്റങ്ങൾക്ക് സാക്ഷ്യംവഹിച്ചു. വ്യവസായ വിപ്ലവം ഇംഗ്ലണ്ടിനെ ലോകത്തിന്റെ പണിശാലയാക്കി മാറ്റി. ആവിയന്ത്രത്തിന്റെ കണ്ടുപിടുത്തം ഉൽപ്പാദന സാങ്കേതികവിദ്യകളാകെ നവീകരിച്ചു. ഇംഗ്ലണ്ട് വ്യവസായ മുതലാളിത്തത്തിലേക്കു പ്രവേശിച്ചു. വ്യവസായങ്ങൾക്ക് അസംസ്കൃതവസ്തുക്കളും നിക്ഷേപിക്കാൻ മൂലധനവും വിറ്റഴിക്കാൻ കമ്പോളവും ആവശ്യമായി. ഇറക്കുമതി നിയന്ത്രണം മുതലാളിത്തവളർച്ചയ്ക്കു തടസ്സമായി. സ്വതന്ത്രമായ ഇറക്കുമതിയും കയറ്റുമതിയും ആവശ്യമായിത്തീർന്നു. അതിനെ ന്യായീകരിക്കുന്ന സിദ്ധാന്തം അനിവാര്യമായി. അതാണ് സ്വതന്ത്രവ്യാപാര സിദ്ധാന്തം. വ്യക്തികൾക്ക് യഥേഷ്ടം സ്വത്തു സമ്പാദിക്കാനും നിക്ഷേപം നടത്താനും ഉള്ള സ്വാതന്ത്ര്യമാണ് മുതലാളിത്ത വളർച്ചയ്ക്ക് ആവശ്യം. മെർക്കന്റിലിസം ഉയർത്തിപ്പിടിച്ച സ്റ്റേറ്റിന്റെ ഇടപെടൽ അനാവശ്യമായി മാറി. സ്റ്റേറ്റ് സാമ്പത്തിക വികാസത്തിനു തടസ്സമായി. കച്ചവടത്തിൽനിന്നു വിഭിന്നമായി വ്യവസായ നിക്ഷേപത്തിലൂന്നിയ ഒരു പുതിയ വർഗത്തിന്റെ ആവിർഭാവത്തോടെ സമ്പത്തിന്റെ ഉറവിടം സംബന്ധിച്ച ധാരണയും പൊളിച്ചെഴുതപ്പെട്ടു. വാണിജ്യമാണ് സമ്പത്തിന്റെ ഉറവിടമെന്ന സിദ്ധാന്തം ഉപേക്ഷിച്ചു. ഉൽപ്പാദനമാണ് സമ്പത്തിന്റെ ഉറവിടമെന്നു സമർഥിക്കപ്പെട്ടു.

ഫിസിയോക്രസി

ഫ്രാൻസിലാകട്ടെ സ്ഥിതി വ്യത്യസ്തമായിരുന്നു. ഫ്രഞ്ചുവിപ്ലവത്തിന്റെ (1789) നാൾവരെ ഫ്രാൻസിലെ ഭരണം ജന്മി-നാടുവാഴികൾക്കായിരുന്നു. ഫ്രഞ്ചുവിപ്ലവം, വളർന്നുകൊണ്ടിരുന്ന മുതലാളിത്തത്തെ അധികാരത്തിലെത്തിച്ചു. ഫ്രാൻസിലെ ജന്മി-നാടുവാഴിത്ത വ്യവസ്ഥ, അഥവാ ഫ്യൂഡലിസം സമ്പത്തിന്റെ ഉറവിടമായി കണ്ടത്, കൃഷിയെയാണ്. അങ്ങനെ കൃഷിയുടെ പരമോന്നതപദവി ഉൽഘോഷിച്ച 'ഫിസിയോക്രസി' (Physiocracy) രംഗപ്രവേശം ചെയ്തു. പതിനെട്ടാം നൂറ്റാണ്ടിലാണ് ഫിസിയോക്രസി പ്രചാരം നേടിയത്. ശരിക്കും ഒരു സാമ്പത്തിക വിശകലനരീതി ഉരുത്തിരിയുന്നത് ഫിസിയോക്രസിയുടെ ആവിർഭാവത്തോടെയാണ്. ഉൽപ്പാദനമാണ് സമ്പത്തിന്റെ ഉറവിടമെന്ന് അവർ സിദ്ധാന്തിച്ചു. മുതലാളിത്തത്തിൽനിന്നു വ്യത്യസ്തമായി കൃഷിയാണ് ഉൽപ്പാദനത്തിന്റെ ഉറവിടം എന്നു ഫിസിയോക്രാറ്റുകൾ കരുതി. ആകെ ഉൽപ്പാദനത്തിന്റെ ഒരുഭാഗം കൃഷിക്കാരുടെ ഉപഭോഗത്തിനും മറ്റൊരു ഭാഗം വിത്ത് തുടങ്ങിയവയ്ക്കും നീക്കിവെക്കപ്പെടുന്നു. അവശേഷിക്കുന്നതാണ് മിച്ച ഉൽപ്പന്നം (Surplus Product). മിച്ച ഉൽപ്പന്നത്തിന്റെ ഉറവിടമാണ് ഫിസിയോക്രാറ്റുകൾ അന്വേഷണ വിധേയമാക്കിയത്. തൊഴിലാളി

കൾ രണ്ടു വിധമുണ്ടെന്ന് അവർ കരുതി. ഒന്ന് ഉൽപ്പാദനക്ഷമതയുള്ളവർ (Productive). വേറൊന്ന് ഉൽപ്പാദന ക്ഷമതയില്ലാത്തവർ (Sterile). കൃഷിയിൽ പണിയെടുക്കുന്നവരാണ് ആദ്യ വിഭാഗത്തിൽ. കൈത്തൊഴിലുകാർ, കച്ചവടക്കാർ തുടങ്ങിയവർ ഉൾക്കൊള്ളുന്നതാണ് രണ്ടാമത്തെ വിഭാഗം. ഉൽപ്പാദനക്ഷമതയുടെ ഉറവിടം അധ്വാനശേഷിയല്ല; ഭൂമിയാണ്. തൊഴിലാളികളാണ് ഉൽപ്പാദനത്തിന്റെ സ്രോതസെന്നാണ് ആദംസ്മിത്തും ഡേവിഡ് റിക്കാർഡോയും വാദിച്ചത്. പിന്നീട് മാർക്സ് മേൽസിദ്ധാന്തം കൂടുതൽ ശാസ്ത്രീയമായി വികസിപ്പിച്ചു. ഫിസിയോക്രസിയുടെ നിരീക്ഷണത്തിൽ പ്രകൃതിയുടെ വരദാനമാണ് ഭൂമി. ഉൽപ്പാദന ക്ഷമതയുടെ അടിസ്ഥാനം ഭൂമിയാണ്. വ്യവസായ ഉൽപ്പാദനംകൊണ്ട് നിലവിലുള്ള സമ്പത്ത് നിലനിർത്താമെന്നല്ലാതെ, സമ്പത്ത് ഉണ്ടാക്കാനാവില്ല എന്നവർ കരുതി. സമ്പത്തിന്റെ ഉറവിടം കൃഷിയാണ്. ഭൂവുടമയുടെ അധീശത്വം ഉറപ്പിക്കുകയാണ് ഫിസിയോക്രസി ചെയ്തത്. ഭൂവുടമയുടെ വിഹിതത്തിൽ രാജാവിനും പള്ളിക്കും ഉദ്യോഗസ്ഥർക്കും പങ്കാളിത്തമുണ്ടായിരുന്നു.

ക്യൂനേ

ഫിസിയോക്രസിയുടെ ശക്തനായ പ്രയോക്താവായിരുന്നു ക്യൂനേ (Quesnay) (1694–1774). 1763–ൽ അദ്ദേഹം തയാറാക്കി അവതരിപ്പിച്ച ടാബ്ലോ ഇക്കണോമിക് (Tableau Economique) പ്രശസ്തമാണ്. അതിശയോക്തിപരമാണെങ്കിലും, മനുഷ്യസമൂഹത്തിന്റെ ഏറ്റവും വലിയ കണ്ടുപിടുത്തങ്ങളിലൊന്നായി അത് അക്കാലത്ത് വാഴ്ത്തപ്പെട്ടു.

മനുഷ്യസമൂഹം 'സ്വാഭാവിക ക്രമ'ത്തിനു (Natural order) വിധേയമായാണു പ്രവർത്തിക്കുന്നതെന്നും, സ്റ്റേറ്റിന്റെ കൃത്രിമമായ ഇടപെടലിലൂടെ അതിനു ഭംഗം വരുത്തരുതെന്നും ക്യൂനേ വിശദീകരിച്ചു. സ്വാഭാവികക്രമത്തിന്റെ മൂന്നു സവിശേഷതകൾ ഇപ്രകാരം വിശദമാക്കപ്പെട്ടു: സ്വത്തവകാശത്തിന്റെ പ്രയോജനം അനുഭവിക്കാനുള്ള അവകാശം, സ്വയം അധ്വാനിക്കാനുള്ള സ്വാതന്ത്ര്യം, സ്വന്തം താൽപ്പര്യം പിന്തുടരാനുള്ള സ്വാതന്ത്ര്യം.

മൂലധനവും കമ്പോളവും മുതലാളിത്ത വളർച്ചയ്ക്ക് അനിവാര്യം

മുതലാളിത്ത വളർച്ചയുടെ രണ്ട് അടിസ്ഥാന ഘടകങ്ങളാണ് മൂലധനവും വികസിക്കുന്ന കമ്പോളവും. മൂലധനത്തിന്റെ ഉറവിടം മിച്ചമൂല്യമാണ്. മിച്ചമൂല്യത്തിന്റെ സ്രോതസ്സ് തൊഴിലാളികളുടെ അധ്വാന

ശേഷിയാണ്. തൊഴിലാളി സൃഷ്ടിക്കുന്ന മൂല്യം പൂർണമായും അയാൾക്കുതന്നെ നൽകിയാൽ പിന്നെ മിച്ചമൂല്യം കാണുകയില്ല. മൂലധനം വളരുകയില്ല. എത്രത്തോളം കുറച്ചുനൽകാമോ അത്രയും കുറച്ചു നൽകുകയും എത്രത്തോളം ഉൽപ്പാദനം വളർത്താമോ അത്രത്തോളം ഉൽപ്പാദനം വളർത്തുകയും ചെയ്യുക മിച്ചമൂല്യം പെരുപ്പിക്കുന്നതിനുള്ള മാർഗങ്ങളാണ്. മിച്ചമൂല്യം കവർന്നെടുക്കണമെങ്കിൽ ഉൽപ്പാദനോപാധികളുടെ ഉടമസ്ഥത മുതലാളികൾക്കായിരിക്കണം. മുതലാളിത്തവ്യവസ്ഥയിൽ ഉൽപ്പാദനോപാധികൾ മുതലാളികളുടെ കൈവശമാണ്. ചൂഷണം സാധ്യമാകുന്നത് അതുകൊണ്ടാണ്.

ഉൽപ്പാദനോപാധികൾ നിഷേധിക്കപ്പെട്ടതുമൂലം സ്വന്തം അധ്വാനശേഷി വിറ്റു ജീവിക്കാൻ ബാധ്യസ്ഥരായ തൊഴിലാളികളുടെ സാന്നിധ്യം മുതലാളിത്ത വളർച്ചയ്ക്ക് അത്യാവശ്യമാണ്. അധ്വാനശക്തി വിൽക്കാൻ തൊഴിലാളികൾക്കു സ്വാതന്ത്ര്യമുണ്ടായിരിക്കേണ്ടതും മുതലാളിത്ത വളർച്ചയ്ക്ക് ആവശ്യമാണ്. അതുകൊണ്ടാണ് മുതലാളിത്തം സ്വാതന്ത്ര്യത്തിന്റെ പ്രസക്തി ഉദ്ഘോഷിക്കുന്നത്.

അനുസ്യൂതം വികസിക്കുന്ന കമ്പോളമില്ലാതെ മുതലാളിത്ത വളർച്ച സാധ്യമല്ല. വിൽക്കാൻ കമ്പോളമില്ലെങ്കിൽ മുതലാളിത്തം പ്രതിസന്ധി നേരിടും. അതുകൊണ്ടാണ് സ്വതന്ത്ര വ്യാപാരത്തിനുവേണ്ടി ആദംസ്മിത്തും കൂട്ടരും വാദിച്ചത്. ചൂഷണം നിർബാധം തുടരുന്നതിനാണ് സ്വകാര്യ നിക്ഷേപം എല്ലാത്തരം നിയന്ത്രണങ്ങളിൽനിന്നും വിമുക്തമായിരിക്കണമെന്ന് വാദിക്കപ്പെട്ടത്.

സ്വാഭാവികക്രമം

ഫിസിയോക്രാറ്റുകകൾ സിദ്ധാന്തിച്ചതുപോലെ 'സ്വാഭാവിക ക്രമ'ത്തിന്റെ നിയമങ്ങൾക്കു വിധേയമായാണ് സമ്പദ്‌വ്യവസ്ഥ പ്രവർത്തിക്കുന്നതെന്നും അങ്ങനെ തന്നെയാണ് പ്രവർത്തിക്കേണ്ടതെന്നും ആദംസ്മിത്ത് വാദിച്ചു. മനുഷ്യർ ഉണ്ടാക്കുന്ന കൃത്രിമമായ ഏതൊരു ക്രമവും സ്വാഭാവിക ക്രമത്തെക്കാൾ (Natural order) താഴ്ന്നതായിരിക്കുമെന്നും വാദിച്ചു. മനുഷ്യർ പ്രവർത്തിക്കേണ്ടത് അവരുടെ സ്വാഭാവികമായ പ്രേരണയ്ക്കനുസരിച്ചാകണം. ആറ് തരം ചോദനകളാണ് സ്വാഭാവിക പ്രേരണയ്ക്ക് അടിസ്ഥാനം. സ്വാർഥസ്നേഹം, സഹതാപം, സ്വതന്ത്രമാകാനുള്ള അഭിവാഞ്ഛ, മര്യാദ, അധ്വാനശീലം, വിനിമയം നടത്താനുള്ള ഉൾപ്രേരണ എന്നിവയാണ് അവ. ഒരു അദൃശ്യഹസ്തത്തിന്റെ (Invisible Hand) സംവിധാനത്താലെന്നപോലെ സമ്പദ്‌വ്യവസ്ഥ സർക്കാരിന്റെ ഇടപെടൽ കൂടാതെ പ്രവർത്തിക്കുമെന്ന് സ്മിത്ത് വിശദീകരിച്ചു.

സ്റ്റേറ്റ് ഒഴിവാക്കാനാവാത്ത ശല്യം

സ്റ്റേറ്റിന്റെ ചുമതല സ്വകാര്യസ്വത്ത് സംരക്ഷിക്കുകയാണ്. സ്വകാര്യ നിക്ഷേപത്തിന് സാഹചര്യമൊരുക്കുകയാണ്. ഏറ്റവും കുറച്ചു ഭരിക്കുന്ന

സ്റ്റേറ്റാണ് മാതൃകാസ്റ്റേറ്റ്. അത് ഏറ്റവും കുറച്ചുമാത്രം ചെലവാക്കണം. ഏറ്റവും കുറച്ചു നികുതി ചുമത്തണം. മൂന്നേമൂന്നു ചുമതലകളിൽ സ്റ്റേറ്റ് കേന്ദ്രീകരിച്ചാൽ മതി. ഒന്ന്, വിദേശാക്രമണങ്ങളിൽനിന്നും രാജ്യത്തെ പ്രതിരോധിക്കുക. രണ്ട് ക്രമസമാധാനം പാലിക്കുക. മൂന്ന്, ലാഭം കുറഞ്ഞതിനാൽ സ്വകാര്യമേഖല ഏറ്റെടുക്കാൻ വിസമ്മതിക്കുന്ന സേവനങ്ങൾ (കുടിവെള്ളവിതരണം, വൈദ്യുതി, റോഡുകൾ തുടങ്ങിയവ) ലഭ്യമാക്കുക. മേൽക്കൊടുത്തവ നിർവഹിക്കാൻ സ്റ്റേറ്റിനേ കഴിയൂ. അതുകൊണ്ട് സ്റ്റേറ്റ് വേണം; മൂന്നു ധർമങ്ങൾ നിറവേറ്റുന്നതിനപ്പുറം കടക്കരുത്. സ്റ്റേറ്റ് ഒഴിവാക്കാനാവാത്ത ശല്യമാണ്. (Necessary evil)

വ്യക്തികളെ ഇഷ്ടത്തിനു വിട്ടേക്കുക

ആന്തരിക പ്രേരണയനുസരിച്ച് (സ്വാർഥ താൽപ്പര്യം മുൻനിർത്തി) ഓരോ വ്യക്തിയും പ്രവർത്തിക്കുമ്പോൾ സമൂഹത്തിന്റെ മൊത്തം ക്ഷേമം ഉറപ്പാക്കാൻ കഴിയും. തനിക്ക് ഏറ്റവും നല്ലതേത് എന്നു തെരഞ്ഞെടുക്കാൻ യോഗ്യൻ ആ വ്യക്തിതന്നെ. അങ്ങനെ ഓരോ വ്യക്തിയും സ്വന്തം ക്ഷേമം വളർത്തുമ്പോൾ സമൂഹത്തിന്റെ മൊത്തം ക്ഷേമം വളരുമെന്നത്രെ ആദംസ്മിത്തിന്റെ വാദം. അതുകൊണ്ട് വ്യക്തിയെ സ്വതന്ത്രമായി വിടണം (Laissez-faire = let alone). മുതലാളിത്ത ധനശാസ്ത്രത്തെ മൊത്തത്തിൽ ലെസെഫെയർ സിദ്ധാന്തം എന്നു വിളിക്കുന്നു.

അന്യന്റെ ദയാവായ്പുകൊണ്ടല്ല, സ്വാർഥതാൽപ്പര്യംകൊണ്ടാണ് നമുക്ക് ഭക്ഷണം ലഭിക്കുന്നത് എന്ന് ആദംസ്മിത്ത് കരുതി. ഉൽപ്പാദനത്തിന്റെ ലക്ഷ്യം വിൽപ്പനയാണ്. ഒരാൾ ലാഭത്തിനുവേണ്ടി ഭക്ഷണം ഉൽപ്പാദിപ്പിക്കുന്നതുകൊണ്ടാണ് മറ്റൊരാൾക്ക് ഭക്ഷണം ലഭിക്കുന്നത്. സ്വാർഥലാഭം ഉന്നമിട്ടാണ് നിക്ഷേപം നടത്തുന്നത്. നിക്ഷേപത്തിന്റെ ഫലമായി ഉൽപ്പാദനം വർധിക്കുന്നു. ജനങ്ങൾക്ക് ഉൽപ്പന്നങ്ങൾ ലഭിക്കുന്നു.

പട്ടിണിക്കൂലി സിദ്ധാന്തം

സമൂഹത്തെയും ജനങ്ങളുടെ വാങ്ങൽ ശേഷിയെയും പൊതുക്ഷേമത്തെയും തള്ളിമാറ്റി, ഉൽപ്പാദനോപാധികൾ കയ്യടക്കിയ ന്യൂനപക്ഷത്തിന്റെ നിക്ഷേപസ്വാതന്ത്ര്യവും ലാഭസാധ്യതകളും ഉയർത്തിപ്പിടിക്കുന്നവയാണ് ക്ലാസിക്കൽ ധനശാസ്ത്രസിദ്ധാന്തങ്ങൾ. തൊഴിലാളികളുടെ കൂലി സംബന്ധിച്ച സിദ്ധാന്തങ്ങൾ മേൽ നിഗമനത്തിനു കൂടുതൽ സാധൂകരണം നൽകുന്നു. തൊഴിലാളികൾക്കു പട്ടിണിക്കൂലി നൽകിയാൽ മതിയെന്നാണ് (Subsistence theory of wages) ഒരു സിദ്ധാന്തം. ജനസംഖ്യ വളരുന്ന അതേ വേഗത്തിൽ ഭക്ഷ്യലഭ്യത ഉയരുന്നില്ല എന്നാണ് ഈ സിദ്ധാന്തത്തിന് അടിസ്ഥാനം. തൊഴിലാളികൾക്ക് ഉയർന്ന കൂലി നൽകപ്പെട്ടു എന്നിരിക്കട്ടെ. അത് ജനസംഖ്യാ വർധനവിലേക്കു നയിക്കും. ജനസംഖ്യാ വർധന കൂലി നിരക്കു കുറയ്ക്കും. ഇനി, കൂലി വെട്ടിക്കുറച്ചു

എന്നിരിക്കട്ടെ, അപ്പോൾ ജനസംഖ്യ കുറയും, കൂലി വർധിക്കും. ചുരുക്കത്തിൽ പട്ടിണിക്കൂലി നിരക്കേ എപ്പോഴും നിലനിൽക്കൂ. കൂലി സംബന്ധിച്ച ഉരുക്കുനിയമം എന്ന് അത് അറിയപ്പെട്ടു. മറ്റൊരു സിദ്ധാന്തമാണ് വേതനഫണ്ട് (wage fund theory) സിദ്ധാന്തം. ആകെ നിക്ഷേപത്തിന്റെ ഒരു നിശ്ചിത ഭാഗം കൂലിക്കു നീക്കിവെക്കുന്നു എന്നും തൊഴിലാളികളുടെ എണ്ണത്തിനനുസരിച്ച് കൂലിനിരക്ക് നിർണയിക്കപ്പെടുന്നു എന്നുമാണ് വേതന ഫണ്ട് സിദ്ധാന്തത്തിന്റെ പൊരുൾ. തൊഴിലാളികളുടെ എണ്ണം ഉയരുമ്പോൾ കൂലിനിരക്കു താഴും. മറിച്ച്, എണ്ണം കുറയുമ്പോൾ കൂലിനിരക്ക് ഉയരും. വേതന ഫണ്ട് സ്ഥിരമായി നിൽക്കുന്നു. തൊഴിലാളികൾക്ക് സ്വയം കൂലി നിശ്ചയിക്കാൻ കഴിയില്ലെന്നും, പ്രക്ഷോഭ സമരങ്ങൾ പ്രയോജനരഹിതമാണെന്നും, അധികഉൽപ്പാദനവും അധികലാഭവും കൂലി വർധിപ്പിക്കുകയില്ലെന്നുമാണ് മേൽ സിദ്ധാന്തങ്ങളുടെ സാരം.

മൂല്യത്തിന്റെ അധ്വാനസിദ്ധാന്തം

വിനിമയമൂല്യം (Exchange Value) സംബന്ധിച്ച ക്ലാസിക്കൽ ധനശാസ്ത്രജ്ഞരുടെ സിദ്ധാന്തം പ്രധാനമാണ്. രണ്ടു ചരക്കുകൾ തമ്മിലെ കൈമാറ്റമൂല്യം അല്ലെങ്കിൽ വിനിമയ മൂല്യം പണമായി പ്രകടിപ്പിക്കുന്നതാണ് വില. വിൽക്കാൻ വേണ്ടി നിർമിക്കപ്പെട്ട ഉൽപ്പന്നമാണ് ചരക്ക്. രണ്ടു ചരക്കുകൾ തമ്മിലുള്ള വിനിമയമൂല്യം എങ്ങനെയാണു നിശ്ചയിക്കുക? എന്തടിസ്ഥാനത്തിലാണ് അതു നിശ്ചയിക്കപ്പെടുക? ഏതൊരു ചരക്കും അധ്വാനശേഷി പ്രയോഗിച്ച് ഉണ്ടാക്കപ്പെട്ടതാണ്. ചരക്കിൽ അധ്വാനമുണ്ട്. എല്ലാ ചരക്കുകളിലുമുണ്ട് അധ്വാനം. അധ്വാനത്തിന്റെ അളവ് തമ്മിൽ താരതമ്യപ്പെടുത്തി ചരക്കുകളുടെ വിനിമയമൂല്യം നിശ്ചയിക്കാം. വിനിമയമൂല്യം അധ്വാനത്തിന്റെ അളവിനെ ആശ്രയിച്ചിരിക്കുന്നു എന്നർഥം. ക്ലാസിക്കൽ ധനശാസ്ത്രജ്ഞർ ആവിഷ്കരിച്ച ഈ സിദ്ധാന്തത്തെയാണ് മൂല്യത്തിന്റെ അധ്വാനസിദ്ധാന്തം എന്നുപറയുന്നത് (Labour Theory of Value).

വിനിമയമൂല്യം സംബന്ധിച്ച് രണ്ടു ചിന്താധാരകളുണ്ട്. ഒന്ന്, ക്ലാസിക്കൽ സമീപനത്തെ വിശദീകരിച്ചുകൊണ്ട് കാൾമാർക്സ് ആവിഷ്കരിച്ച മിച്ചമൂല്യസിദ്ധാന്തം (Theory of Surplus Value). മറ്റൊന്ന് മൂല്യത്തിന്റെ അധ്വാനസിദ്ധാന്തത്തെ തിരസ്കരിച്ച് ഉപയുക്തത (utility) ആണ് മൂല്യത്തിന്റെ അടിസ്ഥാനമെന്ന നിയോക്ലാസിക്കൽ നിലപാട്. ഈ നിലപാടാണ് ആധുനിക ധനശാസ്ത്രം (നിയോ ക്ലാസിക്കൽ) ഉയർത്തിപ്പിടിക്കുന്നത്.

ഉപയുക്തതാ സിദ്ധാന്തം വിശദമാക്കാൻ അതുമായി ബന്ധപ്പെട്ട രണ്ടു സംജ്ഞകളുടെ അർഥം മനസിലാക്കേണ്ടതാണ്. ആകെ ഉപയുക്തത എന്നാൽ ഒരു പദാർഥത്തിന്റെ ഉപഭോഗത്തിൽനിന്ന് ആകെ കിട്ടുന്ന

ഉപയുക്തതയാണ്. മറിച്ച് സീമാന്ത ഉപയുക്തത എന്നാൽ അവസാനത്തെ യൂണിറ്റിൽനിന്ന് ലഭിക്കുന്ന ഉപയുക്തതയാണ്. ഉദാഹരണമായി കാപ്പി ഉപയോഗിക്കുന്ന ഒരു ഉപഭോക്താവിനെ സങ്കൽപ്പിക്കാം. ഒരു ഗ്ലാസ് ആണ് ഒരു യൂണിറ്റ്. ഒന്നിനു പുറകെ ഒന്നായി കാപ്പി അകത്താക്കുന്ന ഒരു ഉപഭോക്താവിന്: 1) കാപ്പിയുടെ അളവ് കൂടുമ്പോൾ, ആകെ ഉപയുക്തത വർധിക്കും, 2) സീമാന്ത ഉപയുക്തത, കാപ്പിയുടെ അളവ് കൂടുമ്പോൾ, താഴ്ന്നുകൊണ്ടിരിക്കും, 3) ഒരു പ്രത്യേക എണ്ണം ഗ്ലാസ് കാപ്പി കുടിച്ചു കഴിയുമ്പോൾ സീമാന്ത ഉപയുക്തത പൂജ്യമാകും. പിന്നെയും ഉപഭോഗം തുടർന്നാൽ സീമാന്ത ഉപയുക്തത നെഗറ്റീവ് ആകും, 4) സീമാന്ത ഉപയുക്തത പൂജ്യത്തിലെത്തുമ്പോൾ, ആകെ ഉപയുക്തത പരമാവധിയിലെത്തും, 5) സീമാന്ത ഉപയുക്തത പൂജ്യത്തിലെത്തിയശേഷവും ഉപഭോഗം തുടർന്നാൽ, ആകെ ഉപയുക്തത ഇടിയും. ഇപ്പറഞ്ഞ വസ്തുതകളെല്ലാം താഴെ കൊടുക്കുന്ന പട്ടിക വ്യക്തമാക്കും.

സീമാന്ത ഉപയുക്തതാസിദ്ധാന്തം

കാപ്പി (ഗ്ലാസ്) യുടെ എണ്ണം	ആകെ ഉപയുക്തത	സീമാന്ത ഉപയുക്തത
1	10	10
2	18	8
3	24	6
4	28	4
5	30	2
6	30	0
7	28	−2

എത്രാമത്തെ ഗ്ലാസ് കാപ്പിവരെ ഉപഭോക്താവ് വിലകൊടുത്ത് വാങ്ങും? ഉത്തരം, അഞ്ചാമത്തെ വരെ. അഞ്ചാമത്തെ യൂണിറ്റിൽനിന്ന്, ഉപയുക്തത കുറവാണെങ്കിലും, അയാൾക്ക് 2 യൂണിറ്റ് സീമാന്ത ഉപയുക്തത ലഭിക്കുന്നുണ്ട്. അഞ്ചാമത്തെ ഗ്ലാസ് കാപ്പി വിലകൊടുത്തു വാങ്ങാൻ അയാൾ തയാറാവും. അപ്പോൾ അതിനു കൊടുക്കുന്ന വിലയും സീമാന്ത ഉപയുക്തതയും തുല്യമാവും. പണം നൽകുകയെന്നാൽ ത്യാഗം സഹിക്കലാണ്. ഉപയുക്തത നേട്ടമാണ്. ഇവിടെ ത്യാഗവും ഉപയുക്തതയും തുല്യമായിരിക്കുന്നു. അഥവാ സീമാന്ത ഉപയുക്തതയും വിലയും തുല്യമായിരിക്കുന്നു. മറ്റൊരു രീതിയിൽ പറഞ്ഞാൽ സീമാന്ത ഉപയുക്തതയാണ് വില നിർണയിക്കുന്നത്.

മിച്ചമൂല്യ സിദ്ധാന്തം

ചരക്കുൽപ്പാദന വ്യവസ്ഥയാണ് മുതലാളിത്തം. വിൽപ്പനയ്ക്കു വേണ്ടിയാണ് ചരക്കുണ്ടാക്കുന്നത്. ലാഭമാണ് വിൽപ്പനയുടെ ലക്ഷ്യം. അധ്വാനശേഷിയും ഒരു ചരക്കാണ്. പ്രസ്തുത ചരക്ക് സൃഷ്ടിക്കാനാവശ്യമായ ഉപജീവനോപാധികൾ ഉണ്ടാക്കാൻ വേണ്ട അധ്വാനമാണ് അധ്വാനശേഷിയുടെ മൂല്യം. ചരക്കിന്റെ മൂല്യം അതിന്റെ ഉൽപ്പാദനത്തിൽ ചെലുത്തപ്പെട്ട അധ്വാനത്തിന്റെ അളവിനെ ആശ്രയിച്ചിരിക്കുന്നു. ആകെ അധ്വാനത്തെ രണ്ടായി തിരിക്കാം. അവശ്യാധ്വാനവും (Necessary Labour), മിച്ചാധ്വാനവും (Surplus Labour). അവശ്യാധ്വാനം പണമായി പ്രകടിപ്പിക്കുന്നതാണ് കൂലി. മിച്ചാധ്വാനം മുതലാളിത്തം കവർന്നെടുക്കുന്നു. അങ്ങനെ കവർന്നെടുക്കുന്നതിനെയാണ് ചൂഷണം എന്നു പറയുന്നത്. ഉൽപ്പാദനത്തിൽ അധ്വാനശേഷി മാത്രമല്ല പ്രയോഗിക്കപ്പെടുന്നത്. യന്ത്രങ്ങളും അസംസ്കൃത വസ്തുക്കളും ഫാക്ടറിക്കെട്ടിടങ്ങളും എല്ലാം ഉപയോഗിക്കപ്പെടുന്നുണ്ട്. മറ്റു ചരക്കുകൾപോലെ അവയും അധ്വാനശേഷി ഉപയോഗിച്ചു നിർമിക്കപ്പെട്ടവയാണ്. അവയുടെ മൂല്യവും അധ്വാനത്തിന്റെ അടിസ്ഥാനത്തിൽ തിട്ടപ്പെടുത്താം. ഉൽപ്പാദനത്തിനിടയ്ക്ക് യന്ത്രത്തിൽ നഷ്ടമായ അധ്വാനമൂല്യം, യന്ത്രം ഉപയോഗിച്ചു നിർമിച്ച ചരക്കിന്റെ ഭാഗമാവുകയാണു ചെയ്യുന്നത്. ഒരു സ്ഥലത്ത് നഷ്ടമാകുന്നത് വേറൊരിടത്ത് ഇടംതേടുന്നു എന്നർഥം. യന്ത്രം, അസംസ്കൃത വസ്തുക്കൾ, ഫാക്ടറി കെട്ടിടങ്ങൾ ഇവയൊന്നും അധികമൂല്യം ഉണ്ടാക്കുന്നില്ല. എന്നാൽ അധ്വാനശേഷിയാകട്ടെ അതിന്റെ മൂല്യത്തേക്കാൾ (അവശ്യാധ്വാനം) അധികമൂല്യം (മിച്ചാധ്വാനം) സൃഷ്ടിക്കുന്നു.

മുതലാളിത്തധനശാസ്ത്രം മാർക്സിന്റെ മിച്ചമൂല്യസിദ്ധാന്തം അംഗീകരിക്കുന്നില്ല. അതിനു വ്യക്തമായ കാരണമുണ്ട്. മാർക്സ്

കാൾ മാർക്സ്

ഫ്രെഡറിക് ഏംഗൽസ്

മുതലാളിത്തം അവസാനിപ്പിക്കാനാണ് ലക്ഷ്യമിട്ടത്. ആധുനിക ധന ശാസ്ത്രമാകട്ടെ, മുതലാളിത്തത്തെ സംരക്ഷിച്ചു നിലനിർത്താൻ ശ്രമിക്കുന്നു. ഈ ഭിന്നതയാണ് നിലപാടുകളിലെ വൈരുധ്യത്തിന് അടിസ്ഥാനം.

നിയോക്ലാസിക്കൽ ധനശാസ്ത്രം ഉൽപ്പാദനത്തിൽനിന്ന് ഉപഭോഗത്തിലേക്ക്

1848 കളിൽ യൂറോപ്പിലാകെ നടന്ന വിപ്ലവങ്ങൾ, 1789–ലെ ഫ്രഞ്ച് വിപ്ലവം, 1917–ലെ സോവിയറ്റ് വിപ്ലവം, സോവിയറ്റ് മാതൃകയിലുള്ള സാമ്പത്തികാസൂത്രണത്തിന്റെ വിജയം, മാർക്സിയൻ പ്രത്യയശാസ്ത്രത്തിന്റെ പ്രചാരം, സ്വാധീനം ഇവയെല്ലാം മുതലാളിത്ത വ്യവസ്ഥയ്ക്കു നേരെ ഉയർത്തിയ വെല്ലുവിളി നേരിടുകയായിരുന്നു ഉപയുക്തതാ മൂല്യവാദം ഉയർത്തിയതിലൂടെ നിയോ ക്ലാസിക്കൽ ധനശാസ്ത്രജ്ഞർ ലക്ഷ്യമിട്ടത്. മൂല്യത്തിന്റെ അടിസ്ഥാനസിദ്ധാന്തത്തെ തമസ്കരിക്കുമ്പോഴും ക്ലാസിക്കൽ ധനശാസ്ത്ര സിദ്ധാന്തങ്ങളോട് അവർ തികഞ്ഞ കൂറു പുലർത്തുകയാണുണ്ടായത്.

ആൽഫ്രഡ് മാർഷൽ

ആധുനിക ധനശാസ്ത്രത്തിന് അടിത്തറ പാകിയത് വില്യം സ്റ്റാൻലി ജെവോൺസ് (1835–1882), കാൾ മെഞ്ചർ (1840–1921), ലിയോൺ വാൽറാസ് (1834–1910), മൂവരുടെയും മുൻഗാമിയായിരുന്ന എച്ച് എച്ച് ഗോസൻ, പിൻഗാമികളായ ആൽഫ്രഡ് മാർഷൽ (1842–1924), ബോം ബാവെർക്, എഫ് വി വീസർ, വിൽഫ്രെഡോ പരെറ്റോ എന്നിവരാണ്.

വ്യക്തിയുടെ സന്തോഷം പ്രധാനം, സമൂഹത്തിന്റേയല്ല

സമൂഹമോ സാമൂഹിക വിഭാഗങ്ങളോ ഉൽപ്പാദനമോ അല്ല നിയോക്ലാസിക്കൽ ധനശാസ്ത്രത്തിന്റെ (Neo-classical economics) അന്വേഷണ വിഷയം. വ്യക്തികളാണ് അന്വേഷണത്തിന്റെ കേന്ദ്രബിന്ദു. സമൂഹം കുറെയേറെ വ്യക്തികളുടെ കൂട്ടമാണ്. ഓരോ വ്യക്തിയും ഒരൊറ്റ ലക്ഷ്യം മുൻനിർത്തിയാണ് നീങ്ങുന്നത്. ഉപഭോഗത്തിൽനിന്നും പരമാവധി സംതൃപ്തി. ചരക്കുകളുടെ മൂല്യം അവ നൽകുന്ന സംതൃപ്തിയെ അല്ലെങ്കിൽ ഉപയുക്തതയെ ആശ്രയിച്ചിരിക്കുന്നു. എങ്ങനെ ഉൽപ്പാദിപ്പിക്കണമെന്നതിലല്ല, എങ്ങനെ ചെലവാക്കണമെന്നതിലാണ് വ്യക്തികൾക്കു താൽപ്പര്യം. വ്യക്തികളുടെ ആത്മനിഷ്ഠമായ പെരുമാറ്റ

ത്തിലാണ് നിയോ ക്ലാസിക്കൽ ധനശാസ്ത്രത്തിന്റെ ഊന്നൽ. മനുഷ്യൻ സന്തോഷം കാംക്ഷിക്കുന്ന യന്ത്രമാണ് (Pleasure machine). പലിശ കൊണ്ടു ജീവിക്കുന്ന ആളുകളെന്ന നിലയ്ക്കാണ് ഉപഭോക്താക്കളെ നിയോക്ലാസിക്കൽ ധനശാസ്ത്രം വീക്ഷിക്കുന്നത്.

സ്റ്റേറ്റിന്റെ ഇടപെടലിനു വാദിക്കുന്നു

സ്റ്റേറ്റിനെ 'ഒഴിവാക്കാനാവാത്ത ശല്യമായി' കരുതിയ ധനശാസ്ത്രം പിൽക്കാലത്ത് സ്റ്റേറ്റിന്റെ ഇടപെടലിനുവേണ്ടി വാദിച്ചതും ചരിത്രത്തിലെ കൗതുകങ്ങളിലൊന്നാണ്. 1930-കളിലെ മഹാമാന്ദ്യ (Great depression) ത്തെ തുടർന്നാണത്. മുതലാളിത്തത്തിൽ ഒരിക്കലും സാമ്പത്തിക ക്കുഴപ്പങ്ങൾ ഉണ്ടാവുകയില്ലെന്ന സൈദ്ധാന്തികനിലപാടായിരുന്നു ക്ലാസിക്കൽ ധനശാസ്ത്രത്തിന്. ക്ലാസിക്കൽ ധനശാസ്ത്രജ്ഞരിൽ പ്രമുഖനായിരുന്ന ജെ ബി സെ (Jean Baptiste Say) പ്രസ്തുത സിദ്ധാന്തം ഇങ്ങനെ സമാഹരിച്ചു: 'സപ്ലൈ, അതിനുള്ള ഡിമാന്റ് സൃഷ്ടിക്കും.' ഒരു ഉൽപ്പന്നം ഉൽപ്പാദിപ്പിക്കപ്പെടുമ്പോൾ, അതിനുവേണ്ടി നിക്ഷേപിക്കപ്പെടുന്ന തുക, വിവിധ വിഭാഗങ്ങളുടെ വരുമാനമായി മാറും. തൊഴിലാളികളുടെ കൂലി, ഭൂവുടമകളുടെ പാട്ടം, ബാങ്കുകളുടെ പലിശ, മുതലാളിയുടെ ലാഭം എന്നിങ്ങനെ. ഒരുലക്ഷം രൂപ ചെലവിടുമ്പോൾ, ഒരുലക്ഷം രൂപയുടെ ഉൽപ്പന്നമുണ്ടാകും. ഒരുലക്ഷം രൂപയുടെ വരുമാനവുമുണ്ടാകും. വരുമാനം മുഴുവനും ഉൽപ്പന്നം വാങ്ങാൻ ചെലവഴിക്കും. അപ്പോൾ ഉൽപ്പന്നത്തിന്റെ സപ്ലൈയും അതിനുള്ള ഡിമാന്റും തുല്യമായിരിക്കും. അമിത ഉൽപ്പന്നം ഉണ്ടാവില്ല. വിൽക്കാതെ യാതൊന്നും അവശേഷിക്കില്ല. മറിച്ച് ഒരുലക്ഷം രൂപയുടെ ഉൽപ്പന്നം സൃഷ്ടിക്കപ്പെടുകയും കാൽലക്ഷം രൂപ ആരെങ്കിലും സമ്പാദ്യമായി മിച്ചംവെക്കുകയും ചെയ്താൽ, മുക്കാൽ ലക്ഷം രൂപയുടെ ഉൽപ്പന്നങ്ങളേ വിൽക്കപ്പെടുകയുള്ളു. അഥവാ കാൽലക്ഷം രൂപയുടെ ഉൽപ്പന്നം വിറ്റഴിയാതെ അവശേഷിക്കും. അമിത ഉൽപ്പാദനം വിലയിടിക്കും. ലാഭം ചുരുക്കും. നിക്ഷേപം സ്തംഭിപ്പിക്കും. തൊഴിലില്ലായ്മ വർധിപ്പിക്കും. സമ്പദ്വ്യവസ്ഥ കുഴപ്പത്തിലകപ്പെടും. സാമ്പത്തികമാന്ദ്യം രൂക്ഷമാകും. അതിൽനിന്നും രക്ഷപ്പെടാൻ കാൽലക്ഷം രൂപയുടെ ഉൽപ്പന്നങ്ങൾ വാങ്ങാനുള്ള കഴിവ് ഉണ്ടാക്കണം. അതിനുള്ള നിക്ഷേപം നടക്കണം. സമ്പദ്വ്യവസ്ഥയ്ക്ക് സ്വയം അതിനുള്ള കഴിവില്ല. കഴിവുണ്ടായിരുന്നെങ്കിൽ മാന്ദ്യം ഉണ്ടാകുമായിരുന്നില്ലല്ലോ. ഗവൺമെന്റ് വേണം നിക്ഷേപം നടത്താൻ. നിക്ഷേപനടപടികളുമായി സ്റ്റേറ്റ് മുന്നോട്ടു വരണമെന്ന് 1930-കളിലെ മഹാമാന്ദ്യത്തിന്റെ സ്വഭാവവും കാരണങ്ങളും വിശകലനം ചെയ്ത ജോൺ മെയ്നാർഡ് കെയിൻസ് (1883-1946) നിർദേശിച്ചു. (General theory of Employment, Interest and Money). പൊതുമരാമത്തു പണികളും സാമൂഹ്യസുരക്ഷാ നടപടികളും സ്റ്റേറ്റ് ഏറ്റെടുക്കണമെന്നു നിർദേശിച്ചു. അമേരിക്കൻ സർക്കാർ കെയിൻസിന്റെ നിർദേശങ്ങളെ പിന്തുടർന്ന് 'ക്ഷേമരാഷ്ട്ര

സിദ്ധാന്ത'(Welfare State)മെന്ന പേരിൽ അനവധി സുരക്ഷാനടപടികൾ കൈക്കൊണ്ടു. തൊഴിലില്ലായ്മ അലവൻസും ആരോഗ്യ ചികിത്സാ പദ്ധതികളും നടപ്പാക്കി. ജനങ്ങളുടെ വാങ്ങൽക്കഴിവ് ഉയർത്തുകയായിരുന്നു ഉന്നം.

ആഗോളവൽക്കരണകാലത്തെ സ്റ്റേറ്റ്

1991 ൽ ആരംഭംകുറിച്ച ആഗോളവൽക്കരണ ശ്രമങ്ങളോടെ സ്റ്റേറ്റിന്റെ ഇടപെടൽ സ്വഭാവത്തെയും ഇടപെടൽ മേഖലകളെയും സംബന്ധിച്ച് പുനർചിന്തനം നടന്നു. വികസിത മുതലാളിത്ത രാജ്യങ്ങളുടെ ചരക്കുകൾ വിൽക്കാനും മൂലധനം നിക്ഷേപിക്കാനും മൂന്നാം ലോകരാജ്യങ്ങളുടെ വികസനനയങ്ങളും ഭരണ നടപടികളും തടസമായി. ചരക്കുകളുടെയും മൂലധനത്തിന്റെയും ഇറക്കുമതിയിന്മേലുള്ള നിയന്ത്രണങ്ങൾ, സ്വകാര്യമേഖലയുടെ നിയന്ത്രണം, സാമ്പത്തികാസൂത്രണം തുടങ്ങിയവ കമ്പോള വികാസത്തിനു പ്രതിബന്ധങ്ങളായി. സ്റ്റേറ്റിന്റെ ഇടപെടൽ മേഖലകൾ ചുരുക്കണമെന്നും സ്വകാര്യമേഖലയുടെ വികാസത്തിനു വേണ്ട പശ്ചാത്തലമൊരുക്കുന്നതിൽ സ്റ്റേറ്റ് അതിന്റെ പ്രവർത്തനം ചുരുക്കണമെന്നും വാദിക്കപ്പെട്ടു. പൊതുനിക്ഷേപ രംഗത്തുനിന്നുള്ള പിന്മാറ്റവും സബ്സിഡികൾ കുറയ്ക്കലും സർക്കാർ ചെലവുകൾ വെട്ടിക്കുറയ്ക്കലും അതിന്റെ ഭാഗമായി ഉണ്ടായതാണ്. സോഷ്യലിസ്റ്റ് വ്യവസ്ഥയുടെ തകർച്ച ആഗോളവൽക്കരണത്തിന് അരങ്ങൊരുക്കി.

അടുത്ത ചുവടുമാറ്റം ആഗോളസാമ്പത്തിക പ്രതിസന്ധിയെ തുടർന്നുണ്ടായതാണ്. 2008 ൽ ആരംഭിച്ച സാമ്പത്തിക പ്രതിസന്ധിയുടെ തുടക്കം ധനകാര്യമേഖലയിൽ നിന്നായിരുന്നു. തുടർന്ന് തൊഴിൽ ഉൽപ്പാദന-വരുമാന മേഖലകളിലേക്കും വ്യാപിച്ചു. രൂക്ഷമായി വളർന്ന തൊഴിലില്ലായ്മയും ഉൽപ്പാദന പ്രതിസന്ധിയും നിയന്ത്രിക്കാൻ ഉത്തേജക പാക്കേജ് രൂപത്തിൽ സ്റ്റേറ്റിന്റെ നിക്ഷേപത്തിനുവേണ്ടി ആവശ്യമുയർന്നു.

ഭൗതിക പരിതഃസ്ഥിതിയിലെ മാറ്റങ്ങൾക്കും ആവശ്യങ്ങൾക്കും അനുസരിച്ച് ധനശാസ്ത്ര സിദ്ധാന്തങ്ങളിലും മാറ്റങ്ങൾ വരുന്നതിന്റെ നഖചിത്രമാണ് മുകളിൽ പ്രതിപാദിച്ചത്.

2

ധനശാസ്ത്രമെന്നാൽ
(What is economics)

ഉൽപ്പാദനത്തിൽ അധ്വാനത്തിന്റെ പങ്ക്

മനുഷ്യരും മറ്റു ജന്തുക്കളും തമ്മിലുള്ള അടിസ്ഥാനവ്യത്യാസം മനുഷ്യർ അവർക്കുവേണ്ട സാധനങ്ങളും സേവനങ്ങളും ഉൽപ്പാദിപ്പിക്കുന്നു, മറ്റു ജന്തുക്കളാകട്ടെ അവയുടെ ഭക്ഷണം പ്രകൃതിയിൽനിന്നും നേരിട്ടു സ്വീകരിക്കുന്നു എന്നു വിശദമാക്കിയല്ലൊ. മറ്റു ജന്തുക്കൾ സ്വന്തമായി ഉൽപ്പാദിപ്പിക്കുന്നില്ല. ലക്ഷോപലക്ഷം സാധനങ്ങളും സേവനങ്ങളും മനുഷ്യസമൂഹം ഉൽപ്പാദിപ്പിച്ചിട്ടുണ്ട്. ഇനിയുമെത്രയോ ഉൽപ്പാദിപ്പിക്കാനിരിക്കുന്നു! ഭക്ഷണം, വസ്ത്രം, പാർപ്പിടം, റോഡുകൾ, പാലങ്ങൾ, വാഹനങ്ങൾ, യന്ത്രങ്ങൾ, അസംസ്കൃത വസ്തുക്കൾ, ലോഹങ്ങൾ, കൽക്കരി, വൈദ്യുതി, ജലം, സ്കൂളുകൾ, ആശുപത്രികൾ എന്നുവേണ്ട എണ്ണിയാലൊടുങ്ങാത്തത്ര സാധനങ്ങളും സേവനങ്ങളും മനുഷ്യർ ഉണ്ടാക്കുകയും ഉപയോഗിക്കുകയും ചെയ്യുന്നു. അവയെയെല്ലാം ചേർത്ത് ഒറ്റവാക്കിൽ ധനം എന്നു വിളിക്കാം. ധനത്തിന്റെ ഉൽപ്പാദനം, ഉപഭോഗം, വിതരണം, വിനിമയം എന്നിവ സംബന്ധിച്ച നിയമങ്ങളുടെ ശാസ്ത്രം എന്നു ധനശാസ്ത്രം നിർവചിക്കപ്പെട്ടിരിക്കുന്നു.

ഉൽപ്പാദനം എന്നും എല്ലായിടത്തും കൂട്ടായിട്ടാണ്; സാമൂഹികമാണ്. ഒരു മൊട്ടുസൂചി നിർമിക്കാനും ചന്ദ്രയാൻ വിക്ഷേപണത്തിനും കൂട്ടായ അധ്വാനം വേണം. ഉൽപ്പാദനം പണ്ടും അങ്ങനെയായിരുന്നു. ഇപ്പോഴും അങ്ങനെതന്നെ. പ്രാകൃത കമ്യൂണിസ്റ്റ് വ്യവസ്ഥയുടെ കാലത്തും ഒരാൾക്ക് ഒറ്റയ്ക്ക് ഒന്നും ചെയ്യാൻ കഴിയുമായിരുന്നില്ല. കാട്ടിൽപോയി മൃഗങ്ങളെ വേട്ടയാടിയിരുന്നത് കൂട്ടായിട്ടായിരുന്നു. ഒരാൾ, തന്റെ സമീപത്തുകൂടി പോയ ഒരു നിരുപദ്രവിയായ മാൻകിടാവിനെ കമ്പെറിഞ്ഞു വീഴ്ത്തി എന്നു കരുതുക. കമ്പ് കൂർപ്പിച്ചെടുത്തത് മറ്റാരുടെയോ അധ്വാനശേഷി കൊണ്ടാകാം. മനുഷ്യർ നൂറ്റാണ്ടുകളുടെ പ്രയത്നത്തിലൂടെയാണ് എറി

യാൻ അഭ്യസിച്ചത്. അതായത് തനിക്കുമുമ്പേ ജീവിച്ച അനവധി പേരുടെ അധ്വാനശേഷിയും ബുദ്ധിയും പ്രയോഗിച്ചതിന്റെ തുടർച്ചയായാണ് എറിയുന്ന വിദ്യ അയാൾ വശമാക്കിയത്. ഒരു കൊല്ലൻ ആലയിൽ ചുട്ടുപഴുപ്പിച്ചെടുത്ത ഇരുമ്പിൽ കൂടം കൊണ്ടടിച്ചുപരത്തി ഉളിയുണ്ടാക്കുന്നു എന്നു കരുതുക. ഉളിയുണ്ടാക്കിയത് കൊല്ലനല്ലേ എന്നു ചോദിച്ചേക്കാം. അയാൾ മാത്രമായിട്ടല്ല എന്നാണ് മറുപടി. ഇരുമ്പയിര് ഖനനം ചെയ്യാൻ ഉപയോഗിച്ച യന്ത്രങ്ങളുണ്ടാക്കിയ തൊഴിലാളികളുടെ അധ്വാനം, ഇരുമ്പയിര് ഖനനം ചെയ്ത തൊഴിലാളികളുടെ അധ്വാനം, അയിര് സംസ്കരിച്ച് ഇരുമ്പാക്കിയ തൊഴിലാളികളുടെ അധ്വാനം, ഖനനത്തിനുള്ള സാങ്കേതികവിദ്യകൾ അഭ്യസിപ്പിച്ചവരുടെ അധ്വാനം, കൂടംനിർമിച്ചവരുടെയും ഉലയുണ്ടാക്കിയവരുടെയും അധ്വാനം–അങ്ങനെ സമൂഹത്തിലെ വിവിധ തലങ്ങളിലെ പതിനായിരക്കണക്കിനു മനുഷ്യരുടെ കൂട്ടായ അധ്വാനത്തിന്റെ സംയുക്ത ഉൽപ്പന്നമാണ് 'കൊല്ലൻ നിർമിച്ച ഉളി.' സമൂഹത്തിന്റെ സൃഷ്ടിയാണ് ഉളി. അതിന്റെ അവകാശിയും സമൂഹമാണ്.

ഉൽപ്പാദനമെന്നാൽ

പ്രകൃതിയുടെമേൽ അധ്വാനശേഷി പ്രയോഗിച്ച് മനുഷ്യർക്ക് ആവശ്യമായ സാധനങ്ങളും സേവനങ്ങളും ഉണ്ടാക്കുന്നതിനെയാണ് ഉൽപ്പാദനം എന്നുപറയുന്നത്. അധ്വാനശേഷി പ്രയോഗിക്കപ്പെടുന്നില്ലെങ്കിലോ? ഉൽപ്പാദനം നടക്കുകയില്ല. ഭക്ഷണം ഉണ്ടാക്കപ്പെടുകയില്ല, വസ്ത്രങ്ങൾ നെയ്യപ്പെടുകയില്ല, കിടപ്പാടം നിർമിക്കപ്പെടുകയില്ല, യാത്രാവാഹനങ്ങൾ ചലിക്കുകയില്ല. ഒന്നും ഉണ്ടാക്കപ്പെടുകയില്ല. മനുഷ്യ സമൂഹത്തിന്റെ നിലനിൽപ്പുതന്നെ അപകടപ്പെടും. അധ്വാനശേഷിയുടെ പ്രയോഗമാണ് സമൂഹത്തിന്റെ നിലനിൽപ്പിന് ആധാരം. അധ്വാനശേഷി പ്രയോഗിക്കുന്ന തൊഴിലാളിയാണ് സമൂഹത്തിന്റെ നിലനിൽപ്പിന് ആധാരം എന്നർഥം.

ഉൽപ്പാദനത്തിന്റെ സംഘാടനം പലവിധത്തിലാകാം. ഒരു കർഷകന് സ്വന്തം കൃഷിഭൂമിയിൽ അധ്വാനശേഷി ഉപയോഗിച്ച് ഉൽപ്പാദനം നടത്താം. അല്ലെങ്കിൽ ജന്മിയുടെയോ കർഷക മുതലാളിയുടെയോ കീഴിൽ തൊഴിലെടുക്കാം. ഒരു കുടുംബത്തിന് വനത്തിൽ പോയി മുളവെട്ടിക്കൊണ്ടു വന്ന് പനമ്പോ കുട്ടയോ ഉണ്ടാക്കാം. മറ്റുള്ളവരെക്കൊണ്ടു തൊഴിലെടുപ്പിച്ച് അവരുടെ അധ്വാനശേഷി ചൂഷണംചെയ്യുന്നതു മറ്റൊരു രീതിയാണ്. ഉടമകൾ അടിമകളുടെയും ജന്മികൾ കുടിയാന്മാരുടെയും മുതലാളികൾ തൊഴിലാളികളുടെയും അധ്വാനശേഷി ചൂഷണംചെയ്യുന്നത് ഉദാഹരണങ്ങളാണ്.

ഉൽപ്പാദന ഉപകരണങ്ങൾ

ഉൽപ്പാദിപ്പിക്കണമെങ്കിൽ ഉപകരണങ്ങൾ വേണം. ഉപകരണങ്ങൾ വളരെ ലളിതങ്ങളാകാം. അങ്ങേയറ്റം സങ്കീർണങ്ങളാകാം. സാങ്കേതിക

വിദ്യകൾ ഉയരങ്ങൾ താണ്ടുന്തോറും ഉൽപ്പാദനപ്രക്രിയ കൂടുതൽ സങ്കീർണങ്ങളാകും. ലളിതമായാലും സങ്കീർണമായാലും ഏതെങ്കിലും തരത്തിലുള്ള ഉപകരണങ്ങൾ കൂടിയേ തീരൂ. വാസ്തവത്തിൽ മനുഷ്യരെയും ഇതര ജന്തുക്കളെയും വേർതിരിക്കുന്ന പ്രധാന ഘടകമാണ് ഉപകരണങ്ങളുടെ നിർമാണവും ഉപയോഗവും. മറ്റു ജന്തുക്കൾ ഉപകരണങ്ങൾ ഉണ്ടാക്കുകയോ ഉപയോഗിക്കുകയോ ചെയ്യുന്നില്ല. കന്നുകാലികളും പക്ഷികളും പാമ്പുകളും പ്രകൃതിയിൽനിന്നും നേരിട്ട് ഭക്ഷണം സ്വീകരിക്കുന്നു. മനുഷ്യർ അങ്ങനെയല്ല. അവർ ഉപകരണങ്ങൾ ഉണ്ടാക്കുകയും ഉപയോഗിക്കുകയും ചെയ്യുന്നു. ആദ്യകാലങ്ങളിൽ അപരിഷ്കൃതങ്ങളായ ഉപകരണങ്ങളാണ് ഉണ്ടാക്കിയത്. അവ ഉൽപ്പാദനക്ഷമത കുറഞ്ഞവയായിരുന്നു. കാട്ടിലെ ചെറിയ മൃഗങ്ങളെ വേട്ടയാടാൻ ഉപയോഗിച്ച കൂർത്ത കല്ലുകളും കൂർപ്പിച്ച കമ്പുകളും അപരിഷ്കൃതങ്ങളായിരുന്നു. എന്നാൽ പിൽക്കാലത്ത് ചന്ദ്രനിലേക്ക് തൊടുത്തുവിട്ട ചാന്ദ്രയാൻ പേടകം എത്രമേൽ കാര്യക്ഷമവും സങ്കീർണവും ആയിരുന്നെന്ന് ഊഹിക്കാവുന്നതേയുള്ളൂ. ഉപകരണം നിർമിക്കുന്ന ജന്തുവാണ് മനുഷ്യൻ. നിർമിക്കുക മാത്രമല്ല നിരന്തരം മൂർച്ചകൂട്ടുകയും പരിഷ്കരിക്കുകയും ചെയ്യുന്നു. ഇതര ജന്തുക്കളിൽനിന്നും വ്യത്യസ്തമായി പക്ഷികൾക്ക് കൂടുകെട്ടാൻ കഴിയും. എന്നാൽ ഒരു നൂറുകൊല്ലംമുമ്പ് ഉണ്ടാക്കിയ കൂടിന്റെ അതേ മാതൃകയിൽ തന്നെയാണ് ഇപ്പോഴത്തെ പക്ഷികളും കൂടുണ്ടാക്കുന്നത്. നവീകരണമില്ല. എലികൾ മാളമുണ്ടാക്കുന്നതും അന്നും ഇന്നും ഒരേ രീതിയിൽത്തന്നെ.

ഉപഭോഗവും ഉപയോഗ മൂല്യവും

ഉൽപ്പാദനത്തിന്റെ ലക്ഷ്യം ഉപഭോഗമാണ്. ആരെങ്കിലുമൊക്കെ ഉപയോഗിക്കാൻ തയാറാവുന്നില്ലെങ്കിൽ ഉൽപ്പാദനം ആവശ്യമല്ല. ഉൽപ്പാദകനും ഉപഭോക്താവും ഒരാളാകാം; അല്ലാതെയുമാകാം. കൃഷിക്കാരൻ ഉണ്ടാക്കുന്ന ഉൽപ്പന്നം അയാൾതന്നെ ഉപയോഗിച്ചേക്കും. ഉപയോഗം കഴിഞ്ഞ് മിച്ചംവരുന്നത് മറ്റൊരാളുടെ ഉപഭോഗത്തിനു ലഭ്യമാകും. ഉപഭോഗത്തിന്റെ ലക്ഷ്യം ആഗ്രഹങ്ങളുടെ പൂർത്തീകരണമാണ്. ഭക്ഷണത്തിന് മനുഷ്യന്റെ വിശപ്പുമാറ്റാനുള്ള കഴിവുണ്ട്. വെള്ളത്തിന് ദാഹം ശമിപ്പിക്കാനുള്ള കഴിവുണ്ട്. അവയ്ക്ക് ഉപയുക്തതയുണ്ട്. മനുഷ്യരുടെ ഏതെങ്കിലും ആവശ്യത്തെ തൃപ്തിപ്പെടുത്താനുള്ള സാധനങ്ങളുടെയും സേവനങ്ങളുടെയും കഴിവാണ് ഉപയുക്തത അല്ലെങ്കിൽ ഉപയോഗമൂല്യം (utility).

മനുഷ്യർ നേരിട്ട് ഉപയോഗിക്കുന്ന സാധനങ്ങൾക്കും സേവനങ്ങൾക്കും മാത്രമാണ് ഉപയുക്തത എന്നു കരുതരുത്. ഉൽപ്പാദന പ്രക്രിയയിലും ഉപഭോഗമുണ്ട്. പരുത്തിനൂൽ ഉപയുക്തതയുള്ള വസ്തുവാണ്. എന്നാൽ അത് നേരിട്ട് ഉപയോഗിക്കപ്പെടുന്നില്ല. നൂൽ ഉപയോഗിച്ച്

വസ്ത്രമുണ്ടാക്കുന്നു. നൂൽ, വസ്ത്രനിർമാണത്തിലെ ഉപഭോഗവസ്തുവാണ്.

ഉൽപ്പാദനത്തിന്റെ അളവും ഉപഭോഗവും

ഉൽപ്പാദനത്തിന്റെ അളവും ഉപഭോഗവും തമ്മിൽ ബന്ധമുണ്ട്. ഒരു ചരക്കിന്റെ ഉൽപ്പാദനം ഉയർന്നാൽ അതിന്റെ ഉപഭോഗവും ഉയരും. ഉൽപ്പാദനത്തിൽ കുത്തക നിയന്ത്രണമില്ലെങ്കിൽ, വിലകൾ കുറയുകയും ഉപഭോഗം കൂടുകയും ചെയ്യും. ഉപഭോഗം കൂടുമ്പോൾ അത് ഉൽപ്പാദന പ്രവർത്തനത്തെ പ്രോത്സാഹിപ്പിക്കും. ഒരു വ്യക്തമായ ഉദാഹരണം ചൂണ്ടിക്കാണിക്കാം. കാർഷികോൽപ്പാദനത്തിലെ പ്രധാന ഘടകമാണല്ലോ ഭൂമി. ന്യൂനപക്ഷക്കാരായ ജന്മികൾ ഭൂമി കൈവശംവെച്ചിരിക്കുന്നു എന്നു കരുതുക. ഇന്ത്യയിലെ ഭൂവുടമസ്ഥതയുടെ പ്രത്യേകതയാണിത്. ഉൽപ്പാദനം നടത്തുന്നത് കൃഷിക്കാരും അനുഭവിക്കുന്നത് ജന്മികളുമാണ്. കൃഷിക്കാർക്കും കർഷകത്തൊഴിലാളികൾക്കും നാമമാത്ര വരുമാനമേ ലഭിക്കൂ. പക്ഷേ അവരാണ് ജനസംഖ്യയിൽ ഭൂരിപക്ഷം. സമൂഹത്തിലെ എല്ലാത്തരം ഉൽപ്പന്നങ്ങളുടെയും ഉപഭോഗം സ്വാഭാവികമായും കുറവായിരിക്കും; അതുകൊണ്ട് ഉൽപ്പാദനവും (കാർഷികോൽപ്പാദനം മാത്രമല്ല, വ്യവസായ ഉൽപ്പാദനവും) കുറയും. ഭൂരഹിതർക്കു ഭൂമി നൽകിയാൽ സ്ഥിതിഗതികൾ പാടെ മാറും. അവരുടെ വരുമാനം ഉയരും. വാങ്ങൽ കഴിവിലെ വർധന ഉപഭോഗം വർധിപ്പിക്കും; ഉൽപ്പാദനവും. വ്യവസായ-സേവന ഉൽപ്പന്നങ്ങൾക്കുള്ള ആവശ്യം ഉയരും. സാമ്പത്തിക വളർച്ച ത്വരിതഗതിയിലാകും.

ഒരു കമ്പോള വ്യവസ്ഥയിൽ ഉപഭോഗം ഉൽപ്പാദനത്തെ ആശ്രയിച്ചിരിക്കുന്നു എന്നവാദം പൂർണമായും ശരിയല്ല. കാരണം, ഉൽപ്പാദിപ്പിക്കുന്നതു മുഴുവൻ വിപണിയിൽ എത്തുകയില്ല. ഒരുഭാഗം കുത്തകകൾ പിടിച്ചുവെക്കുന്നതുമൂലം, കമ്പോളത്തിൽ ഉൽപ്പന്നത്തിന്റെ ലഭ്യത കുറയും. ലഭ്യതക്കുറവ് വിലവർധനവിന് ഇടനൽകും, ആവശ്യം ചുരുക്കും.

വിതരണത്തിന്റെ അടിസ്ഥാനം സ്വത്തുടമാബന്ധം

ഒരു രാജ്യത്ത് ഉണ്ടാക്കപ്പെട്ട ഉൽപ്പന്നങ്ങൾ എങ്ങനെയാകും വിതരണം ചെയ്യപ്പെടുക? തുല്യതയുടെ അടിസ്ഥാനത്തിലല്ലെന്നു സ്പഷ്ടം. വാങ്ങൽകഴിവിന്റെ അടിസ്ഥാനത്തിലാകും വിതരണം. അതാകട്ടെ സമൂഹത്തിലെ സ്വത്തുടമാബന്ധത്തിന്റെ അടിസ്ഥാനത്തിലുമാകും. സ്വത്തുടമാബന്ധമാണ് വിതരണത്തിലെ നിർണായകഘടകം. കമ്യൂണിസ്റ്റ് വ്യവസ്ഥയാണ് നിലവിലുള്ളതെങ്കിൽ എല്ലാവർക്കും അവരവരുടെ ആവശ്യമനുസരിച്ച് ലഭിക്കും. സോഷ്യലിസ്റ്റു വ്യവസ്ഥയിലാണെങ്കിൽ ഓരോരുത്തരുടെയും കഴിവിനനുസരിച്ചും. മുതലാളിത്ത വ്യവസ്ഥിതിയിൽ ഉൽപ്പാദനോപാധികൾ ഒരു ന്യൂനപക്ഷത്തിന്റെ കൈപ്പിടിയിലായിരിക്കും. അവരായിരിക്കും ഉൽപ്പാദനത്തിന്റെ ഗുണഭോക്താക്കൾ. അവർക്കനുകൂല

മായായിരിക്കും വിതരണം. നാടുവാഴിത്ത വ്യവസ്ഥയിലും അടിമവ്യവസ്ഥയിലും ജന്മികൾക്കും ഉടമകൾക്കും അനുകൂലമായിരിക്കും സ്വത്തിന്റെയും വരുമാനത്തിന്റെയും വിതരണം.

മുതലാളിത്ത വ്യവസ്ഥയിൽ, അതായത് ഉൽപ്പാദനോപാധികൾ മുതലാളികൾ കൈവശംവെക്കുകയും തൊഴിലാളികൾ അധ്വാനശേഷി വിറ്റ് ഉപജീവനം നടത്തുകയും ചെയ്യുന്ന സമൂഹത്തിൽ, ആകെ ഉൽപ്പാദനത്തിന്റെ ഒരു ചെറിയ ഭാഗം മാത്രമേ തൊഴിലാളികൾക്ക് കൂലിയായി നൽകപ്പെടുന്നുള്ളൂ. അടിമവ്യവസ്ഥയിലും നാടുവാഴി വ്യവസ്ഥയിലും ഉൽപ്പന്നം തന്നെയാണ് കൂലിയായി നൽകിപ്പോന്നത്. സന്ധ്യവരെ ജോലിയെടുക്കുന്ന കർഷകത്തൊഴിലാളിക്ക് നെല്ലോ ഗോതമ്പോ മറ്റുൽപ്പന്നങ്ങളോ ആണ് കൂലിയായി നൽകിപ്പോന്നത്. പണത്തിന്റെ ആവിർഭാവത്തോടെ കൂലി പണമായി നൽകാൻ തുടങ്ങി. എത്രയായിരിക്കും കൂലി? തൊഴിലാളികളുടെ അധ്വാനശേഷി നിലനിർത്താനും പുനരുൽപ്പാദിപ്പിക്കാനും ആവശ്യമായത്ര സാധനങ്ങൾ വാങ്ങാൻ വേണ്ടത്ര പണം എന്നാണ് ഉത്തരം. ശേഷം ഭാഗം മുതലാളികൾ കയ്യടക്കുന്നു. മുതലാളികൾ മാത്രം അനുഭവിക്കുന്നു എന്നു കരുതരുത്. വായ്പ നൽകിയ ബാങ്കുടമയ്ക്ക് ചെല്ലേണ്ട പലിശ, ഭൂമി പാട്ടത്തിനു നൽകിയ ഭൂവുടമയുടെ പാട്ടം എന്നിങ്ങനെ വിഭജിക്കപ്പെടുന്നുണ്ട്. പാട്ടം (Rent), പലിശ (Interest), കൂലി (Wage), ലാഭം (Profit) എന്നീ രീതിയിലാണ് ആകെ ഉൽപ്പാദനം വിഭജിക്കപ്പെടുന്നത്.

ഇപ്പറഞ്ഞതിൽനിന്നും ഒരുകാര്യം വ്യക്തമാകുന്നു. നാലു വിഭാഗങ്ങളിൽ പാട്ടം, പലിശ, ലാഭം എന്നിവ ഉടമവർഗത്തിന്റെ വരുമാനങ്ങളാണ്. കൂലി അധ്വാനശേഷി വിൽക്കുന്ന വിഭാഗത്തിന്റെയും. ഉടമവർഗത്തിന്റെ വരുമാനമാണ് ആകെ വരുമാനത്തിന്റെ (ഉൽപ്പാദനത്തിന്റെ) സിംഹഭാഗമെന്നതിനാൽ, വാങ്ങൽക്കഴിവ് കൂടുതൽ അവർക്കായിരിക്കും. തൊഴിലാളികൾക്കു വാങ്ങൽശേഷി കുറവും. ഇപ്രകാരമുള്ള വരുമാനഘടന നിലനിൽക്കുന്ന മുതലാളിത്തസമൂഹത്തിൽ, ഉടമവർഗത്തിനു വേണ്ട സാധനങ്ങളും സേവനങ്ങളുമാകും ഉണ്ടാക്കപ്പെടുക. അവയുടെ ഉൽപ്പാദനത്തിലാകും കൂടുതൽ മൂലധനം നിക്ഷേപിക്കപ്പെടുക. അതുകൊണ്ടാണ് രാജ്യത്ത് കൂടുതൽ ആഡംബരകാറുകളും മണിമന്ദിരങ്ങളും ടൂറിസ്റ്റ് റിസോർട്ടുകളും വസ്ത്ര–സ്വർണാഭരണ ശാലകളും ഇലക്ട്രോണിക് ഉപകരണങ്ങളും കൂടുതലായി ഉണ്ടാകുന്നതും, തൊഴിലാളികൾക്കുവേണ്ട അവശ്യസാധനങ്ങൾ കുറച്ചുമാത്രം ഉൽപ്പാദിപ്പിക്കപ്പെടുന്നതും.

കൂലി വർധന, ഉൽപ്പാദനഘടനയിൽ വ്യതിയാനം വരുത്തും. തൊഴിലാളികളുടെ വാങ്ങൽശേഷി ഉയരുമ്പോൾ, അവർക്കുവേണ്ട സാധനങ്ങളും സേവനങ്ങളും കൂടുതലായി ഉണ്ടാക്കപ്പെടും. ഉൽപ്പാദനോപാധികളുടെ വിതരണം എങ്ങനെയോ അങ്ങനെയായിരിക്കും ഉൽപ്പന്നങ്ങളുടെ ഘടനയും.

ആഭ്യന്തര വിപണിയുടെ ചുരുക്കമൊണ് കയറ്റുമതിക്ക് അടിസ്ഥാനം

മൊത്തം വരുമാന വർധനയിൽ തൊഴിലാളികളുടെയും മറ്റു സാധാരണക്കാരുടെയും പങ്ക് വർധിക്കുന്നില്ല, അല്ലെങ്കിൽ ആപേക്ഷികമായി കുറയുന്നു എന്നു കരുതുക. എങ്കിൽ സാധനങ്ങളുടെയും സേവനങ്ങളുടെയും നല്ലൊരുഭാഗം ഉടമവർഗത്തിന്റെ ഉപഭോഗത്തിനു ലഭ്യമാകും. ഉടമവർഗം വരുമാനത്തിന്റെ നല്ലൊരുഭാഗം മിച്ചംവെക്കും. അത്രകണ്ട് ഉൽപ്പന്നങ്ങൾക്ക് ആവശ്യം ചുരുങ്ങും. വിൽപ്പന വർധിപ്പിക്കാൻ കമ്പോളം വിപുലമാകണം. ഉൽപ്പാദിപ്പിക്കപ്പെട്ടതു മുഴുവനും ആഭ്യന്തര വിപണിയിൽ വിറ്റഴിക്കാൻ കഴിയുന്നില്ലെങ്കിൽ പുറംവിപണി തേടേണ്ടി വരും. കയറ്റുമതി അനിവാര്യമായിത്തീരും. ആഭ്യന്തര വിപണിയുടെ ചോദന ചുരുക്കമാണ് (വരുമാന വിതരണത്തിലെ അസന്തുലിതാവസ്ഥയാണ്) കയറ്റുമതിയുടെ അടിസ്ഥാനം.

ചരക്കുകൾ തമ്മിൽ, അല്ലെങ്കിൽ ചരക്കുകളും പണവും തമ്മിൽ, കൈമാറ്റം നടത്തുന്നതിനെയാണ് വിനിമയം എന്നു പറയുന്നത്. ഒരാൾക്കോ, അഥവാ ഒരു ചെറിയ കൂട്ടത്തിനോ വേണ്ടുന്നതെല്ലാം അയാളോ അവരോ ഉണ്ടാക്കുന്നുവെങ്കിൽ വിനിമയത്തിന്റെ ആവശ്യമില്ല. ഒരാൾ, അല്ലെങ്കിൽ ഒരുപറ്റം ആളുകൾ, അതുമല്ലെങ്കിൽ ഒരു രാജ്യം, കുറെ ചരക്കുകൾ മാത്രം ഉണ്ടാക്കുകയും മറ്റു ചരക്കുകൾ ആവശ്യമാവുകയും ചെയ്യുമ്പോൾ വിനിമയത്തിലൂടെയാണ് കാര്യം നടത്തുന്നത്. കൈവശമുള്ള ചരക്കുകൾ നൽകി പകരം ചരക്കുകൾ സ്വീകരിക്കുന്നു.

മുൻകാലങ്ങളിൽ ജനങ്ങളുടെ ആവശ്യങ്ങൾ പരിമിതമായിരുന്നു. ജനസംഖ്യയും കുറവായിരുന്നു. സമൂഹത്തിനുവേണ്ടതെല്ലാം അവർ തന്നെ ഉണ്ടാക്കി. അത്തരം സ്വയം സമ്പൂർണഗ്രാമങ്ങൾ ഇന്ത്യയിൽ ധാരാളമുണ്ടായിരുന്നു. ഒരു ഗ്രാമത്തിന് ഉണ്ടാക്കാൻ കഴിയാത്ത അപൂർവം ചില സാധനങ്ങൾ, ഉദാഹരണം ഉപ്പ്, മറ്റു സാധനങ്ങൾക്കുപകരം സ്വീകരിക്കുക അസാധാരണമല്ലായിരുന്നു. ഗ്രാമത്തിനകത്തുള്ളവർ തമ്മിൽ കൈമാറ്റങ്ങൾ സ്വാഭാവികമായിരുന്നു. കൃഷിക്കാർ അവരുടെ ധാന്യം നെയ്ത്തുകാരുണ്ടാക്കിയ വസ്ത്രങ്ങളുമായോ മരപ്പണിക്കാരുണ്ടാക്കിയ കലപ്പകളുമായോ കൈമാറ്റം ചെയ്തുപോന്നു. ഇത്തരം കൈമാറ്റ വ്യവസ്ഥയെയാണ് ബാർട്ടർ സമ്പ്രദായം (Barter System) എന്നുപറയുന്നത്.

വിനിമയത്തിന്റെ അടിസ്ഥാനം പ്രവൃത്തി വിഭജനം

വിനിമയത്തിന്റെ അടിസ്ഥാനം പ്രവൃത്തിവിഭജനമാണ്. ചരിത്രത്തിലെ ആദ്യത്തെ പ്രവൃത്തി വിഭജനം സ്ത്രീ–പുരുഷന്മാർ തമ്മിലായിരുന്നു. പുരുഷന്മാർ കാട്ടിൽ വേട്ടയാടാൻ പോയപ്പോൾ സ്ത്രീകൾ വീടുപരിപാലിച്ചു. മൃഗങ്ങളെ ഇണക്കി വളർത്താൻ തുടങ്ങിയതോടെ ആ തൊഴിൽ

സ്ത്രീകൾ ഏറ്റെടുത്തു. കന്നുകാലി വളർത്തലിൽനിന്ന് സമൂഹം പിന്നീട് കൃഷിയിലേക്കു പ്രവേശിച്ചപ്പോൾ പ്രവൃത്തിവിഭജനത്തിന്റെ സ്വഭാവത്തിൽ മാറ്റം വന്നു. സ്ത്രീ–പുരുഷന്മാർ എന്നതിൽനിന്നും മാറി, വിവിധ ഗോത്രങ്ങൾ തമ്മിലായി പ്രവൃത്തിവിഭജനം. ഒരു ഗോത്രം കൃഷിയിൽ കേന്ദ്രീകരിച്ചപ്പോൾ മറ്റൊരു ഗോത്രം കന്നുകാലി വളർത്തലിൽ ശ്രദ്ധിച്ചു. കൈവേലക്കാരുടെ ആവിർഭാവത്തോടെ സാമൂഹ്യമായ പ്രവൃത്തിവിഭജനത്തിന് പുതിയ സ്വഭാവം കൈവന്നു. സാമൂഹ്യമായ പ്രവൃത്തിവിഭജനം തീവ്രമായതോടെ കൊടുക്കൽ വാങ്ങലുകൾ അനിവാര്യമായി. കൈവേലക്കാർ അവരുടെ ഉൽപ്പന്നങ്ങൾ കൃഷിക്കാരുടേതുമായി കൈമാറാൻ ആരംഭിച്ചു. പ്രവൃത്തിവിഭജനമാണ് വിനിമയത്തിന്റെ അടിത്തറ. പ്രവൃത്തിവിഭജനം ഉൽപ്പാദനം വളർത്തുന്നതിനും സാഹചര്യമൊരുക്കി. ഒരു കൂട്ടർ ഒരു പ്രവൃത്തിതന്നെ തുടർച്ചയായി ചെയ്യുമ്പോൾ ആ പ്രവൃത്തിയിൽ കൂടുതൽ നൈപുണ്യം ആർജിക്കും; നന്നായി ചെയ്യുവാൻ പ്രാപ്തിയുണ്ടാകും. കൃഷിയിൽത്തന്നെ പ്രവൃത്തി വിഭജനമുണ്ട്. എല്ലാ കൃഷിക്കാരും എല്ലാ ഉൽപ്പന്നങ്ങളും കൃഷിചെയ്യുന്നില്ല. ചിലർ കുരുമുളകു കൃഷി ചെയ്യുന്നു, മറ്റുചിലർ ഏത്തവാഴ കൃഷിചെയ്യുന്നു; ഇനിയും ചിലർ റബ്ബറോ കശുവണ്ടിയോ കൃഷിചെയ്യുന്നു. ഉൽപ്പാദനത്തിന്റെ ഏതു മേഖലയിലുമുണ്ട് പ്രവൃത്തി വിഭജനം. ഒരു മൊട്ടുസൂചി ഉണ്ടാക്കുന്നതു മുതൽ വൻ യുദ്ധക്കപ്പൽ നിർമാണംവരെ. മൊട്ടുസൂചിയുണ്ടാക്കുന്നത് പതിനെട്ടുതരം പ്രവൃത്തികളായി വിഭജിക്കാമെന്ന് ആദംസ്മിത്ത് വിശദമാക്കിയിട്ടുണ്ട്. ഇരുമ്പു പഴുപ്പിക്കൽ, കൂടംകൊണ്ട് അടിച്ചുനീട്ടൽ, കഷ്ണങ്ങളായി മുറിക്കൽ, മിനുസപ്പെടുത്തൽ, ഒരറ്റം കൂർപ്പിക്കൽ എന്നുതുടങ്ങി 18 പ്രവൃത്തികളായി വിഭജിക്കാം. നേരത്തെ സൂചിപ്പിച്ചതുപോലെ ഒരു കൂട്ടർ ആവർത്തിച്ച് ഒരു പ്രവൃത്തി ചെയ്യുമ്പോൾ അതിൽ വൈദഗ്ധ്യം നേടും. ഉൽപ്പാദനം വളർത്തും. മാത്രവുമല്ല ഓരോ പ്രവൃത്തിയും അതീവ ലളിതമാവുകയും ചെയ്യും.

പ്രവൃത്തിവിഭജനത്തിന്റെ പ്രധാന നേട്ടം അത് ഉൽപ്പാദനവർധനയിലേക്കു നയിക്കുമെന്നുള്ളതാണ്. പക്ഷേ, വ്യാപകമായ തോതിലുള്ള പ്രവൃത്തിവിഭജനം നടപ്പിലാക്കാനുള്ള സാധ്യത, ഉൽപ്പന്നങ്ങൾക്കുള്ള കമ്പോളത്തെ ആശ്രയിച്ചിരിക്കുന്നു. വിപുലമായ കമ്പോളം കൂടുതൽ ഉൽപ്പാദനം ആവശ്യമാക്കും; പ്രവൃത്തിവിഭജനവും. മറിച്ച് കമ്പോളം ചുരുങ്ങിയതാണെങ്കിൽ പ്രവൃത്തിവിഭജനത്തിന്റെ സാധ്യതയും ചുരുങ്ങും.

ഉൽപ്പാദനവും വിതരണവും വിനിമയവും തമ്മിൽ ബന്ധമുണ്ട്. ഉൽപ്പാദനോപാധികളുടെ വിതരണഘടനയനുസരിച്ചാണ് ഉൽപ്പാദനം എന്നു നേരത്തെ പ്രസ്താവിച്ചു. മുതലാളിത്തവ്യവസ്ഥയിൽ ഉൽപ്പാദനോപാധികളുടെ ഉടമകൾ മുതലാളികളാണ്. ആകെ ഉൽപ്പാദനത്തിൽ (വരുമാനത്തിൽ) ചെറിയൊരു ഭാഗം മാത്രമാണ് കൂലിയായി വിതരണം ചെയ്യപ്പെടുന്നത്. ലാഭം, പലിശ, പാട്ടം എന്നിവയാണ് കൂടുതൽ. തൊഴിലാളികളുടെ കൂലിക്കുറവ് വാങ്ങൽകഴിവ് കുറയ്ക്കും. ചരക്കുകളുടെ

വിനിമയം ചുരുക്കും. ഉൽപ്പാദനം കുറയ്ക്കും. കൂലിയിലുണ്ടാകുന്ന വർധന വിനിമയം ഉയർത്തും. ഉൽപ്പാദനം വർധിപ്പിക്കും.

എന്താണ് ധനശാസ്ത്രമെന്നതിനു ധാരാളം വിശദീകരണങ്ങളും നിർവചനങ്ങളും നൽകപ്പെട്ടിട്ടുണ്ട്. അവയുടെയെല്ലാം പ്രധാന ദൗർബല്യം സമ്പത്തിന്റെ വർധനയെയും അതിന്റെ ഉപയോഗത്തെയും ഊന്നുന്നു എന്നതാണ്. സമ്പത്തിന്റെ വിതരണവും സമ്പത്തില്ലാത്ത കോടിക്കണക്കിനു ജനങ്ങളുടെ ജീവിതവും അവഗണിക്കപ്പെടുന്നു എന്നതാണ് മുഖ്യപോരായ്മ. അതുകൊണ്ടുതന്നെ നിർവചനങ്ങളൊന്നും പൂർണമോ തൃപ്തികരമോ അല്ല.

നിർവചനങ്ങൾ

ധനശാസ്ത്രത്തിന്റെ പിതാവ് എന്ന് അറിയപ്പെടുന്ന ആദംസ്മിത്തിന്റെ (1723–1790) കൃതിയുടെ (1776) പേരു തന്നെയാണ് നിർവചനമായി സ്വീകരിക്കപ്പെട്ടത്: *രാഷ്ട്രങ്ങളുടെ സമ്പത്തിന്റെ സ്വഭാവവും കാരണങ്ങളും സംബന്ധിച്ച അന്വേഷണം.* (*An Inquiry into the Nature and Causes of Wealth of Nations*) സമ്പത്തിന്റെ വളർച്ചയിലാണ് ആദം സ്മിത്ത്, ഡേവിഡ് റിക്കാർഡോ, ജെ ബി സെ, എൻ ഡബ്ലിയു സീനിയർ, ജെ എസ് മിൽ തുടങ്ങിയ ക്ലാസിക്കൽ ധനശാസ്ത്രജ്ഞർ ഊന്നിയത്. സ്വതന്ത്ര നിക്ഷേപവും സ്വതന്ത്ര വ്യാപാരവും രാഷ്ട്രത്തിന്റെ ആകെ സമ്പത്ത് ഉയർത്തുമെന്ന് അവർ വാദിച്ചു. നീതിയുക്തമായ വിതരണം അവരുടെ അജണ്ടയിൽ ഇല്ലായിരുന്നു. മനുഷ്യനും മനുഷ്യക്ഷേമത്തിനും സ്ഥാനം ലഭിച്ചില്ല.

മറ്റൊരു നിർവചനം ബ്രിട്ടീഷ് ധനശാസ്ത്രജ്ഞനായിരുന്ന ആൽഫ്രഡ് മാർഷലിന്റേതാണ് (1842–1924). നിയോ ക്ലാസിക്കൽ ധനശാസ്ത്രജ്ഞർ എന്ന് വിളിക്കപ്പെട്ട മാർഷൽ, എ സി പിഗു, എഡ്വിൻ കാനൻ, ജെവോൺസ്, കാൾമെഞ്ചർ, വാൽറാസ് തുടങ്ങിയവർ, സമ്പത്ത് സമ്പാദനം മാത്രമല്ല ധനശാസ്ത്രത്തിന്റെ വിഷയമെന്നും മനുഷ്യക്ഷേമം പ്രധാനമാണെന്നും സിദ്ധാന്തിച്ചു. ഈ ചുവടുമാറ്റം പക്ഷേ ഔദാര്യപൂർവം നടത്തിയതാണെന്നു കരുതരുത്. മാർഷൽ ജീവിച്ചകാലത്തെ ഭൗതിക സാഹചര്യങ്ങളുടെ സ്വാധീനം നിർവചനത്തിൽ പ്രകടമായി എന്നുമാത്രം. ഒന്നിനു പുറകെ മറ്റൊന്ന് എന്ന നിലയ്ക്ക് ആവർത്തിച്ചുകൊണ്ടിരുന്ന സാമ്പത്തിക പ്രതിസന്ധികൾ കാലഘട്ടത്തിന്റെ പ്രത്യേകതയായിരുന്നു. സോവിയറ്റ് വിപ്ലവവും വിപ്ലവത്തെത്തുടർന്ന് സോഷ്യലിസ്റ്റ് ആശയങ്ങൾ പ്രചാരം നേടിയതും മറ്റൊരു സ്വാധീനമായി വളർന്നു. ഉൽപ്പാദന സാങ്കേതികവിദ്യകളുടെ കുതിച്ചുചാട്ടവും കുത്തകകളുടെ വളർച്ചയും പ്രധാന പ്രതിഭാസങ്ങളായി. ക്ലാസിക്കൽ ധനശാസ്ത്രത്തിന്റെ അപ്രസക്തി വിളിച്ചോതുന്നവയായി ഓരോ പ്രതിഭാസവും. ആ പശ്ചാത്തലത്തിലാണ് ഉപഭോക്താവിൽ ഊന്നിയ നിർവചനം മാർഷൽ (Principles of Political Economy and Taxation (1817) ആവിഷ്കരിച്ചത്. പക്ഷേ വാങ്ങൽക്കഴിവ്

ലയണൽ റോബിൻസ്

കൈവശമുള്ള ഉപഭോക്താക്കളുടെ ക്ഷേമത്തെക്കുറിച്ചാണ് മാർഷൽ സംസാരിച്ചത്. അതുകൊണ്ടുതന്നെ മനുഷ്യക്ഷേമമെന്നാൽ പണം കൈവശമുള്ളവരുടെ ക്ഷേമം എന്നു നിർവചനം പരിമിതപ്പെട്ടു. വലിയൊരു വിഭാഗം ജനങ്ങൾ നിർവചനത്തിന്റെ പരിധിയിൽനിന്നും പുറത്തായി.

മറ്റൊരു നിർവചനം ലയണൽ റോബിൻസി (Lionel Robbins) ന്റേതാണ്. ആവശ്യങ്ങൾ അനവധി, വിഭവങ്ങളാകട്ടെ പരിമിതവും. വിഭവങ്ങൾ ഏതെങ്കിലും ഒരാവശ്യത്തിന് അല്ലെങ്കിൽ മറ്റൊരാവശ്യത്തിന് വിനിയോഗിക്കാം. അടിസ്ഥാനപ്രശ്നം ഏതാവശ്യം തൃപ്തിപ്പെടുത്തണമെന്നു നിർണയിക്കലാണ്. തെരഞ്ഞെടുക്കലിന്റെ ശാസ്ത്രമെന്നു ധനശാസ്ത്രം നിർവചിക്കപ്പെട്ടു. മനുഷ്യർക്കും മനുഷ്യക്ഷേമത്തിനും പരിഗണന നൽകാത്ത നിർവചനം എന്നാണ് റോബിൻസിനെതിരായ പ്രമുഖ വിമർശം. വിഭവങ്ങളുള്ളവരുടെ കാര്യനിർവഹണത്തിൽ മാത്രമായി ഊന്നൽ.

മേൽ പ്രതിപാദിച്ച മൂന്നു നിർവചനങ്ങളും അവാസ്തവമായ ഒരു സങ്കൽപ്പനത്തെ ആധാരമാക്കുന്നു: എല്ലാവരുടെയും കൈവശം സ്വത്തും വരുമാനവുമുണ്ട്. അതുതന്നെയാണ് നിർവചനങ്ങളുടെ മുഖ്യപോരായ്മയും.

സാമൂഹ്യജീവിതത്തിൽ മനുഷ്യർ ഉൽപ്പാദന പ്രവർത്തനത്തിൽ മാത്രമല്ല ഏർപ്പെടുന്നത്. ഉൽപ്പാദന പ്രവർത്തനത്തിനിടയ്ക്ക് അവർ അന്യോന്യം സഹകരിക്കുന്നുണ്ട്, ബന്ധപ്പെടുന്നുണ്ട്. പ്രസ്തുത ഉൽപ്പാദന ബന്ധങ്ങളാണ് ധനശാസ്ത്രപഠനത്തിന് ആധാരം. സമൂഹത്തിന്റെ നിലനിൽപ്പിനും വളർച്ചയ്ക്കും ആവശ്യമായ വസ്തുക്കളുടെ ഉൽപ്പാദന വിതരണങ്ങളെപ്പറ്റിയും അവയെ നിയന്ത്രിക്കുന്ന നിയമങ്ങളെപ്പറ്റിയുമുള്ള പഠനമാണ് ധനശാസ്ത്രം. "ധനശാസ്ത്രമെന്നത് അതിന്റെ ഏറ്റവും വിപുലമായ അർഥത്തിൽ, മനുഷ്യസമുദായത്തിലെ ഭൗതികമായ ജീവനോപകരണങ്ങളെ ഉൽപ്പാദിപ്പിക്കുകയും കൈമാറുകയും ചെയ്യുന്നതിനടിസ്ഥാനമായ നിയമങ്ങളുടെ ശാസ്ത്രമാണ്" എന്ന് ഫ്രഡറിക് എംഗൽസ് ധനശാസ്ത്രത്തെ നിർവചിക്കുന്നു.

3

സാമൂഹിക വ്യവസ്ഥകൾ
(Social Systems)

എന്ത്, എങ്ങനെ, ആർക്കുവേണ്ടി?

സാമൂഹിക വ്യവസ്ഥകൾ ഏതായാലും, മൂന്നു അടിസ്ഥാന പ്രശ്നങ്ങൾക്കു പരിഹാരം കാണണം. ഒന്ന്, എന്ത് ഉൽപ്പാദിപ്പിക്കണം? രണ്ട്, എങ്ങനെ ഉൽപ്പാദിപ്പിക്കണം? മൂന്ന്, ആർക്കുവേണ്ടി ഉൽപ്പാദിപ്പിക്കണം? ഇവയാണ് മൂന്ന് അടിസ്ഥാന പ്രശ്നങ്ങൾ.

പക്ഷേ അവയ്ക്ക് എങ്ങനെ പരിഹാരം കാണുന്നു എന്നതു രാജ്യത്തെ സാമൂഹികവ്യവസ്ഥയെയും ഭരണകൂടത്തിന്റെ വർഗഘടനയെയും ആശ്രയിച്ചിരിക്കും. രാഷ്ട്രീയവും ഭരണപരവുമായ നിരവധി ഘടകങ്ങൾ തീരുമാനങ്ങളെ സ്വാധീനിക്കും. സാമ്പത്തിക കാരണങ്ങൾ മാത്രമാവുകയില്ല തീരുമാനങ്ങളെ സ്വാധീനിക്കുന്നത്.

അയൽരാജ്യവുമായി ശത്രുതയിൽ വർത്തിക്കുന്ന ഒരു രാജ്യം പടക്കോപ്പു നിർമാണത്തിന് മുൻഗണന നൽകും. ലോകത്തെ അടക്കിഭരിക്കാൻ ശ്രമിക്കുന്ന അമേരിക്കയെപ്പോലുള്ള സാമ്രാജ്യത്വരാജ്യങ്ങൾ ആയുധനിർമാണത്തിനും സൈനികാവശ്യങ്ങൾക്കും മുൻഗണന നൽകും.

സോഷ്യലിസ്റ്റ് വ്യവസ്ഥയിലാണെങ്കിൽ, വിഭവലഭ്യതയും ജനങ്ങളുടെ ആവശ്യങ്ങളും പരിഗണിച്ചുകൊണ്ടാകും തീരുമാനമെടുക്കുക.

എന്നാൽ സ്വതന്ത്രവിപണി വ്യവസ്ഥയിൽ പ്രശ്നങ്ങൾക്ക് എങ്ങനെ പരിഹാരം കാണാം എന്നതാണ് മുഖ്യധാരാ ധനശാസ്ത്രത്തിന്റെ ചർച്ചാവിഷയം.

എന്ത് ഉൽപ്പാദിപ്പിക്കണം എന്ന ചോദ്യം പ്രസക്തമാവുന്നത് എല്ലാം ഉൽപ്പാദിപ്പിക്കാനാവുകയില്ല എന്ന അടിസ്ഥാന പ്രശ്നത്തിൽനിന്നാണ്. മനുഷ്യരുടെ ആവശ്യങ്ങൾ അനവധിയാണ്. എന്നാൽ വിഭവങ്ങൾ പരിമിതമാണ്. വിഭവപരിമിതി ആപേക്ഷികമാണ്. കൂടുതൽ വിഭവങ്ങൾ കണ്ടുപിടിക്കപ്പെടാം. അല്ലെങ്കിൽ കുറച്ചുമാത്രം വിഭവങ്ങൾ ആവശ്യമാ

കുന്ന ഒരു സാങ്കേതികവിദ്യ ആവിഷ്കരിക്കപ്പെടാം. വിഭവവർധനയുടെ ഫലമാണ് അവ സൃഷ്ടിക്കുക.

വിഭവങ്ങൾ; ഉദാഹരണമായി, ഭൂമി, ഫാക്ടറികൾ, ധാതുക്കൾ അങ്ങനെ പലതും വിവിധങ്ങളായ ഉൽപ്പന്നങ്ങളുണ്ടാക്കാൻ ഉപയോഗിക്കാം. ഭൂമി ഗോതമ്പു കൃഷിചെയ്യാൻ ഉപയോഗിക്കാം. ഗോതമ്പ് ഉപയോഗിച്ച് റൊട്ടിയുണ്ടാക്കാം. അങ്ങനെ റൊട്ടിയുടെ ഉൽപ്പാദനം ഉയർത്താം. ജനങ്ങൾക്ക് കൂടുതൽ റൊട്ടി ലഭ്യമാക്കാം. അതേ ഭൂമിതന്നെ ഗോതമ്പിനു പകരം മുന്തിരി കൃഷിചെയ്യാൻ പ്രയോജനപ്പെടുത്താം. മുന്തിരി ഉപയോഗിച്ച് വൈൻ ഉണ്ടാക്കാം. പണമുള്ളവർക്ക് വൈൻ വാങ്ങി നന്നായി കുടിക്കാം. പരിമിതമായ ഭൂമി ഗോതമ്പു കൃഷിക്കാണോ മുന്തിരി കൃഷിക്കാണോ ഉപയോഗിക്കുക എന്നത് കമ്പോളത്തിലെ ആവശ്യം അനുസരിച്ചാകും തീരുമാനിക്കപ്പെടുക.

വരുമാനഘടനയും ഉൽപ്പാദനഘടനയും

സമൂഹത്തിൽ കടുത്ത അസമത്വം നിലനിൽക്കുന്നു എന്നു കരുതുക. മുതലാളിത്തം അത്തരമൊരു സാമൂഹിക വ്യവസ്ഥയാണ്. സ്വകാര്യനിക്ഷേപത്തിലും സ്വതന്ത്രവ്യാപാരത്തിലും ഉൽപ്പാദനോപാധികളുടെ കേന്ദ്രീകരണത്തിലും അടിയുറപ്പിച്ച ഒരു സമൂഹം അസമത്വം നിറഞ്ഞതാകാതിരിക്കാൻ കഴിയില്ല. അത്തരമൊരു സമൂഹത്തിൽ സ്വത്തും വരുമാനവും കൈവശമുള്ളവർ വൈൻ ധാരാളമായി ആവശ്യപ്പെടും. റൊട്ടി എല്ലാവർക്കും ആവശ്യമാണെങ്കിലും വാങ്ങൽ കഴിവുള്ളവരുടെ എണ്ണം കുറവായിരിക്കും. ഫലമാകട്ടെ, കൃഷിപ്പാടങ്ങൾ മുന്തിരി ഉൽപ്പാദനത്തിന് പ്രധാനമായും ഉപയോഗിക്കപ്പെടും. ചുരുക്കത്തിൽ സമ്പന്ന വിഭാഗത്തിന്റെ ആവശ്യങ്ങൾക്കനുസരിച്ചായിരിക്കും ഒരു കമ്പോളവ്യവസ്ഥയിൽ എന്ത് ഉൽപ്പാദിപ്പിക്കണമെന്നും വിഭവങ്ങൾ ഏതാവശ്യത്തിലേക്കു തിരിച്ചു വിടണമെന്നും നിർണയിക്കപ്പെടുക.

രാജ്യം ഒരു യുദ്ധപരിതഃസ്ഥിതിയെ നേരിടുന്നു എന്നു കരുതുക. ധാരാളംപേർ സൈന്യത്തിലേക്കു റിക്രൂട്ട് ചെയ്യപ്പെടും. സൈനികരുടെ ആവശ്യത്തിന് ധാരാളം ഇറച്ചിവേണം. അപ്പോൾ കൂടുതൽ സ്ഥലം മൃഗങ്ങളെ തീറ്റിവളർത്തുവാൻ മാറ്റപ്പെടും. ഇവിടെയും വിഭവ വിനിയോഗം നിർണയിക്കുന്നത് കമ്പോളത്തിലെ ആവശ്യമനുസരിച്ചാണ്. ഒരു ലളിതമായ സമവാക്യത്തിൽ എത്തിച്ചേരാൻ കഴിയും. എങ്ങനെയാണോ വരുമാന വിതരണം അങ്ങനെയാകും ഉൽപ്പാദനഘടനയും.

എങ്ങനെ ഉൽപ്പാദിപ്പിക്കണം എന്ന ചോദ്യത്തിനുള്ള ഉത്തരവും വരുമാന വിതരണ ഘടനയുമായി ബന്ധപ്പെട്ടിരിക്കുന്നു. ധനികർ ഉപയോഗിക്കുന്ന ആഡംബര പ്രധാനമായ ഉപഭോഗവസ്തുക്കൾ നിർമിക്കാൻ ഉയർന്ന സാങ്കേതികവിദ്യയും കൂടുതൽ മൂലധനവും ആവശ്യമാണ്. എങ്ങനെ ഉൽപ്പാദിപ്പിക്കണം എന്നു നിർണയിക്കുന്ന മറ്റൊരു ഘടകം വിവിധയിനം വിഭവങ്ങളുടെ ലഭ്യതയാണ്. ഒരു രാജ്യത്ത് ധാരാളം ഭൂമി ലഭ്യമാകാം. അല്ലെങ്കിൽ ധാരാളം അധ്വാനശേഷി ലഭ്യമാകാം. അതുമല്ലെങ്കിൽ ധാരാളം മൂലധനം ഉണ്ടാകാം. ഒരു ഉൽപ്പന്നം വ്യത്യസ്തങ്ങളായ സാങ്കേ

തികവിദ്യകൾ ഉപയോഗിച്ച് നിർമിക്കാം. ഒരു ഉദാഹരണം എടുക്കാം. നിലം ഉഴുന്നതിന് കലപ്പ ഉപയോഗിക്കാം; ട്രാക്ടർ ഉപയോഗിക്കാം. രണ്ടുതരം സാങ്കേതികവിദ്യകളെ പ്രതിനിധീകരിക്കുന്നവയാണവ. ഒരു നിശ്ചിത അളവ് ഭൂമി ഉഴുതുമറിക്കാൻ കലപ്പ ഉപയോഗിക്കുമ്പോൾ കൂടുതൽ തൊഴിൽ ദിനങ്ങൾ ആവശ്യമായി വരും. മറിച്ച് ട്രാക്ടർ ഉപയോഗിച്ചാൽ അത്രയും ഭൂമി ഉഴുതുമറിക്കാൻ കുറച്ചുമാത്രം തൊഴിൽദിനങ്ങൾ മതി. ട്രാക്ടർ ഉയർന്ന സാങ്കേതികവിദ്യയെയും കൂടുതൽ മൂലധനത്തെയും പ്രതിനിധീകരിക്കുന്നു. ആഡംബരകാറുകളും ഇലക്ട്രോണിക് ഉപകരണങ്ങളും മറ്റും ധാരാളമായി ഉൽപ്പാദിപ്പിക്കപ്പെടുന്ന ഒരു സമൂഹത്തിൽ കൂടുതൽ മൂലധനവും ഉയർന്ന സാങ്കേതികവിദ്യകളും സമ്മേളിച്ച രീതിയായിരിക്കും പ്രയോഗിക്കപ്പെടുക. കാർഷിക പിന്നോക്കാവസ്ഥ നിലനിൽക്കുന്നതും ഉയർന്ന ജനസംഖ്യയുള്ളതുമായ സമൂഹത്തിൽ കൃഷിയിൽ കൂടുതൽ തൊഴിൽ ശക്തിയും കുറച്ചുമാത്രം മൂലധനവും പ്രയോഗിക്കപ്പെടും.

ആർക്കുവേണ്ടി ഉൽപ്പാദിപ്പിക്കുന്നു എന്നതിന് ഉത്തരവും തീർച്ചയായും വരുമാന വിതരണഘടനയുമായി ബന്ധപ്പെട്ടിരിക്കുന്നു. മുഖ്യധാരാ ധനശാസ്ത്രസിദ്ധാന്തമനുസരിച്ച് നാലുഘടകങ്ങളാണ് ഉൽപ്പാദനത്തിൽ പങ്കാളിത്തം വഹിക്കുന്നത്: ഭൂമി, തൊഴിൽശക്തി, മൂലധനം, സംഘാടനം. ഓരോന്നിന്റെയും വരുമാനമാണ് യഥാക്രമം പാട്ടം, കൂലി, പലിശ, ലാഭം എന്നിവ. ഈ നാലുവരുമാനങ്ങളുടെ വിതരണത്തിന്റെ രീതിയാണ് ആർക്കുവേണ്ടി ഉൽപ്പാദനം എന്നു തീരുമാനിക്കുന്നത്. എന്നാൽ മേൽക്കൊടുത്ത നാലു ഘടകങ്ങളിൽ ഭൂമി, മൂലധനം, സംഘാടനം എന്നിവ ഉൽപ്പാദനോപാധികളാണ്. തൊഴിൽ അഥവാ അധ്വാനശേഷി പ്രയോഗിക്കുമ്പോഴാണ് ഉൽപ്പാദനം സാധ്യമാകുന്നത്. ജന്മികൾ, ബാങ്കർമാർ, സംഘാടകർ എന്നിവർ ഉൽപ്പാദനോപാധികളുടെ ഉടമകളാണ്. തൊഴിലാളികൾ ഉൽപ്പാദനോപാധികൾ നിഷേധിക്കപ്പെട്ടതിനാൽ അധ്വാനശേഷി വിറ്റ് ഉപജീവനം നടത്താൻ ബാധ്യതപ്പെട്ടവരും. ഇവർക്കിടയിലെ വരുമാന വിതരണഘടനയനുസരിച്ചാണ് ആർക്കുവേണ്ടി ഉൽപ്പാദിപ്പിക്കണം എന്നു തീരുമാനിക്കപ്പെടുന്നത്.

സാമൂഹിക വ്യവസ്ഥകൾ

എന്ത് ഉൽപ്പാദിപ്പിക്കണം, എങ്ങനെ ഉൽപ്പാദിപ്പിക്കണം, ആർക്കുവേണ്ടി ഉൽപ്പാദിപ്പിക്കണം എന്നീ ചോദ്യങ്ങൾക്ക് വിഭിന്ന രീതിയിലാണ് ഓരോ സാമൂഹികവ്യവസ്ഥയും പരിഹാരം കാണുന്നത്. എന്താണ് സാമൂഹികവ്യവസ്ഥ?

ഒന്നും ഉൽപ്പാദിപ്പിക്കാതെ മനുഷ്യസമൂഹത്തിനു നിലനിൽക്കാനാവില്ലെന്നു നേരത്തെ വിശദീകരിച്ചു. പ്രകൃതിയുടെമേൽ ഉപകരണങ്ങളുടെ സഹായത്താൽ അധ്വാനശേഷി പ്രയോഗിക്കലാണ് ഉൽപ്പാദനം. ഉൽപ്പാദനത്തിന് അവശ്യം മൂന്നു ഘടകങ്ങൾ വേണം. ഒന്ന്, അധ്വാനോപകരണങ്ങൾ. രണ്ട്, ഏതിന്മേലാണോ അധ്വാനോപകരണങ്ങൾ പ്രയോഗിക്കപ്പെടുന്നത്, അവ. അധ്വാനവിഷയവസ്തുക്കൾ എന്ന് അവയെ വിളിക്കാം.

കൃഷിക്കാരന്റെ കലപ്പ അധ്വാനോപകരണമാണ്. കൃഷിഭൂമി അധ്വാന വിഷയവസ്തുവും. ചെത്തുകാരന്റെ കത്തി ഉപകരണവും തെങ്ങ് അല്ലെങ്കിൽ പന അധ്വാനവിഷയവസ്തുവുമാണ്. ഒരു വസ്തു ഒരേസമയം ഉൽപ്പന്നവും അധ്വാനവിഷയവസ്തുവുമാകും. ഉദാഹരണമായി, പരുത്തിയിൽനിന്ന് നൂൽ ഉണ്ടാക്കിയാൽ പരുത്തി അധ്വാനവിഷയവസ്തുവും നൂൽ ഉൽപ്പന്നവുമാണ്. എന്നാൽ നൂൽ ഉപയോഗിച്ച് തറിയിൽ വസ്ത്രം നെയ്യുമ്പോൾ നൂൽ അധ്വാനവിഷയവസ്തുവാണ്. വസ്ത്രത്തിൽ ബ്രഷുകൊണ്ട് ചിത്രം വരച്ചാൽ, ബ്രഷ് ഉപകരണവും വസ്ത്രം അധ്വാനവിഷയവസ്തുവുമാണ്. കലപ്പ, കത്തി, തറി, ബ്രഷ് എന്നിവ ഉൽപ്പാദനോപകരണങ്ങളാണ്. നിലം, തെങ്ങ്, നൂൽ, വസ്ത്രം എന്നിവ അധ്വാനവിഷയവസ്തുക്കളും. അധ്വാനോപകരണങ്ങളും അധ്വാനവിഷയവസ്തുക്കളും ചേർന്നതിനെയാണ് ഉൽപ്പാദനോപാധികൾ (Means of production) എന്നുപറയുന്നത്. അതായത് ഉൽപ്പാദനോപാധികൾ എന്നാൽ ഉൽപ്പാദനോപകരണങ്ങൾ എന്നു മാത്രമല്ല അർഥം.

ഉൽപ്പാദനോപകരണങ്ങൾ സൃഷ്ടിച്ചതുകൊണ്ടായില്ല. ഉൽപ്പാദനം നടക്കണമെങ്കിൽ അവ എടുത്തു പ്രയോഗിക്കണം. കൃഷിക്കാരൻ കലപ്പകൊണ്ട് നിലം ഉഴുതുമറിച്ച് വിത്തിടണം. തൊഴിലാളി യന്ത്രത്തറി പ്രവർത്തിപ്പിക്കണം. ഖനിത്തൊഴിലാളി ഡ്രില്ലിങ്യന്ത്രം പ്രയോഗിച്ച് ഭൂമിക്കടിയിലെ ഇരുമ്പയിരും കൽക്കരിയും പുറത്തുകൊണ്ടുവരണം. ലോറി ഡ്രൈവർ ലോറി ഓടിച്ച് സാധനങ്ങൾ ഒരു സ്ഥലത്തുനിന്നു മറ്റൊരു സ്ഥലത്തേക്കു മാറ്റണം. അധ്വാനശേഷിയുടെ പ്രയോഗമാണ് ഉൽപ്പാദനത്തിലെ നിർണായക ഘടകം. അധ്വാനശേഷി പ്രയോഗിക്കപ്പെടുന്നില്ലെങ്കിൽ ഉൽപ്പാദനം നടക്കുകയില്ല.

അധ്വാനശേഷിയും അധ്വാനവും ബന്ധപ്പെട്ടവയാണെങ്കിലും രണ്ടും ഒന്നല്ല. അധ്വാനശേഷി അതു പ്രയോഗിക്കുന്ന വ്യക്തിയിൽ അല്ലെങ്കിൽ സമൂഹത്തിൽ അടങ്ങിയ കായികവും മാനസികവുമായ കഴിവാണ്. കഴിവുപ്രയോഗിച്ച് ഉണ്ടാക്കുന്ന ഉൽപ്പന്നത്തിലേക്കു പകരുന്നത് അധ്വാനമാണ്. അധ്വാനിക്കാനുള്ള കഴിവ് തൊഴിലാളിയിൽ അല്ലെങ്കിൽ കൃഷിക്കാരനിൽ നിക്ഷിപ്തമാണ്. തൊഴിലാളി അല്ലെങ്കിൽ കൃഷിക്കാരൻ നൽകുന്നത് അധ്വാനമാണ്. അധ്വാനശേഷി സൃഷ്ടിക്കാൻ കഴിയും, പുനഃസൃഷ്ടിക്കാനും കഴിയും. ഭക്ഷണം, വീട്, വസ്ത്രം, ഭാര്യയുടെയും കുട്ടികളുടെയും സംരക്ഷണം, യാത്ര തുടങ്ങി നിരവധി ഘടകങ്ങളെ ആശ്രയിച്ചാണ് അധ്വാനശേഷി പ്രയോഗിക്കാനുള്ള കഴിവ് കുടികൊള്ളുന്നത്. ഇവയുടെ ആകത്തുക പണമായി പ്രകടിപ്പിക്കുന്നതാണ് കൂലി. അതായത് അധ്വാനശേഷി സൃഷ്ടിക്കാനുള്ള കഴിവ് കൂലിയെ ആശ്രയിച്ചിരിക്കുന്നു. മറ്റൊരു രീതിയിൽ പറഞ്ഞാൽ അധ്വാനശേഷി അത് സൃഷ്ടിക്കാൻ ആവശ്യമായി വന്ന അധ്വാനത്തെ ആശ്രയിച്ചിരിക്കുന്നു. പ്രയോഗിക്കപ്പെട്ടത് അല്ലെങ്കിൽ ചെലുത്തപ്പെട്ടതാണ് അധ്വാനം. ഒരു നെയ്ത്തുകാരൻ എട്ടുമണിക്കൂർ അധ്വാനിച്ചാൽ അയാളുണ്ടാക്കിയ വസ്ത്രത്തിന്റെ ഭാഗമായി മാറി എട്ടുമണിക്കൂർ അധ്വാനം.

അധ്വാനവിഷയവസ്തുക്കൾ, അധ്വാനോപകരണങ്ങൾ, അധ്വാന

ശേഷി, സാങ്കേതികവിദ്യകൾ എന്നിവയുടെ സംയോഗമാണ് സമൂഹത്തിന്റെ ഉൽപ്പാദനശക്തി. ഉൽപ്പാദനശക്തികൾ വികസിച്ചു എന്നുപറഞ്ഞാൽ അതിനർഥം സമൂഹത്തിന്റെ ഉൽപ്പാദിപ്പിക്കാനുള്ള കഴിവു വളർന്നു എന്നാണ്. ഉൽപ്പാദനോപകരണങ്ങൾ നവീകരിക്കപ്പെട്ടു എന്നാണ്.

ഉൽപ്പാദനശക്തികൾ നിരന്തരം വികസിക്കുന്നു

ഉൽപ്പാദനശക്തികളുടെ ഏറ്റവും വലിയ പ്രത്യേകത, അത് ഒരിക്കലും നിശ്ചലമായി തുടരുന്നില്ല എന്നതാണ്. ഉൽപ്പാദനശക്തികൾ നിരന്തരം വികസിക്കുകയാണ്. കഴിഞ്ഞ പത്തുകൊല്ലത്തിനിടെ ഉൽപ്പാദനശക്തികളിലുണ്ടായ വളർച്ച, അതിനു മുമ്പുള്ള നൂറുവർഷത്തെ വളർച്ചയെക്കാൾ എത്രയോ ഭീമമാണ്, മഹത്തരമാണ്. പുതിയ ഉപകരണങ്ങൾ, പുതിയ സാങ്കേതികവിദ്യകൾ ഉയർന്ന ഉൽപ്പാദനക്ഷമത – ഇവയാണ് വളർച്ചയുടെ സൂചികകൾ.

ഉൽപ്പാദനശക്തികളും ഉൽപ്പാദനബന്ധങ്ങളും

ഉൽപ്പാദനത്തിന്റെ ഒരു ഭാഗം മാത്രമാണ് ഉൽപ്പാദനശക്തികൾ. തീർച്ചയായും വളരെ നിർണായകമായ ഭാഗം. മറ്റൊരു ഭാഗമാണ് ഉൽപ്പാദനബന്ധങ്ങൾ. ഉൽപ്പാദനം എപ്പോഴും സാമൂഹ്യമാണ് എന്നു നേരത്തെ വിശദീകരിച്ചിട്ടുണ്ട്. ഉൽപ്പാദനത്തിനിടയ്ക്ക് മനുഷ്യർ പരസ്പരം ബന്ധപ്പെടുന്നുണ്ട്. മനുഷ്യരുടെ ഇച്ഛയ്ക്കനുസരിച്ചുള്ള ബന്ധം അവർ തെരഞ്ഞെടുക്കുകയല്ല. ഉൽപ്പാദനബന്ധങ്ങൾ മനുഷ്യരുടെ ഇച്ഛയ്ക്ക് അതീതമാണ്. അടിമകളും ഉടമകളും തമ്മിലുള്ളത് ഉൽപ്പാദനബന്ധമാണ്. ജന്മിയും കൃഷിക്കാരനും തമ്മിൽ, മുതലാളിയും തൊഴിലാളിയും തമ്മിൽ ഉള്ള ബന്ധങ്ങൾ ഉൽപ്പാദന ബന്ധങ്ങളാണ്. ജന്മിയും കർഷകത്തൊഴിലാളിയും തമ്മിലും, മുതലാളിത്തകൃഷിക്കാരനും കർഷകത്തൊഴിലാളിയും തമ്മിൽ ഉള്ളതും ഉൽപ്പാദനബന്ധമാണ്. ഉൽപ്പാദനപ്രക്രിയയുടെ ഭാഗമായി ഉടലെടുക്കുന്ന സാമൂഹ്യബന്ധങ്ങളാണ് ഉൽപ്പാദനബന്ധങ്ങൾ. മുതലാളിത്തവ്യവസ്ഥയിൽ തൊഴിലാളികൾ തമ്മിൽത്തമ്മിലുള്ളതും ഉൽപ്പാദനബന്ധങ്ങളാണ്. രണ്ടു വർഗങ്ങൾ തമ്മിലുള്ള ബന്ധത്തിന്റെ അടിസ്ഥാനം ഉൽപ്പാദനോപാധികളുടെ സ്വകാര്യ ഉടമസ്ഥതയാണ്. അതായത് ഉൽപ്പാദനബന്ധങ്ങൾ എന്നാൽ സ്വത്തുടമാബന്ധം തന്നെയാണ്. അടിമകൾ തെരഞ്ഞെടുത്തതല്ല അടിമത്തം. തൊഴിലാളികൾ തെരഞ്ഞെടുത്തതല്ല മുതലാളിത്തം. ഉൽപ്പാദനശക്തികളും ഉൽപ്പാദനബന്ധങ്ങളും തമ്മിൽ ബന്ധമുണ്ട്. ഉൽപ്പാദനശക്തികളുടെ വികാസത്തിനു അനുരോധമായി ഉയർന്നുവരുന്നവയാണ് ഉൽപ്പാദനബന്ധങ്ങൾ. അടിമവ്യവസ്ഥയിലെ ഉൽപ്പാദനശക്തികൾക്കു അനുയോജ്യമായി ഉയർന്നു വന്നതാണ് അടിമ–ഉടമ ഉൽപ്പാദനബന്ധം. അതുപോലെ നാടുവാഴിത്ത വ്യവസ്ഥയ്ക്കു അനുരോധമായി വികസിച്ചുവന്നതാണ് ജന്മി–കുടിയാൻ ഉൽപ്പാദനബന്ധം. മറ്റൊരു രീതിയിൽ പറഞ്ഞാൽ മുതലാളിത്ത ഉൽപ്പാദനശക്തികൾക്കു അനുരോധമായി തൊഴിലാളി–മുതലാളി ഉൽപ്പാദനബന്ധങ്ങൾ ഉയർന്നു വരുകയല്ലാതെ, മുതലാളിത്തവ്യവസ്ഥ സോഷ്യ

ലിസ്റ്റ് ഉൽപ്പാദനബന്ധങ്ങൾ സൃഷ്ടിക്കുകയില്ല. അതുപോലെ നാടുവാഴിത്തവ്യവസ്ഥയുടെ ഉൽപ്പാദനശക്തികൾ മുതലാളിത്ത ഉൽപ്പാദനബന്ധങ്ങൾ സൃഷ്ടിക്കുകയില്ല. എന്നാൽ നാടുവാഴിത്തവ്യവസ്ഥയ്ക്കകത്തു വളർന്നുവരുന്ന ഉൽപ്പാദനശക്തികളുടെ വികാസം മുതലാളിത്ത ബന്ധങ്ങൾക്കു ജന്മം നൽകും. ഓരോ സാമൂഹ്യവ്യവസ്ഥയുടെയും ഗർഭത്തിലാണ് പുതിയ വ്യവസ്ഥയുടെ ബീജം വളരുന്നത്.

മേൽപ്പറഞ്ഞതിൽനിന്ന് ഒരുകാര്യം വ്യക്തമാണ്. ഉൽപ്പാദനശക്തികളുടെ വികാസം ഉൽപ്പാദനബന്ധങ്ങളിൽ മാറ്റം വരുത്തും. പക്ഷേ, ആ മാറ്റം ഉൽപ്പാദനശക്തികളുടെ വളർച്ചയിലുണ്ടാകുന്ന അതേ വേഗതയിലും തീവ്രതയിലും ആയിരിക്കില്ല. സമൂഹത്തിന്റെ മനസിൽ വേരുറച്ച ഒരു ആശയം പെട്ടെന്ന് പറിച്ചുമാറ്റുക എളുപ്പമല്ല. കടൽവെള്ളം ചൂടാറുന്നതുപോലെയാണ് ആശയങ്ങളിൽ മാറ്റമുണ്ടാകുന്നത്. പതുക്കെ, പക്ഷേ ഉറപ്പായും. എന്നാൽ ഉൽപ്പാദനശക്തികളിലെ മാറ്റം പെട്ടെന്നാണ്. ഉയർന്ന അളവിലും, വിപ്ലവകരമായ രീതിയിലും.

ഉൽപ്പാദന വ്യവസ്ഥകൾ

ഉൽപ്പാദനശക്തികളും ഉൽപ്പാദനബന്ധങ്ങളും ചേർന്നതാണ് ഉൽപ്പാദനവ്യവസ്ഥ അഥവാ ഉൽപ്പാദനരീതി (Mode of production). സാമൂഹ്യവ്യവസ്ഥ എന്നുപറയുമ്പോൾ അർഥമാക്കുന്നത് ഒരു പ്രത്യേക തലത്തിലുള്ള ഉൽപ്പാദനശക്തികളും അവയ്ക്ക് യോജിച്ച ഉൽപ്പാദനബന്ധങ്ങളും എന്നാണ്.

ഉൽപ്പാദനശക്തികളുടെ വികാസത്തിന്റെയും ഉൽപ്പാദനബന്ധങ്ങളിലെ മാറ്റത്തിന്റെയും അടിസ്ഥാനത്തിൽ, ചരിത്രത്തിൽ ഒന്നിനുപുറകെ മറ്റൊന്നായി അഞ്ചുതരം സാമൂഹ്യവ്യവസ്ഥകൾ ഉണ്ടായിട്ടുണ്ട്. പ്രാകൃത കമ്യൂണിസം, അടിമത്തം, ജന്മിത്തം, മുതലാളിത്തം, സോഷ്യലിസം എന്നിവയാണവ.

കല്ലും കമ്പും ഉൽപ്പാദനോപകരണങ്ങളായി ഉപയോഗിച്ച്, മൃഗങ്ങളെയും പക്ഷികളെയും വേട്ടയാടി വിശപ്പടക്കിക്കഴിഞ്ഞുപോന്ന ഒരു കാലഘട്ടം മനുഷ്യനുമുണ്ടായിരുന്നു. അത്യധ്വാനം ചെയ്തുമാത്രമെ ഒരു ചെറിയ മൃഗത്തെപ്പോലും പിടിക്കാൻ കഴിഞ്ഞിരുന്നുള്ളു. ഉൽപ്പാദനോപകരണങ്ങൾ അത്രമേൽ അപരിഷ്കൃതങ്ങളായിരുന്നു. അഥവാ അവതെല്ലും ഉൽപ്പാദന ക്ഷമങ്ങളായിരുന്നില്ല. ലക്ഷക്കണക്കിനു വർഷക്കാലം സമൂഹം അത്തരമൊരു അവസ്ഥയിലായിരുന്നു. കാട്ടിൽപ്പോയി, മൃഗങ്ങളെ വേട്ടയാടിക്കൊണ്ടുവന്ന് വിശപ്പടക്കിയിരുന്ന അക്കാലത്ത് ഒരാൾക്കു മാത്രമായോ രണ്ടോ മൂന്നോ പേർക്കു മാത്രമായോ കാട്ടിൽപ്പോയി ജീവനോടെ തിരിച്ചുവരാൻ കഴിയുമായിരുന്നില്ല. അതുകൊണ്ട് ഉൽപ്പാദന പ്രവർത്തനം കൂട്ടായിട്ടായിരുന്നു നടത്തിയിരുന്നത്. നായാടി പിടിച്ചുകൊണ്ടുവന്ന മൃഗങ്ങളെ ഒന്നിച്ചു പങ്കിട്ടെടുത്തു ഉപയോഗിച്ചു. ആവശ്യം കഴിഞ്ഞ് ഒന്നും ബാക്കിവെക്കാനുണ്ടായിരുന്നില്ല. അത്ര കുറവായിരുന്നു ആകെ ഉൽപ്പാദനം. ഉൽപ്പാദനം കൂട്ടായിട്ടായതിനാൽ അധ്വാനോപകരണങ്ങളുടെ ഉടമസ്ഥതയും കൂട്ടായിട്ടായിരുന്നു. ഉൽപ്പാദനം, ഉപഭോഗം,

ഉൽപ്പാദനോപാധികളുടെ ഉടമസ്ഥത ഇവയെല്ലാം കൂട്ടായിട്ടായിരുന്നു. അതു കമ്യൂണിസ്റ്റു രീതിയായിരുന്നു. അതുകൊണ്ടാണ് അത്തരം ഉൽപ്പാദനബന്ധങ്ങളെ പ്രാകൃതകമ്യൂണിസം എന്നു വിശേഷിപ്പിക്കുന്നത്.

പ്രാകൃതകമ്യൂണിസ്റ്റുവ്യവസ്ഥയിൽ സ്വകാര്യസ്വത്ത് ഇല്ലായിരുന്നു. അതുകൊണ്ട് വർഗവിഭജനവും ഇല്ലായിരുന്നു. എന്നാൽ ഉൽപ്പാദനശക്തികൾ വികസിക്കുകയും കൂടുതൽ ഉൽപ്പാദിപ്പിക്കാനുള്ള സാധ്യതകൾ വളരുകയും ചെയ്തതോടെ, ശക്തരായ ഗോത്രത്തലവന്മാർ ആളുകളെ അടിമകളാക്കിവെച്ച് ജോലിയെടുപ്പിക്കാനും ഉൽപ്പാദനത്തിന്റെ നല്ലഭാഗം കയ്യടക്കിവെക്കാനും തുടങ്ങി. അടിമകളെ സ്വകാര്യസ്വത്താക്കി. ഉൽപ്പന്നങ്ങളും സ്വകാര്യസ്വത്താക്കി. അതോടെ സമൂഹം രണ്ടുവർഗങ്ങളായി പിരിഞ്ഞു. അടിമകളും ഉടമകളും തമ്മിലെ ഉൽപ്പാദനബന്ധത്തിന്റെ അടിസ്ഥാനത്തിൽ പുതിയൊരു സാമൂഹ്യവ്യവസ്ഥ - അടിമത്തം - ഉടലെടുത്തു.

തീയുടെ കണ്ടുപിടിത്തം, കൃഷിയുടെ ആവിർഭാവം, ഓടിന്റെയും ഇരുമ്പിന്റെയും ഉപയോഗം, ഉപകരണങ്ങളുടെ നിർമാണം, തൊഴിൽ വിഭജനം തുടങ്ങിയവ സമൂഹത്തിന്റെ ഉൽപ്പാദനശക്തി വികസിപ്പിച്ചു. അതോടെ ഉൽപ്പാദനബന്ധങ്ങളിലും മാറ്റം വന്നു. പുതിയ ഉൽപ്പാദനബന്ധം ഉടലെടുത്തു. ജന്മികളും കുടിയാന്മാരും തമ്മിലെ ഉൽപ്പാദനബന്ധത്തിന്റെ അടിസ്ഥാനത്തിൽ കൂടുതൽ ഉയർന്ന, കൂടുതൽ ഉൽപ്പാദനക്ഷമമായ, പുതിയൊരു സാമൂഹ്യവ്യവസ്ഥ–ജന്മിത്തം അഥവാ ഫ്യൂഡലിസം – ജന്മം കൊണ്ടു.

വർധിച്ച ഉൽപ്പാദനം വ്യാപാരം സാധ്യമാക്കി. വ്യാപാരികളുടെ ഒരു വിഭാഗം ഉയർന്നുവന്നു. വ്യാപാരം പട്ടണങ്ങളുടെ രൂപീകരണത്തിലേക്കു നയിച്ചു. പണം സൂക്ഷിക്കുകയും വായ്പ നൽകുകയും ചെയ്യുന്ന ബാങ്കുകൾ ധാരാളമുണ്ടായി. യന്ത്രങ്ങളുടെ ഉപയോഗം അധികം ഉൽപ്പാദനം സാധ്യമാക്കി. ഫാക്ടറി ഉൽപ്പാദനത്തിന്റെ ആവിർഭാവവും യന്ത്രങ്ങളുടെ ഉപയോഗവും, ഉൽപ്പാദനോപകരണങ്ങളുടെ ഉടമകളായ മുതലാളികളും അധ്വാനശേഷിവിറ്റ് ഉപജീവനം നടത്തുന്ന തൊഴിലാളികളും എന്ന നിലയിൽ സമൂഹത്തെ വിഭജിച്ചു. തൊഴിലാളി–മുതലാളി ഉൽപ്പാദനബന്ധത്തെ അടിസ്ഥാനപ്പെടുത്തിയ മുതലാളിത്തവ്യവസ്ഥ ആവിർഭവിച്ചു.

പതിനാറാം നൂറ്റാണ്ടിലാണ് മുതലാളിത്തം പിറക്കുന്നത്. വ്യവസായ ഉൽപ്പാദനത്തിന്റെ വികാസത്തോടെ മുതലാളിത്തവും വളർന്നു. മുതലാളിത്തവികാസത്തിന്റെ ആദ്യഘട്ടത്തിൽ അത് വ്യവസായമുതലാളിത്തമായിരുന്നു. പിൽക്കാലത്ത് ധനമേഖലയുടെ വികാസത്തോടെ മുതലാളിത്തത്തിന്റെ ഉള്ളടക്കത്തിൽ മാറ്റം വന്നു. ഫിനാൻസ്മുതലാളിത്തം ഉയർന്നുവന്നു.

ഫ്യൂഡൽ വ്യവസ്ഥയിലും അടിമത്തത്തിലും ഉൽപ്പാദനോപാധികൾ മുതലാളിത്തവ്യവസ്ഥയിലെന്നപോലെ ന്യൂനപക്ഷത്തിന്റെ കൈകളിലാണ്. അടിമത്തവ്യവസ്ഥയിൽ അടിമകൾ ഉടമകളുടെ ഉൽപ്പാദനോപകരണങ്ങളാണ്. ജീവനുള്ള ഉൽപ്പാദനോപകരണങ്ങൾ. അവർക്കു സ്വാതന്ത്ര്യമില്ല. ഉടമയെ തെരഞ്ഞെടുക്കാനോ ഉടമയെ വിട്ടുപോകാനോ സ്വാത

ന്ത്ര്യമില്ല. രാപകലെന്യേ പണിയെടുക്കണം. കൂലി നൽകിയിരുന്നില്ല. സ്വന്തം അധ്വാനശേഷി വിൽക്കാൻ അടിമകൾക്ക് അവകാശമില്ലായിരുന്നു.

ജന്മിത്തത്തിൽ, കുടിയാൻ ജന്മിക്കുവേണ്ടി നിർബന്ധപ്പണി ചെയ്യണമായിരുന്നു. ജന്മിയെ വിട്ടുപോകാനോ അധ്വാനശേഷി മറ്റൊരു ജന്മിക്കു വിൽക്കാനോ സ്വാതന്ത്ര്യമില്ല. ജന്മിത്തവും കൂലിവ്യവസ്ഥയല്ല.

മുതലാളിത്തം

ഇതിൽനിന്നൊക്കെ വിഭിന്നമാണ് മുതലാളിത്തം. അധ്വാനശേഷിയുടെ ഉടമസ്ഥർ തൊഴിലാളികളാണ്. അവർക്ക് അധ്വാനശേഷി വിൽക്കാനുള്ള സ്വാതന്ത്ര്യമുണ്ട്. അധ്വാനശേഷി വിറ്റ് കൂലി വാങ്ങി ഉപജീവനം നടത്തുന്നവരാണ് തൊഴിലാളികൾ. അധ്വാനശേഷി വിറ്റില്ലെങ്കിൽ പട്ടിണിയാകും ഫലം. ഉൽപ്പാദനോപാധികൾ മുതലാളികൾ കയ്യടക്കിവെച്ചിരിക്കുകയാണ്. സ്വന്തം അധ്വാനശേഷിയല്ലാതെ മറ്റൊന്നും തൊഴിലാളികൾക്കില്ലതാനും. പക്ഷേ മുതലാളിത്തത്തിന് ആവശ്യമുണ്ടെങ്കിൽ മാത്രമെ തൊഴിലാളികൾക്ക് അധ്വാനശേഷി വിൽക്കാൻ കഴിയൂ.

അടിമത്തത്തിൽനിന്നും ജന്മിത്തത്തിൽനിന്നും വിഭിന്നമായി, സ്വതന്ത്രരായ, അതായത് അധ്വാനശേഷി വിൽക്കാൻ അവകാശമുള്ള തൊഴിലാളികളെയാണ് മുതലാളിത്തത്തിന് ആവശ്യം. സ്വാതന്ത്ര്യവും കഴിവും സാങ്കേതിക പരിജ്ഞാനവുമുള്ള തൊഴിലാളികളെയാണ് മുതലാളിത്തം ആഗ്രഹിക്കുന്നത്. അടിമകളെക്കാളും കുടിയാന്മാരെക്കാളും ഉൽപ്പാദനക്ഷമതയുള്ളവരാണ് തൊഴിലാളികൾ. മുതലാളിത്തം സ്വാതന്ത്ര്യം എന്ന ആശയം ഉയർത്തിപ്പിടിക്കുന്നു. തൊഴിലാളികളെ ചൂഷണംചെയ്യാനും മൂലധനം വളർത്താനുമെന്നാണ് സ്വാതന്ത്ര്യത്തിനർഥം.

മുതലാളിത്തം ചരക്കുൽപ്പാദനവ്യവസ്ഥയാണ്. വിൽക്കാൻവേണ്ടി നിർമിക്കപ്പെട്ട ഉൽപ്പന്നമാണ് ചരക്ക്. വിൽപ്പന മറ്റൊരു ചരക്കുമായോ ചരക്കുകളുമായോ കൈമാറ്റം ചെയ്താകാം. അല്ലെങ്കിൽ ചരക്കിനുപകരം പണം കൈമാറിയാകാം വിൽപ്പന. ചരക്കുകൾ കൈമാറ്റം ചെയ്യപ്പെടണമെങ്കിൽ, ചരക്കുകൾക്ക് ഉപയോഗമൂല്യം വേണം. മനുഷ്യരുടെ ഏതെങ്കിലും ആവശ്യം തൃപ്തിപ്പെടുത്താനുള്ള കഴിവിനെയാണ് ഉപയോഗമൂല്യം അല്ലെങ്കിൽ ഉപയുക്തത എന്നു പറയുന്നത്. ഭക്ഷണത്തിന് വിശപ്പ് ശമിപ്പിക്കാനും വെള്ളത്തിന് ദാഹമകറ്റാനും കഴിവുള്ളതുകൊണ്ട് അവയ്ക്ക് ഉപയുക്തതയുണ്ട്.

മുതലാളിത്തം ചരക്കുൽപ്പാദനവ്യവസ്ഥയാണെന്നും വിൽക്കാൻ വേണ്ടി നിർമിക്കപ്പെട്ട ഉൽപ്പന്നമാണ് ചരക്ക് എന്നും പറഞ്ഞുവല്ലൊ. അധ്വാനശേഷി ചരക്കാണ്. അധ്വാനശേഷിയെന്നാൽ മാനസികവും കായികവുമായി അധ്വാനിക്കാനുള്ള കഴിവാണ്. ആ കഴിവ് സൃഷ്ടിക്കപ്പെടുന്നതാണ്. ഒരു തൊഴിലാളി ദിവസങ്ങളായി പട്ടിണികിടന്നാൽ അധ്വാനിക്കാനുള്ള കഴിവുണ്ടാവുകയില്ല. ഭക്ഷണം കഴിച്ചാൽ അയാൾക്ക് അധ്വാനശേഷി കൈവരും. ഭക്ഷണം അധ്വാനശേഷി സൃഷ്ടിക്കാനുള്ള സാഹചര്യങ്ങളിൽ ഒന്നു മാത്രമാണ്. ആരോഗ്യസംരക്ഷണത്തിനു മരുന്നു വേണം. ഉടുക്കാൻ വസ്ത്രവും താമസിക്കാൻ വീടും വേണം. യാത്ര

ചെയ്യാൻ സൗകര്യം വേണം. കുട്ടികളെ വളർത്താനും വിദ്യാഭ്യാസം നൽകാനും കഴിയണം. കുടുംബത്തിലെ മറ്റംഗങ്ങളെ സംരക്ഷിക്കണം. ഇതിനെല്ലാം കഴിഞ്ഞാലേ അയാൾക്ക് അധ്വാനശേഷി കൈവരൂ. ഇവയെ മൊത്തത്തിൽ ജീവനോപാധികൾ എന്നുപറയാം.

എങ്ങനെയാണ് രണ്ടു ചരക്കുകൾ തമ്മിലെ കൈമാറ്റമൂല്യം അളക്കുക? അതായത് ഒരു നിശ്ചിത അളവു ചരക്കിനുപകരം മറ്റൊരു ചരക്ക് എത്ര അളവിൽ കൈമാറ്റം ചെയ്യണം?

പ്രകൃതിവിഭവങ്ങളൊന്നും സ്വയം ചരക്കായി മാറുന്നില്ല. അവയുടെ മേൽ അധ്വാനശേഷി പ്രയോഗിച്ചാണ് ചരക്കുകൾ ഉണ്ടാക്കുന്നത്. ഭൂമി തരിശായി കിടന്നാൽ നെല്ല് വിളയുകയില്ല. ഭൂമി ഉഴുതുമറിച്ച്, വിത്തിട്ട്, വെള്ളമൊഴിച്ച്, നെല്ല് വിളയിക്കാം. അതിന് അധ്വാനശേഷി പ്രയോഗിക്കണം. കലപ്പയും തൂമ്പയും ഉപയോഗിക്കണം. അവയും അധ്വാനശേഷി പ്രയോഗിച്ചതിന്റെ ഫലങ്ങളാണ്. ചുരുക്കിപ്പറഞ്ഞാൽ അധ്വാനശേഷി പ്രയോഗിച്ചതിന്റെ ഫലമാണ് ചരക്കുകൾ (commodities). ചരക്കുകളിൽ അധ്വാനം അടങ്ങിയിരിക്കുന്നു. അധ്വാനമാണ് ചരക്കുകളിലെ പൊതുഘടകം. അധ്വാനത്തിന്റെ അളവു താരതമ്യപ്പെടുത്തി ചരക്കുകളുടെ കൈമാറ്റമൂല്യം നിർണയിക്കാം. അതായത് ഒരു ചരക്കുണ്ടാക്കാൻ അഞ്ചു മണിക്കൂർ അധ്വാനവും മറ്റൊരു ചരക്കുണ്ടാക്കാൻ മൂന്നു മണിക്കൂർ അധ്വാനവും പ്രയോഗിച്ചിട്ടുണ്ടെങ്കിൽ അവയുടെ കൈമാറ്റനിരക്ക് അഥവാ വിനിമയമൂല്യം, വ്യത്യസ്തമായിരിക്കും. വിനിമയം നടക്കുകയില്ല. ചരക്കുകളുടെ വിനിമയമൂല്യം ചരക്കുകളിൽ പ്രയോഗിക്കപ്പെട്ട അധ്വാനത്തിന്റെ അളവിനെ ആശ്രയിച്ചിരിക്കുന്നു. ക്ലാസിക്കൽ ധനശാസ്ത്രജ്ഞരായ ആദംസ്മിത്തും റിക്കാർഡോയുമാണ് ഈ സിദ്ധാന്തത്തിന്റെ ഉപജ്ഞാതാക്കൾ. മൂല്യത്തിന്റെ അധ്വാനസിദ്ധാന്തം എന്ന് അത് അറിയപ്പെടുന്നു.

ഒരു ചരക്കുണ്ടാക്കാൻ എട്ടുമണിക്കൂർ അധ്വാനശേഷി പ്രയോഗിച്ചു എന്നു കരുതുക. ചരക്കിന്റെ മൂല്യം എട്ടുമണിക്കൂർ അധ്വാനമാണ്.

എട്ടുമണിക്കൂർ അധ്വാനിക്കണമെങ്കിൽ തൊഴിലാളി നിശ്ചിത അളവിൽ ഭക്ഷണം കഴിച്ചിരിക്കണം. മറ്റ് ഉപജീവനോപാധികളും സ്വായത്തമാക്കിയിരിക്കണം. എങ്കിലേ അയാൾക്ക് എട്ടുമണിക്കൂർ അധ്വാനിക്കാൻ കഴിയൂ.

ഭക്ഷണമുൾപ്പെടെയുള്ള ജീവനോപാധികളും സ്വയംഭൂവായി ഉണ്ടാകുന്നില്ല. അവയും സമൂഹത്തിന്റെ അധ്വാനഫലമാണ്. എട്ടുമണിക്കൂർ അധ്വാനശേഷി സൃഷ്ടിക്കാൻ ആവശ്യമായ ജീവനോപാധികൾ ഉണ്ടാക്കാൻ അഞ്ചുമണിക്കൂർ അധ്വാനം ചെലുത്തി എന്നുകരുതുക. ഇപ്പോൾ നമുക്കൊരു സമവാക്യം ലഭിക്കും. അഞ്ചുമണിക്കൂർ അധ്വാനംകൊണ്ട് എട്ടുമണിക്കൂർ അധ്വാനം സൃഷ്ടിക്കുന്നു. അഞ്ചുമണിക്കൂർ അധ്വാനം കൂടിയേതീരൂ. അതില്ലെങ്കിൽ എട്ടുമണിക്കൂർ അധ്വാനിക്കാനുള്ള കഴിവുണ്ടാവുകയില്ല. അതുകൊണ്ട് അഞ്ചുമണിക്കൂർ അധ്വാനത്തെ അവശ്യാധ്വാനം എന്നു വിളിക്കാം. അതാണ് കൂലി. അവശ്യാധ്വാനത്തെ പണത്തിന്റെ രൂപത്തിൽ പ്രകടിപ്പിക്കുന്നതാണ് കൂലി. ഇതുനേരത്തെ വിശദീകരിച്ചിട്ടുണ്ട്.

അഞ്ചുമണിക്കൂർ അവശ്യാധ്വാനം ചെലുത്തിക്കഴിഞ്ഞാൽ തൊഴിലാളിക്കു സ്ഥലംവിടാനാവില്ല. എട്ടുമണിക്കൂർ അധ്വാനിച്ചുകൊള്ളാമെന്നാണ് കരാർ. അയാൾ മൂന്നുമണിക്കൂർ കൂടി തുടർന്ന് അധ്വാനിക്കുന്നു. സ്വാഭാവികമായും അത് അവശ്യാധ്വാനമല്ല. മിച്ചാധ്വാനമാണ്. മിച്ചമൂല്യമാണ്. മിച്ചമൂല്യം മുതലാളിത്തം കവർന്നെടുക്കുന്നു. മിച്ചമൂല്യം തട്ടിയെടുക്കുന്നതിനെയാണ് ചൂഷണം എന്നുപറയുന്നത്. ചൂഷണനിരക്ക് ശതമാനമായി പ്രകടിപ്പിക്കാം.

$$\frac{\text{മിച്ചാധ്വാനം}}{\text{അവശ്യാധ്വാനം}} \times 100 =$$

അഥവാ, $\frac{3}{5} \times 100 = 60$ ശതമാനം

ഉദാഹരണത്തിൽ, ചൂഷണനിരക്ക് അറുപതു ശതമാനമാണ്. മിച്ചാധ്വാനത്തിന്റെ അളവുകൂടുകയോ അവശ്യാധ്വാനത്തിന്റെ അളവുകുറയുകയോ ചെയ്യുമ്പോൾ, മിച്ചമൂല്യനിരക്ക് ഉയരും. അങ്ങനെ ഉയർത്താൻ മുതലാളിത്തം വിവിധ മാർഗങ്ങൾ സ്വീകരിക്കുന്നു. കൂലിവെട്ടിക്കുറയ്ക്കുക (അതായത് അവശ്യാധ്വാനത്തിന്റെ അളവു ചുരുക്കുക), അധ്വാനസമയം ദീർഘിപ്പിക്കുക (അതായത് മിച്ചാധ്വാനം കൂട്ടുക), അധ്വാനതീവ്രത വർധിപ്പിക്കുക (അതും മിച്ചാധ്വാനം ഉയർത്താനാണ്), അത്യാധുനിക യന്ത്രങ്ങൾ ഉപയോഗിക്കുക എന്നിവയാണ് മിച്ചമൂല്യം ഉയർത്താനുള്ള മാർഗങ്ങൾ. അത്യാധുനിക യന്ത്രങ്ങളുടെയും സാങ്കേതികവിദ്യകളുടെയും പ്രയോഗം മിച്ചമൂല്യം വർധിപ്പിക്കുകയും അവശ്യാധ്വാനം കുറയ്ക്കുകയും ചെയ്യും. ഇതു സംബന്ധിച്ച വിശദമായ പരിശോധന മറ്റൊരധ്യായത്തിൽ നടത്തുന്നുണ്ട്.

മിച്ചമൂല്യമാണ് മൂലധനമായി മാറ്റപ്പെടുന്നത്. മിച്ചമൂല്യം വർധിക്കുന്നതിനനുസരിച്ച് മൂലധനം വളരുന്നു. നിലവിലുള്ള മൂലധനത്തോട് കൂടുതൽ മൂലധനം കൂട്ടിച്ചേർക്കുന്നതിനെ മൂലധനസഞ്ചയനം എന്നുപറയുന്നു. വികസിതമുതലാളിത്തമെന്നാൽ ഏറ്റവുമധികം മൂലധനം വളർത്തിയ വ്യവസ്ഥയെന്നാണർഥം. അതായത് ഏറ്റവുമധികം മിച്ചമൂല്യം കവർന്നെടുത്ത സാമൂഹിക വ്യവസ്ഥ. മറ്റൊരു രീതിയിൽ പറഞ്ഞാൽ ഏറ്റവുമധികം തൊഴിലാളികളെ ചൂഷണം ചെയ്യുന്ന വ്യവസ്ഥ. മുതലാളിത്ത വളർച്ചയുടെ അടിസ്ഥാനം തൊഴിലാളി വർഗചൂഷണമാണ്. സാമ്രാജ്യത്വം വികസിത മുതലാളിത്തമാണ്.

ഉൽപ്പാദനോപകരണങ്ങളായ യന്ത്രങ്ങളും മറ്റ് ഉപകരണങ്ങളും അസംസ്കൃതവസ്തുക്കളും മിച്ചമൂല്യം ഉണ്ടാക്കുന്നുണ്ടോ, അഥവാ, അവയ്ക്കുള്ളതിനെക്കാൾ കൂടുതൽ മൂല്യം ഉണ്ടാക്കുന്നുണ്ടോ? ഇല്ല എന്നാണ് ശരിയായ ഉത്തരം. ഒരു യന്ത്രം ഉണ്ടാക്കാൻ 200 മണിക്കൂർ അധ്വാനം ഉപയോഗിച്ചു എന്നു കരുതുക. യന്ത്രത്തിന്റെ മൂല്യം 200 മണിക്കൂർ അധ്വാനമാണ്. യന്ത്രം ഒരു കൊല്ലക്കാലം ഉൽപ്പാദനത്തിന് ഉപയോഗിച്ചു. യന്ത്രത്തിന് തേയ്മാനം സംഭവിക്കും. ഒരു കൊല്ലം കഴിയുമ്പോൾ യന്ത്രത്തിന്റെ മൂല്യം 180 മണിക്കൂറുകളായി കുറഞ്ഞു. 20

മണിക്കൂർ അധ്വാനം ഉണ്ടാക്കപ്പെട്ട ചരക്കിന്റെ ഭാഗമായി മാറി. അത്രയും അധ്വാനം ചരക്കിനോടു കൂട്ടിച്ചേർത്തു. യന്ത്രത്തിൽ അവശേഷിക്കുന്ന അധ്വാനമൂല്യവും ചരക്കിനോടു കൂട്ടിച്ചേർത്ത അധ്വാനമൂല്യവും ചേർത്താൽ ആകെമൂല്യം 200 മണിക്കൂർ തന്നെ. യന്ത്രം അധികമൂല്യം സൃഷ്ടിച്ചില്ല. യന്ത്രത്തിനും അസംസ്കൃതവസ്തുക്കൾക്കും മിച്ചമൂല്യം സൃഷ്ടിക്കാൻ കഴിവില്ല. അധ്വാനശേഷിക്കു മാത്രമേ മിച്ചമൂല്യം ഉണ്ടാക്കാൻ കഴിവുള്ളൂ.

മിച്ചമൂല്യം പണമായി പ്രകടിപ്പിക്കുന്നതാണ് ലാഭം. അധ്വാനശേഷി സൃഷ്ടിക്കുന്ന ആകെ മൂല്യവും അധ്വാനശേഷിയുടെ മൂല്യവും തമ്മിലെ വ്യത്യാസമാണ് മിച്ചമൂല്യം, അഥവാ, ലാഭം. ഉദാഹരണത്തിൽ 8−5=3 ആണ് മിച്ച മൂല്യം. ഒരു ചരക്കിന്റെ വിറ്റവിലയും വാങ്ങിയ വിലയും തമ്മിലെ വ്യത്യാസമാണ് ലാഭമായി പൊതുവെ അറിയപ്പെടുന്നത്. പ്രസ്തുത വ്യത്യാസത്തെ ആദായമെന്നു വിളിക്കുകയാവും കൂടുതൽ ശരി.

മുതലാളിത്തത്തിന്റെ അടിസ്ഥാനലക്ഷ്യം ലാഭമാണ്. ലാഭപ്രേരണയാണ് മുതലാളിത്ത വ്യവസ്ഥയെ ചലിപ്പിക്കുന്നത്. ലാഭസാധ്യതയുണ്ടെങ്കിൽ കൂടുതൽ നിക്ഷേപം നടക്കും. ഇല്ലെങ്കിൽ നിക്ഷേപം ചുരുക്കും. നിക്ഷേപം ചുരുക്കുമ്പോൾ അസംസ്കൃതവസ്തുക്കൾക്കും യന്ത്രങ്ങൾക്കുമുള്ള ആവശ്യം കുറയും. തൊഴിലാളികൾ പിരിച്ചുവിടപ്പെടും. വരുമാനം ഇടിയും. ആവശ്യം വീണ്ടും കുറയും.

ലാഭം, പൊതുവെ പറഞ്ഞാൽ, ഉയർന്ന വിലയെയും കൂടിയ വിൽപ്പനയെയും ആശ്രയിച്ചിരിക്കുന്നു. വിലയും വിൽപ്പനയും തമ്മിൽ, ചില ചരക്കുകളുടെ കാര്യത്തിലൊഴികെ, വിപരീതബന്ധമാണുള്ളത്. സ്വർണത്തിന്റെ വില ഉയരുന്നതുകൊണ്ട് ആവശ്യം കുറയണമെന്നില്ല. പലപ്പോഴും ഉപഭോഗം ഉയരുകയും ചെയ്യും. ഇനിയും ഉയർന്നേക്കുമെന്നു കരുതി ചിലർ കൂടുതൽ വാങ്ങിയേക്കാം. മറ്റു ചിലരാകട്ടെ വിലകൂടിയ സ്വർണം നല്ലൊരു നിക്ഷേപമായി കരുതി കൂടുതൽ വാങ്ങും. സ്വർണം ഒരു സുരക്ഷിതനിക്ഷേപമായി കരുതുന്നവർ ധാരാളമാണ്. മറ്റു ചരക്കുകളെപ്പോലെ സ്വർണം കൂടുതലായി ഉൽപ്പാദിപ്പിക്കപ്പെടുന്നില്ല. അതുകൊണ്ടുതന്നെ അധികലഭ്യത, വിലയിടിക്കുമെന്നു ഭയക്കേണ്ടതില്ല. മദ്യത്തിന്റെ വില കൂടുന്നതുകൊണ്ട് ഉപഭോഗം കുറയുന്നില്ല. മദ്യം ശീലമാക്കിയവർ ഉപഭോഗം കുറയ്ക്കണമെന്നില്ല. എന്നാൽ ഒട്ടുമിക്ക ചരക്കുകളുടെയും വിലയും ആവശ്യവും തമ്മിൽ വിപരീതബന്ധമാണുള്ളത്. വില ഉയരുമ്പോൾ ആവശ്യം ചുരുങ്ങും. വില കുറയുമ്പോൾ ആവശ്യം കൂടും. ഇതു മാത്രമല്ല ബന്ധം. ആവശ്യം കൂടുമ്പോൾ വില ഉയരും. മറിച്ച്, ആവശ്യം കുറയുമ്പോൾ വില താഴും. അതുപോലെ ചരക്കിന്റെ ലഭ്യത കൂടിയാൽ വിലയിടിയും. ലഭ്യത കുറയുമ്പോൾ വില ഉയരും. ലഭ്യത എന്ന വാക്കുകൊണ്ട് അർഥമാക്കുന്നത് വിൽക്കാൻ വിപണിയിൽ എത്തിക്കുന്ന ചരക്കിനെയാണ്. സ്റ്റോക്കുവെച്ചിരിക്കുന്ന ചരക്കും ലഭ്യതയും ഒന്നല്ല. സ്റ്റോക്ക് ലഭ്യത ഉയർത്താം.

ഉൽപ്പാദനം നിശ്ചയിക്കുന്നത് വിലകൾ

മൂന്ന് അടിസ്ഥാന സാമ്പത്തിക പ്രശ്നങ്ങൾ - എന്ത്, എങ്ങനെ, ആർക്കുവേണ്ടി - സംബന്ധിച്ച് മുൻ അധ്യായത്തിൽ വിശദമാക്കിയല്ലൊ. ബൂർഷ്വാ സാമ്പത്തിക സിദ്ധാന്തമനുസരിച്ച് ചരക്കുകളുടെ വിലയിലെ ഏറ്റക്കുറച്ചിലുകൾക്കനുസരിച്ചാണ് മൂന്നു പ്രശ്നങ്ങൾക്കും ഉത്തരം ലഭിക്കുന്നത്. ഏതെങ്കിലും ഒരു ഉൽപ്പന്നത്തിന്റെ, ഉദാഹരണമായി വൈനിന്റെ വില ഉയരുന്നു എന്നു കരുതുക. കൂടുതൽ പേർ വൈൻ ആവശ്യപ്പെടുന്നതുകൊണ്ടാണ് വില ഉയരുന്നത്. വൈൻ നിർമാതാക്കൾക്ക് ഇതൊരു സൂചികയാണ്. അവർ കൂടുതൽ വൈൻ ഉണ്ടാക്കും. നിലവിലുള്ള വൈൻ ഫാക്ടറികളുടെ ഉൽപ്പാദനശേഷി ഉയർത്തിയും, കൂടുതൽ തൊഴിലാളികളെ നിയമിച്ചും ഉൽപ്പാദനം ഉയർത്തും. ഉൽപ്പാദനം ഉയർത്തണമെങ്കിൽ കൂടുതൽ കൃഷിഭൂമിയിൽ മുന്തിരി വളർത്തണം. മുന്തിരിയാണ് വൈനിന്റെ അസംസ്കൃതവസ്തു. നേരത്തെ ഗോതമ്പു വിളയിക്കാൻ ഉപയോഗിച്ചിരുന്ന കൃഷിഭൂമി, ഇപ്പോൾ മുന്തിരികൃഷിക്കായി മാറ്റണം. ഭൂമി ഒരു വിഭവമാണല്ലൊ. ഒരു ഉപയോഗത്തിൽനിന്നും മറ്റൊരു ഉപയോഗത്തിലേക്ക് (ഗോതമ്പു കൃഷിയിൽനിന്ന് മുന്തിരി കൃഷിയിലേക്ക്) വിഭവമാറ്റം സാധിക്കുന്നത് ചരക്കിന്റെ വിലനൽകുന്ന സൂചന അനുസരിച്ചാണ്. മേൽകൊടുത്ത ഉദാഹരണംതന്നെ കൂടുതൽ വിശദമാക്കിയാൽ, മുന്തിരി ധാരാളമായി ഉൽപ്പാദിപ്പിക്കപ്പെടുന്നതോടെ, വൈനിന്റെ ലഭ്യത വർധിക്കും; വൈനിന്റെ വില താഴും. മറിച്ച്, ഗോതമ്പു കൃഷിഭൂമിയുടെ വിസ്തൃതി ചുരുങ്ങുമ്പോൾ, ഗോതമ്പിന്റെ ലഭ്യത കുറയും. ബ്രെഡിന്റെ വില ഉയരും. ഇങ്ങനെ വിലയിലുണ്ടാകുന്ന ഏറ്റക്കുറച്ചിലുകളുടെ അടിസ്ഥാനത്തിലാണ് ഏതു ചരക്ക്, എത്ര അളവിൽ, ആർക്കുവേണ്ടി ഉണ്ടാക്കണമെന്നും, ഏതു വിഭവം ഏതു ചരക്കുണ്ടാക്കാൻ വിനിയോഗിക്കണമെന്നും നിശ്ചയിക്കുക.

കേവലമായ ചില അനുമാനങ്ങളുടെ അടിസ്ഥാനത്തിൽ തീർത്തതാണ് മേൽവിവരിച്ച സിദ്ധാന്തം. അനുമാനങ്ങൾ തെറ്റുമ്പോൾ, സിദ്ധാന്തവും തെറ്റും. വൈനുകൾതന്നെ പല തരത്തിലുണ്ട്. ഓരോന്നിനും പ്രത്യേകം ആവശ്യക്കാരുണ്ടാകും. ഒരു പ്രത്യേകതരം വൈനിന്റെ വില കൂടിയാലും, അതുതന്നെ ഉപയോഗിക്കുന്നവർ കൂടിയ വിലയ്ക്കും വാങ്ങും. ഒരു ഉൽപ്പന്നത്തിന് ഒരു ഉൽപ്പാദകൻ മാത്രമോ, കുറച്ചുമാത്രം ഉൽപ്പാദകരോ ഉള്ളപ്പോൾ അവർക്ക് യഥേഷ്ടം വില ചുമത്താൻ കഴിയും. ഉൽപ്പാദനം കൂട്ടാതെ വില നിയന്ത്രിക്കുവാൻ കഴിയും. അതുപോലെ വിളമാറ്റത്തിനനുസരിച്ച് വിഭവമാറ്റം എല്ലായ്പ്പോഴും പ്രായോഗികവുമല്ല.

ശുദ്ധ പൂർണമത്സരക്കമ്പോളം

വിപണി സംബന്ധിച്ച മുതലാളിത്തത്തിന്റെ ഏറ്റവും പ്രധാന സങ്കൽപ്പനം, പൂർണമത്സരക്കമ്പോള (Pure Perfect competitive market) മാണ്.

വിപണി എന്നാൽ ഒരു പ്രത്യേക സ്ഥലത്തെയല്ല അതു സൂചിപ്പിക്കുന്നത്. സ്ഥലം ഏതുമാകാം. ഒരു ഗ്രാമമോ പട്ടണമോ ആകാം. ഒരു

രാജ്യം മുഴുവനുമാകാം. ലോകം മുഴുവനുമാകാം. കൈമാറ്റം ചെയ്യാൻ ചരക്കുകളും വിൽപ്പനക്കാരും വാങ്ങലുകാരും ഉണ്ടായിരിക്കുകയും അവർ അന്യോന്യം ബന്ധപ്പെടുകയും ചെയ്യുക എന്നതാണ് പ്രധാനം. ബന്ധപ്പെടൽ നേരിട്ടാകാം, ഫോൺ മുഖാന്തിരമാകാം, ഇ–മെയിൽ വഴിയാകാം, ഏജന്റുമാർ മുഖേനയാകാം. എങ്ങനെയുമാകാം. സ്വർണത്തിനുള്ള വിപണി ഒരു പ്രത്യേക സ്ഥലത്തെ സൂചിപ്പിക്കുന്നില്ലല്ലോ. ലോകമെമ്പാടും വ്യാപിച്ചുകിടക്കുന്നു. ആഗോള വിപണിയാണത്. ഗോതമ്പിനുള്ള വിപണി ആഗോളമാണ്. പെട്രോൾ വിപണി ആഗോളമാണ്.

പണം ഒരു കൈമാറ്റച്ചരക്കാണ്. ചുരുങ്ങിയ കാലത്തേക്ക് പണം വായ്പ നൽകുകയോ നിക്ഷേപിക്കുകയോ ചെയ്യുന്ന വിപണികളെ 'പണ വിപണി' അഥവാ 'മണിമാർക്കറ്റ്' (Money Market) എന്നു വിശേഷിപ്പിക്കുന്നു. ദീർഘകാലത്തേക്ക് കടം കൊടുക്കുകയോ നിക്ഷേപം നടത്തുകയോ ചെയ്യുമ്പോൾ അത്തരം വിപണികളെ 'മൂലധന വിപണി' (Capital Market) എന്നു വിളിക്കുന്നു.

വിദേശ കറൻസികൾ വിൽക്കുകയും വാങ്ങുകയും ചെയ്യാം. അത്തരം വിപണികൾ വിദേശവിനിമയ വിപണികൾ (Foreign Exchange Market) എന്നറിയപ്പെടുന്നു.

ഓഹരികൾ വിൽക്കുകയും വാങ്ങുകയും ചെയ്യുന്ന വിപണിയാണ് ഓഹരി വിപണി (Share market).

സേവനങ്ങൾക്കുമുണ്ട് വിപണി. ബാങ്ക്, ഇൻഷുറൻസ്, ഐ ടി എല്ലാം സേവനവിപണിയുടെ ഭാഗമാണ്.

ഏറെ ചർച്ചചെയ്യപ്പെടുന്നതാണ് പൂർണമത്സരക്കമ്പോളം. ഇതൊരു സങ്കൽപ്പനം മാത്രമാണ്. ചർച്ചചെയ്യാൻ മാത്രം കൊള്ളാവുന്ന, യഥാർഥ സ്ഥിതിയുമായി പുലബന്ധംപോലുമില്ലാത്ത, അവസ്ഥയാണത്.

പൂർണമത്സരക്കമ്പോളവ്യവസ്ഥ (Perfect competitive market system)യിൽ ഒരു ചരക്കിനു ലക്ഷക്കണക്കിനു ഉൽപ്പാദകർ, അല്ലെങ്കിൽ, വിൽപ്പനക്കാർ ഉണ്ടാകും. അതേപോലെ ലക്ഷക്കണക്കിനു വാങ്ങലുകാരുമുണ്ടാകും. ആർക്കും എപ്പോഴും കമ്പോളത്തിൽ പ്രവേശിക്കാം. ആർക്കും എപ്പോഴും പുറത്തുപോകാം. പൂർണസ്വാതന്ത്ര്യം, നിയന്ത്രണങ്ങളില്ല, നിബന്ധനകളില്ല. ഒരു ചരക്കു മറ്റൊരു സ്ഥലത്ത് എത്തിക്കുന്നതിന് ട്രാൻസ്പോർട്ട് ചെലവില്ല. കമ്പോളത്തിലെ ഗതിവിഗതികൾ എല്ലായ്പ്പോഴും എല്ലാവരും അറിഞ്ഞുകൊണ്ടിരിക്കും. അങ്ങനെയുള്ള കമ്പോളത്തിൽ ഒരു വിൽപ്പനക്കാരനോ ഒരുകൂട്ടം വിൽപ്പനക്കാർക്കോ, ഏകപക്ഷീയമായി വില ഉയർത്താനാവില്ല. അങ്ങനെ ഉയർത്തിയാൽ വാങ്ങലുകാർ കൂട്ടത്തോടെ അവരെ കയ്യൊഴിയും. ഇനി വില താഴ്ത്തി എന്നിരിക്കട്ടെ, നിമിഷത്തിനകം ചരക്കു വിറ്റുതീരും. മൊത്തം വിപണിയിൽ ഒരു പ്രതികരണവും അതുണ്ടാക്കില്ല. കാരണം, ലക്ഷക്കണക്കിന് വിൽപ്പനക്കാരുള്ളപ്പോൾ ഒരാളുടെയോ കുറച്ചുപേരുടെയോ പ്രവൃത്തി ഒരു പ്രത്യാഘാതവും ഉണ്ടാക്കില്ല. കടലിൽനിന്ന് ഒരു കൈക്കുമ്പിൾ വെള്ളം മാറ്റിയാൽ എന്തെങ്കിലും സംഭവിക്കുമോ? അതുപോലെയാണ്. ഇനി വാങ്ങലുകാരിൽ ചിലർ വിട്ടുനിന്നു എന്നു കരുതുക. ഒരു പ്രത്യാഘാതവും അതു

ണ്ടാക്കില്ല. കാരണം ലക്ഷക്കണക്കിനു വാങ്ങലുകാർ വേറെയുമുണ്ടല്ലോ. അതേപോലെയാണ് കുറെപ്പേർ പുതുതായി പ്രവേശിച്ചാലുള്ള സ്ഥിതിയും. ഒരു പ്രതിഫലനവുമുണ്ടാക്കില്ല. ലക്ഷക്കണക്കിന് വാങ്ങലുകാരുടെ കൂടെ ഒരാൾകൂടി ചേർന്നാൽ, ആകെ വിൽപ്പനയിൽ ഗണ്യമായ ചലനം ഉണ്ടാവുകയില്ല.

കമ്പോളത്തിൽ ലഭ്യതയും ആവശ്യകതയും (Supply and demand) അനുസരിച്ചു വിലനിർണയിക്കപ്പെടുന്നു എന്നാണു സങ്കൽപ്പം. ഒരു ചരക്കിന്റെ വില ഉയരുന്നു എന്നിരിക്കട്ടെ. ആവശ്യകത കൂടുതലാണെന്നും ലഭ്യത കുറവാണെന്നുമാണ് അതിനർഥം. അപ്പോൾ നിലവിലുള്ള ഉൽപ്പാദകർ ഉൽപ്പാദനം ഉയർത്തും. പുറത്തുനിന്ന് പുതിയ ഉൽപ്പാദകർ എത്തും. ഉൽപ്പാദനം കൂടും, വില കുറയും. മറിച്ച്, ചരക്കിന്റെ വില കുറവാണെന്നിരിക്കട്ടെ, ആവശ്യം കുറവും ലഭ്യത കൂടുതലും എന്നാണർഥം. അപ്പോൾ നിലവിലുള്ള ഉൽപ്പാദകർ ഉൽപ്പാദനം വെട്ടിക്കുറയ്ക്കും. കുറെ ഉൽപ്പാദകർ പുറത്തുപോകും. ഉൽപ്പാദനം കുറയും, വില ഉയരും. അങ്ങനെ ഒരു ചരക്കിന് കമ്പോളത്തിൽ ഒരു വിലയേ ഉണ്ടാവൂ. പൂർണ മത്സര കമ്പോളത്തിന്റെ നേർ വിപരീതമാണ് പൂർണ കുത്തകകമ്പോളം (Monopoly) ഒരു ഉൽപ്പാദകൻ മാത്രമുള്ള വ്യവസ്ഥയാണത്. ഉദാഹരണം റെയിൽവെ, അല്ലെങ്കിൽ പി ആന്റ് ടി. കേന്ദ്രസർക്കാരിന്റെ കുത്തകകളാണവ.

കുത്തകമുതലാളിത്തം

സ്വതന്ത്രമത്സരക്കമ്പോളം ഒരു കെട്ടുകഥയാണ്. യാഥാർഥ്യവുമായി അതിനുബന്ധമില്ല. ഉൽപ്പാദനവും വിനിമയവും ഏതാനും കുത്തകകൾ നിയന്ത്രിക്കുന്നതാണ് ആധുനികമുതലാളിത്ത കമ്പോളവ്യവസ്ഥ. അതു മത്സരാധിഷ്ഠിതമായ മുതലാളിത്തമല്ല; കുത്തക മുതലാളിത്തമാണ്. ഒരു ചരക്കിനു ലക്ഷക്കണക്കിന് ഉൽപ്പാദകരില്ല.

കുറച്ചുമാത്രം ഉൽപ്പാദകരുള്ള കമ്പോളവും കുത്തകയാണ്. തമ്മിൽ മത്സരമുണ്ടാകും. പക്ഷേ പരിമിതമായ തോതിൽ മാത്രം. ഫലത്തിൽ ഓരോ ഉൽപ്പാദകനും കുത്തകസ്വഭാവമുണ്ട്. എന്നാൽ മത്സരമുണ്ടുതാനും. ഓരോ ഉൽപ്പാദകനും പരസ്യം വഴിയും ആനുകൂല്യങ്ങൾ വഴിയും ഉപഭോക്താക്കളെ നിലനിർത്തുന്നു. പുതിയ ഉപഭോക്താക്കളെ തങ്ങളിലേക്കു അടുപ്പിക്കുന്നു. പരസ്യങ്ങൾ വഴിയും ആകർഷണീയങ്ങളായ വിപണനതന്ത്രങ്ങൾ വഴിയുമാണ് ഉപഭോക്താക്കളുടെമേൽ സ്വാധീനവും നിയന്ത്രണവും ചെലുത്തുന്നത്. കുറച്ചുമാത്രം ഉൽപ്പാദകരുള്ള കമ്പോളത്തെ ഒളിഗോപൊളി (Oligopoly) എന്നു പറയുന്നു. ഓരോ ഉൽപ്പാദകനും കുത്തകനിലനിർത്തുന്നതിനൊപ്പം എതിരാളി എന്തു ചെയ്യുന്നുവെന്നും കൂടി പരിഗണിക്കേണ്ടതുണ്ട്. അല്ലെങ്കിൽ എതിരാളി കമ്പോളം പിടിച്ചടക്കുന്നതിൽ വിജയിക്കും.

കുത്തകയും മത്സരവും ഒരുപോലെ നിലനിൽക്കുന്ന കമ്പോളമാണ് കുത്തകമത്സരക്കമ്പോളം (Monopolistic competitive market). തങ്ങളുടെ ഉൽപ്പന്നം മറ്റുള്ളവരുടേതിൽ നിന്നും വ്യത്യസ്തമാണ് എന്ന് ഉപഭോക്താ

ക്കളെ ബോധ്യപ്പെടുത്തുകയും വ്യത്യസ്തതയുണ്ടെന്നു തോന്നിപ്പിക്കുന്ന ഉൽപ്പന്നങ്ങൾ ഉൽപ്പാദിപ്പിച്ചുമാണ് അവ തമ്മിൽ മത്സരിക്കുന്നത്. സോപ്പ്, പേസ്റ്റ്, മൊബൈൽ ഫോൺ, മോട്ടോർകാർ, ടെലിവിഷൻ തുടങ്ങിയവ ഉദാഹരണങ്ങളാണ്. ഓരോന്നിനും ലക്ഷക്കണക്കിനു ഉൽപ്പാദകരില്ല. അഞ്ചോ ആറോ ഉൽപ്പാദകർ മാത്രം. തമ്മിൽ മത്സരമുണ്ട്. ഒരു കമ്പനി യുടെ ഉൽപ്പന്നമാണ് മറ്റേതിനേക്കാൾ ഗുണമേന്മയുള്ളത് എന്നു സ്ഥാപി ക്കുന്നതിലാണ് മത്സരത്തിലെ വിജയം. അതിന് ആശ്രയിക്കുന്നത് പരസ്യങ്ങളെ മാത്രമല്ല – നിറം, ആകൃതി, മണം, വലിപ്പം, സൗകര്യങ്ങൾ, പ്രവർത്തനക്ഷമത തുടങ്ങി അനവധി ഘടകങ്ങളുടെ അടിസ്ഥാനത്തി ലാണ് ഉൽപ്പന്നവ്യത്യസ്തത സ്ഥാപിച്ചെടുക്കുന്നത്. ഒരുകൂട്ടം ഉപ ഭോക്താക്കൾക്ക് പ്രത്യേക ഉൽപ്പന്നത്തോടു തോന്നുന്ന താൽപ്പര്യം പെട്ടെന്നുമാറുകയില്ല. ആ ഉൽപ്പന്നത്തിന്റെ വില കൂട്ടിയാലും ഉപഭോക്താക്കൾ കൈവിടുകയില്ല. അവർ തുടർന്നും വാങ്ങും. അതായത് ആ ഉൽപ്പന്നം ഉണ്ടാക്കുന്ന കമ്പനിക്ക് വിപണിയിൽ കുത്തകയുണ്ട്. ഒരു പ്രത്യേക സോപ്പോ, ടൂത്ത്പേസ്റ്റോ ശീലമാക്കിയ ഉപഭോക്താക്കൾ, വില ഉയർന്നാലും തുടർന്നും വാങ്ങിക്കും.

ബഹുരാഷ്ട്രകുത്തക കോർപ്പറേഷനുകൾ

അമേരിക്ക ഉൾപ്പെടെയുള്ള രാജ്യങ്ങളെ നയിക്കുന്നതും നിയന്ത്രി ക്കുന്നതും ബഹുരാഷ്ട്രകുത്തകകളാണ്. പ്രകൃതിവിഭവങ്ങളും വ്യവ സായശാലകളും കൃഷിപ്പാടങ്ങളും ബാങ്ക്–ഇൻഷുറൻസ് സ്ഥാപനങ്ങളും, കപ്പൽ–റെയിൽ–വ്യോമഗതാഗത മേഖലകളും കോടീശ്വരന്മാരും ശത കോടീശ്വരന്മാരും കയ്യടക്കിയിരിക്കുന്നു.

കുത്തകകളുടെ ആധുനികരൂപമാണ് ബഹുരാഷ്ട്രകുത്തകകൾ (Multi National Corporations - MNC). അവയുടെ പ്രവർത്തനം, അതാ യത്, ഉൽപ്പാദനം, വിൽപ്പന തുടങ്ങിയവ ഒരു രാജ്യാതിർത്തിക്കകത്തു ഒതുങ്ങുന്നില്ല. ലോകമെങ്ങുമുള്ള കമ്പോളം വരുതിയിലാക്കുക എന്ന ലക്ഷ്യമാണ് അവയ്ക്കുള്ളത്. അങ്ങനെ പരമാവധി ലാഭം ഉണ്ടാക്കു കയും. വിവിധ രാജ്യങ്ങളിൽ നിലനിൽക്കുന്ന കൂലിയിലും ഉൽപ്പാദന ച്ചെലവിലുമുള്ള വ്യത്യാസം മുതലാക്കുന്നതിനും വ്യത്യസ്ത വിലയ്ക്ക് ഉൽപ്പന്നം വിറ്റഴിക്കുന്നതിനും ബഹുരാഷ്ട്ര കോർപ്പറേഷനുകൾക്ക് കഴിയുന്നു. അത്തരം കോർപ്പറേഷനുകൾക്ക് ഒന്നിലേറെ രാജ്യങ്ങളിൽ ഉൽപ്പാദന–വിതരണ–സംവിധാനങ്ങളുണ്ടാകും. വാൾമാർട്ടിന് 15 രാജ്യ ങ്ങളിൽ 8500 ഹൈപ്പർ സ്റ്റോറുകളുണ്ട്. ഒന്നരലക്ഷവും രണ്ടുലക്ഷവും ചതുരശ്ര അടി വിസ്തീർണമുള്ളവയാണ് ഓരോ ഹൈപ്പർ സ്റ്റോറും. ജോൺസൺ ആന്റ് ജോൺസണിന് 57 രാജ്യങ്ങളിൽ 230 സബ്സിഡി യറി സ്ഥാപനങ്ങളുണ്ട്. ആസ്ഥാനം അമേരിക്കയാണ്. സാമ്പത്തികവും ഭരണപരവുമായ നിയന്ത്രണകേന്ദ്രവും അമേരിക്കയിലാണ്. ലാഭവും അമേരിക്കയ്ക്ക്. ഒരു ഉദാഹരണം മാത്രമാണിത്. ആസ്ഥാനം ഒരു മുത ലാളിത്തരാജ്യത്ത്. സബ്സിഡിയറി സ്ഥാപനങ്ങൾ, ബ്രാഞ്ചുകൾ, വിത രണ ശൃംഖലകൾ തുടങ്ങിയവ പല രാജ്യങ്ങളിൽ വ്യാപിച്ചുകിടക്കും.

അത്തരം വമ്പൻ കമ്പനികളെയാണ് ബഹുരാഷ്ട്രകുത്തക കമ്പനികൾ എന്നു വിളിക്കുന്നത്. സോണി, കൊക്കകോള, സുസുക്കി, യൂണിയൻകാർ ബൈഡ്, ഹിന്ദുസ്ഥാൻ ലിവർ, ബ്രൂക്ക്ബോണ്ട്, ജനറൽ മോട്ടേഴ്സ് തുടങ്ങിയവ പരിചിതനാമങ്ങളാണ്.

ലാഭം മാത്രമാണ് അവയുടെ ലക്ഷ്യം. വിൽപ്പനയും ലാഭവും വളർ ത്താൻ എന്തു നിഗൂഢമാർഗവും കൈക്കൊള്ളും. എതിരുനിൽക്കുന്ന സർക്കാരുകളെ മറിച്ചിടും. അനുകൂലിക്കുന്നവയെ അധികാരത്തിലേറ്റും. രാഷ്ട്രീയപ്രസ്ഥാനങ്ങളെ സൃഷ്ടിക്കും; സംഹരിക്കും. സമൂഹത്തിൽ നാനാവിധത്തിൽ ഇടപെടും.

കുത്തക കമ്പനികൾ മാർക്കറ്റിൽ സ്വാധീനമുറപ്പിക്കുന്നു. അതു നിലനിർത്താനും വളർത്താനും വില വർധിപ്പിച്ച് ഉപഭോക്താക്കളെ ചൂഷണംചെയ്യാനും വിവിധങ്ങളായ സംഘടനാരൂപങ്ങൾ കൈക്കൊ ള്ളുന്നു. ഏറ്റവും ലളിതമായ ഒന്നാണ് 'ജന്റിൽമാൻസ് എഗ്രിമെന്റ്,' ഇത് ഒരു അനൗപചാരിക ധാരണയാണ്. മത്സരിക്കുന്ന കുത്തകകൾ, മത്സരപ്പാച്ചിലിൽ വില കുറയാതിരിക്കാൻ, വില, വിൽപ്പനയുടെ രീതികൾ, മാർക്കറ്റിന്റെ മേഖല, ഉൽപ്പാദനത്തിന്റെ അളവ് ഇവയെല്ലാം സംബ ന്ധിച്ചോ ഏതെങ്കിലും ഒന്നിനെ സംബന്ധിച്ചോ അനൗപചാരിക കരാറി ലേർപ്പെടുന്നു.

കുത്തക നിലനിർത്താനുള്ള മറ്റൊരു ഏർപ്പാടാണ് കാർട്ടലുകളുടെ രൂപീകരണം. മുഖ്യമായും വിൽപ്പന ലക്ഷ്യംവെച്ചാണ് കാർട്ടലുകൾ (Cartels) ഉണ്ടാക്കുന്നത്. ഒരു ഉൽപ്പന്നത്തിന്റെ ഉൽപ്പാദകർ ഒന്നിച്ചു ചേർന്ന് കാർട്ടൽ രൂപവൽക്കരിക്കുന്നു. ഇതൊരു ജോയിന്റ് സ്റ്റോക്ക് കമ്പനിയാണ്. കാർട്ടലിലെ അംഗങ്ങൾ അവരുടെ ഉൽപ്പന്നം ഒരു നിശ്ചിത കാലത്തേക്ക് പൂർണമായും കാർട്ടലിനു കൈമാറുന്നു. കാർട്ടൽ ഉൽപ്പന്നം വിറ്റഴിക്കുന്നു. ഉൽപ്പന്നത്തിന്റെ മേൽ കുത്തക ഈ കമ്പനിക്കു കൈവന്നി രിക്കയാൽ, ഉയർന്ന വിലയ്ക്ക് വിൽക്കാൻ അവയ്ക്കു കഴിയും. അതിന്റെ പ്രയോജനം കമ്പനികൾക്ക് ലഭ്യമാവുന്നു.

ട്രസ്റ്റുകൾ മറ്റൊരുതരം കുത്തകയാണ് (Trusts). കമ്പനികൾചേർന്ന് ട്രസ്റ്റ് രൂപീകരിക്കുന്നു. എന്നിട്ട് അവയുടെ ഓരോന്നിന്റെയും ഓഹരി കളുടെ നിശ്ചിതഭാഗം ട്രസ്റ്റിനു കൈമാറുന്നു. ട്രസ്റ്റിന്റെ നിയന്ത്രണം ബോർഡ് ഓഫ് ട്രസ്റ്റീസിൽ നിക്ഷിപ്തമായിരിക്കും. വിവിധ കമ്പനിക ളുടെ ഭരണവും ഉൽപ്പാദനവും ഉൽപ്പന്നങ്ങളുടെ വിതരണവും കേന്ദ്രീ കൃതമായി നടത്തപ്പെടുന്നു.

വളരെ വ്യാപകമായിത്തീർന്നിട്ടുള്ളതാണ് അമാൽഗമേഷനും മെർ ജറും. (Amalgamation and Mergers) രണ്ടോ അതിലധികമോ കമ്പനി കൾ കൂടിച്ചേർന്ന് പുതിയൊരു കമ്പനി രൂപവൽക്കരിക്കുകയാണ് അമാൽ ഗമേഷന്റെ രീതി. അതോടെ നിലവിലിരുന്ന കമ്പനികളുടെ സ്വതന്ത്രപദവി അവസാനിക്കുന്നു. ചെറിയ ഒറ്റക്കമ്പനിക്കു ലഭിക്കാത്ത കുത്തക, അമാൽഗമേറ്റഡ് കമ്പനിക്കു കൈവരുന്നു. മെർജർ വ്യത്യസ്തമാണ്. നില വിലുള്ള ഒരു കമ്പനി, ഒന്നോ അധികമോ കമ്പനികൾ ഏറ്റെടുക്കുന്ന രീതിയാണിത്. ഏറ്റെടുക്കപ്പെട്ട കമ്പനികൾക്കു, സ്വതന്ത്രപദവി നഷ്ട

മാവും. പക്ഷേ, അവയുടെ കീഴിൽ പ്രവർത്തിച്ചു പോന്നിരുന്ന ഉൽപ്പാദന സംവിധാനങ്ങൾ അതുപോലെ തുടരാം.

ലോകത്തെ ഏറ്റവും വലിയ 200 ബഹുരാഷ്ട്ര കുത്തകകളെ എടുക്കുക. 80 എണ്ണവും അമേരിക്കയിലാണ്. 41 എണ്ണവുമായി ജപ്പാൻ രണ്ടാം സ്ഥാനത്തുണ്ട്. വൻകിടയോടടുത്തുനിൽക്കുന്ന കുത്തകകളുടെ കണക്കു വേറെയാണ്. കുത്തകകളുടെ വലിപ്പമറിയാൻ ഒരു ചെറിയ താരതമ്യം ധാരാളം മതി. ലോകത്തെ പ്രമുഖങ്ങളായ പത്തുരാജ്യങ്ങളുടെ ദേശീയ വരുമാനം ഒഴിവാക്കിയാൽ, ശേഷിക്കുന്ന എല്ലാ രാജ്യങ്ങളുടെയും അതായത് 183 രാജ്യങ്ങളുടെയും മൊത്തം ദേശീയ വരുമാനം, 200 ബഹുരാഷ്ട്ര കുത്തക കോർപ്പറേഷനുകളുടെ വാർഷിക വിറ്റുവരവിനെക്കാൾ കുറവാണ്. വാൾ മാർട്ട് ഉടമകളായ ക്രിസ്റ്റിവാൾട്ടൻ, ജിം വാൾട്ടൻ, ആലിസ് വാൾട്ടൻ, റോബ്സൺ വാൾട്ടൻ എന്നിവരുടെ ആസ്തി 95.4 ശതകോടി ഡോറളാണ്. ചില്ലറ വ്യാപാരരംഗത്തെ കുത്തകയായ വാൾമാർട്ടിന്റെ ആസ്തി ഒരു വർഷത്തെ വിറ്റുവരവു 21 ലക്ഷം കോടി രൂപയാണ്. ഇനി വാൾമാർട്ടിനെ ഒരു രാജ്യമായി കണക്കാക്കിനോക്കൂ. എങ്കിലത് സാമ്പത്തികശക്തിയിൽ ലോകത്തെ ഇരുപതാമത്തെ രാജ്യമായിരിക്കും. അത്രമേൽ വലിപ്പമുണ്ട് വാൾമാർട്ടിന്. വാൾമാർട്ട് പല ഉദാഹരണങ്ങളിൽ ഒന്നുമാത്രമാണ്. ലോകത്തെ 50 കുത്തക മരുന്നുൽപ്പാദക കമ്പനികളിൽ 20 എണ്ണത്തിന്റെയും ആസ്ഥാനം അമേരിക്കയാണ്. 12 എണ്ണത്തിന്റെ ആസ്ഥാനം ജപ്പാനും, ആറ് എണ്ണത്തിന്റേത് ജർമനിയുമാണ്. ഹോട്ടൽ വ്യവസായശൃംഖലയിലെ കുത്തകയായ ഷെൽഡൺ അഡെൽസൺ അമേരിക്കനാണ്. ചാൾസ് കോച്ചിന്റെയും ഡേവിഡ് കോച്ചിന്റെയും ഉടമസ്ഥതയിലുള്ള എണ്ണവ്യവസായ കുത്തകയും അമേരിക്കൻ സന്തതിതന്നെ. 8.8 ശതകോടി ഡോളർ ആസ്തിയും നൂറിലേറെ പത്രങ്ങളും ഉപഗ്രഹസംപ്രേഷണ സംവിധാനവും ഫോക്സ് ടെലിവിഷൻ ചാനലും സ്വന്തമായുള്ള റൂപ്പർട്ട് മർഡോക്ക് അമേരിക്കനാണ്. ഐടി ഭീമൻ മൈക്രോസോഫ്ടിന്റെ ഉടമ വില്യം ഗേറ്റ്സും അമേരിക്കനാണ്. വിമാന – കപ്പൽ കമ്പനികൾ പൂർണമായും ബഹുരാഷ്ട്ര കോർപ്പറേഷനുകളുടെ ഉടമസ്ഥതയിലുള്ളവയാണ്. ബാങ്കുകളും ഇൻഷുറൻസ് കമ്പനികളും അങ്ങനെ തന്നെ.

സാമ്പത്തികരംഗത്തെ കുത്തക, രാഷ്ട്രീയരംഗത്ത് ഗണ്യമായ സ്വാധീനം കൈവരുത്തുന്നു. സാമ്പത്തിക സ്വാധീനം വളർത്താൻ രാഷ്ട്രീയ സ്വാധീനത്തെ ഉപയോഗിക്കുകയും ചെയ്യുന്നു. വാസ്തവത്തിൽ ലോക സമ്പദ്വ്യവസ്ഥയുടെയും ലോക രാഷ്ട്രീയത്തിന്റെയും ചുക്കാൻ പിടിക്കുന്നത് ബഹുരാഷ്ട്ര കോർപ്പറേഷനുകളാണ്. അന്താരാഷ്ട്ര ബന്ധങ്ങൾ ചിട്ടപ്പെടുത്തുന്നതും കുത്തക കോർപ്പറേഷനുകളുടെ സാമ്പത്തിക താൽപ്പര്യങ്ങൾക്കനുസൃതമായാണ്. വിദേശനയംപോലും പ്രസ്തുത താൽപ്പര്യങ്ങൾക്കനുസൃതമായി രൂപംകൊള്ളുന്നവയാണ്.

ഒരു ഉദാഹരണം. അമേരിക്കയുടെ വാർഷിക ബജറ്റിന്റെ 40 ശതമാനം ചെലവിടുന്നത് സൈനികാവശ്യങ്ങൾക്കാണ്. രാജ്യത്തിനകത്തും പുറത്തുമുള്ള അമേരിക്കൻ സൈനികരെ പോറ്റുന്നതിനാണ് 40 ശതമാന

ത്തിൽ ഒരുഭാഗം വിനിയോഗിക്കുന്നത്. എന്നാൽ വമ്പിച്ച ഭാഗം വിനിയോഗിക്കപ്പെടുന്നത് ആയുധങ്ങൾ വാങ്ങിക്കൂട്ടുന്നതിലേക്കാണ്. അമേരിക്കയിലെ ആയുധ നിർമാണവ്യവസായം ഏതാണ്ട് പൂർണമായിത്തന്നെ ബഹുരാഷ്ട്രകമ്പനികളുടെ കൈകളിലാണ്. തൊഴിലാളികൾ ഗണ്യമായ എണ്ണം തൊഴിലെടുക്കുന്നതും വരുമാനം നേടുന്നതും ആയുധനിർമാണത്തിലാണ്. ആയുധനിർമാണ മേഖല സ്തംഭിച്ചാൽ അമേരിക്കൻ സമ്പദ്‌വ്യവസ്ഥ തന്നെ തകരും. കുത്തക കോർപ്പറേഷനുകൾ പ്രതിസന്ധിയിലകപ്പെടും. അതുകൊണ്ട് ഏതുവിധേനയും ആയുധനിർമാണം പുരോഗമിക്കണം. പോയവർഷം വിറ്റതിനേക്കാൾ കൂടുതൽ ആയുധങ്ങൾ ഈ വർഷം വിൽക്കണം, അമേരിക്കയ്ക്കകത്തു വിൽക്കണം; കൂടിയ അളവിൽ അന്യരാജ്യങ്ങൾക്കു വിൽക്കണം. അന്യരാജ്യങ്ങൾ പടക്കോപ്പുകൾ വാങ്ങിക്കൂട്ടണമെങ്കിൽ ആ രാജ്യങ്ങളിൽ യുദ്ധമോ യുദ്ധസമാനസ്ഥിതിയോ തുടർച്ചയായി നിലനിൽക്കണം, അഥവാ, ലോകസമാധാനം തകരണം. ലോകസമാധാനം, അമേരിക്കൻ ബഹുരാഷ്ട്രകോർപ്പറേഷനുകളുടെ നിലനിൽപ്പിനു ഭീഷണിയാണ്. ആയുധവിൽപ്പനയ്ക്ക് അനുകൂലമായ രീതിയിൽ അമേരിക്കയുടെ വിദേശനയം രൂപപ്പെടുത്താനും മറ്റു രാജ്യങ്ങളുടെ നയസമീപനങ്ങളെ സ്വാധീനിക്കാനും ബഹുരാഷ്ട്ര കുത്തക കോർപ്പറേഷനുകൾ പരിശ്രമിച്ചുകൊണ്ടേയിരിക്കും.

ലോകത്തെ ബഹുരാഷ്ട്ര കുത്തക കോർപ്പറേഷനുകളുടെ കണക്ക് എല്ലാവർഷവും അമേരിക്കൻ മാഗസിനായ *ഫോർബ്സ്* പ്രസിദ്ധീകരിക്കാറുണ്ട്. ശതകോടീശ്വരന്മാരുടെ എണ്ണവും വണ്ണവും സംബന്ധിച്ച ഏകദേശരൂപം ലഭിക്കാൻ ആ കണക്കുകൾ സഹായകമാകും. മൊത്തം ആസ്തി, വിറ്റുവരവ്, അറ്റാദായം എന്നിവ സംബന്ധിച്ച് കോർപ്പറേഷനുകൾ നൽകുന്ന സ്ഥിതിവിവരക്കണക്കുകളാണ് ഫോർബ്സ് എസ്റ്റിമേറ്റിന് ആധാരം. കോർപ്പറേഷനുകൾ തയാറാക്കി നൽകുന്ന സ്ഥിതിവിവരങ്ങളും യഥാർഥ സ്ഥിതിവിവരങ്ങളും തമ്മിൽ വമ്പിച്ച അന്തരമുണ്ടാവുമെന്ന കാര്യം മറക്കരുത്.

ലോകത്തെ 1,226 ശതകോടീശ്വരന്മാരിൽ (ഒരു ബില്യൻ ഡോളറിനു മേൽ ആസ്തിയുള്ളവർ—ആസ്തി കണക്കാക്കുന്നത് ഓഹരിയുടെ മൂല്യവും ഓഹരികളുടെ എണ്ണവും പരിഗണിച്ചാണ്) ഒന്നാം പദവിയിൽ നിൽക്കുന്നത് കാർലോ സ്ലിംഹേലു ആണ്. കഴിഞ്ഞ കണക്കെടുപ്പിൽ പ്രഥമസ്ഥാനത്തുനിന്ന ബിൽ ഗേറ്റ്സിനെ രണ്ടാം സ്ഥാനത്തേക്കു തള്ളിമാറ്റിയാണ് കാർലോ സ്ലിംഹേലു ഒന്നാം സ്ഥാനത്തെത്തിയത്. ആസ്തി 69 ശതകോടി ഡോളർ. രണ്ടാംസ്ഥാനത്ത് ബിൽ ഗേറ്റ്സ് ആണ്. 61 ശതകോടി ഡോളർ ആസ്തി. വാറൻ ബുഫെയുടെ ആസ്തി 44 ശതകോടി ഡോളർ.

ശതകോടീശ്വരന്മാരുടെ എണ്ണം ഇരുപതുവർഷം മുൻപ് 140 ആയിരുന്നു. മൂന്നുകൊല്ലം മുമ്പ് 476 ആയി ഉയർന്നു. ഒരു കൊല്ലം മുമ്പ് 946 ആയി വളർന്നു. ഇപ്പോൾ 1,226 ഉം. പകുതിയിലേറെയും അമേരിക്കക്കാരാണ്. ഒരു ശതകോടി (ഒരു ബില്യൻ) ഡോളർ ആസ്തിയുണ്ടായാൽപ്പോലും

ആദ്യത്തെ 400-ൽ സ്ഥാനം കിട്ടുക അസാധ്യം. 400 കഴിഞ്ഞാലും പിന്നേയും അവശേഷിക്കും അനവധി ശതകോടീശ്വരന്മാർ.

ഫോർബ്സ് കഴിഞ്ഞ വർഷംനടത്തിയ കണക്കെടുപ്പിൽ വാറൻ ബുഫെയുടെ ആസ്തി (അസൽ ആസ്തി അഥവാ നെറ്റ്‌വർത്ത്) 59 ശതകോടി ഡോളറായിരുന്നു. ബിൽഗേറ്റ്സിന്റേത് 39 ശതകോടി ഡോളറും. തുടർന്നുള്ള ഒരു വർഷം വാറൻബുഫെയുടെ ആസ്തി 44 ശതകോടി ഡോളറും ബിൽഗേറ്റ്സിന്റേത് 61 ശതകോടി ഡോളറുമായേ വർധിച്ചുള്ളൂ എന്നു കരുതരുത്. ആഗോള സാമ്പത്തികമാന്ദ്യവും ഡോളറിന്റെ മൂല്യത്തിലുണ്ടായ ഇടിവും ഓഹരി മൂല്യത്തിലെ തകർച്ചയുംമൂലം അസൽ ആസ്തി ചുരുങ്ങിയതുകൊണ്ടാണ് ചെറിയ അളവിലുള്ള വർധനയായി തോന്നുന്നത്.

കുത്തകകളുടെ വളർച്ചയിൽ ഇന്ത്യ ഏറെ മുന്നിലാണ്. കുത്തകകൾ കൂടുതൽ കരുത്താർജിക്കുകയും പുതിയ കുത്തകകൾ രൂപം കെള്ളുകയുമാണ് ഇന്ത്യൻ സവിശേഷത. 'ഇന്ത്യയിലെ സമ്പന്നരായ പൗരന്മാരുടെ വർധിക്കുന്ന സമ്പത്താണ് മുഖ്യ സവിശേഷത' എന്നു ഫോർബ്സ് അഭിപ്രായപ്പെടുന്നു. 48 കുത്തക സ്ഥാപനങ്ങളുടെ ആകെ ആസ്തിയുടെ 59 ശതമാനം കയ്യടക്കിയിട്ടുള്ളത് മുകൾത്തട്ടിലെ പത്തു കുത്തക വ്യവസായകുടുംബങ്ങളാണ്. 22.3 ശതകോടി ഡോളറുമായി മുകേഷ് അംബാനി ആണ് മുന്നിൽ. ലക്ഷ്മി മിറ്റൽ, അസിം പ്രേംജി, സാവിത്രി ജിണ്ടാൽ, ഭാർതിഗ്രൂപ്പ്, എയർടെൽ, വോഡഫോൺ എന്നിവയുടെ ഉടമ സുനിൽ മിത്തൽ, കെ എം ബിർള, അനിൽ അംബാനി തുടങ്ങിയവരാണ് തുടർന്നുള്ള സ്ഥാനങ്ങളിൽ. മുകേഷ് അംബാനിയെയും അനിൽ അംബാനിയെയും ഒന്നിച്ചെടുത്താൽ ലക്ഷ്മിമിത്തലിന്റെ മുന്നിൽ വരും.

കുത്തകകളുടെ വളർച്ചയിലും എണ്ണത്തിലും ലോകത്തിൽ നാലാം സ്ഥാനത്താണ് ഇന്ത്യ. ഏഷ്യയിൽ ഒന്നാം സ്ഥാനത്തും. ഏറ്റവുമധികം ദരിദ്രർ അധിവസിക്കുന്ന രാജ്യവും ഇന്ത്യതന്നെ. 83.6 കോടി ഇന്ത്യാക്കാർ ജീവിക്കുന്നത് പ്രതിദിനം 20 രൂപയിൽ താഴെ വരുമാനത്തിലാണ്. ഒരു ശരാശരി കർഷക കുടുംബത്തിന്റെ പ്രതിമാസ ഉപഭോക്തൃ ചെലവ് 503 രൂപയാണ്. അതിൽ 55 ശതമാനം ഭക്ഷണത്തിനാണ്. വസ്ത്രം, പാദരക്ഷകൾ, വിറക് എന്നിവയ്ക്കുള്ള 18 ശതമാനം കഴിച്ചാൽ ശേഷിക്കുന്ന 27 ശതമാനത്തിനുവേണം മറ്റെല്ലാ ചെലവുകളും-വീട്ടുവാടക, ആരോഗ്യസംരക്ഷണം, വിദ്യാഭ്യാസം-നിർവഹിക്കാൻ. കാർഷികരംഗത്തെ പ്രതിസന്ധിമൂലം പ്രതിദിനം നൂറുകണക്കിനു കൃഷിക്കാർ ആത്മഹത്യ ചെയ്യുന്നു. കുത്തകകളുടെ കാര്യത്തിൽ ഇന്ത്യ നാലാം സ്ഥാനത്തു നിൽക്കുമ്പോൾ മാനുഷിക വികസന സൂചികയുടെ അടിസ്ഥാനത്തിൽ വിലയിരുത്തുമ്പോൾ ഇന്ത്യ 134-ാം സ്ഥാനത്താണ്. കർഷക ആത്മഹത്യയുടെ രാജ്യമായി ഇൻഡ്യ മാറിയിരിക്കുന്നു. നാഷണൽ ക്രൈം റെക്കോർഡ് ബ്യൂറോ കണക്കുപ്രകാരം 1995 നും 2011 നും മധ്യേ 270940 കൃഷിക്കാർ ആത്മഹത്യ ചെയ്തു. 2011 ൽ മാത്രം 14027കൃഷിക്കാർ ആത്മഹത്യ ചെയ്തു. മഹാരാഷ്ട്രയിലാണ് ഏറ്റവും അധികം കൃഷിക്കാർ ആത്മഹത്യ ചെയ്തത്. 3337 കൃഷിക്കാർ.

4

ദേശീയ വരുമാനം
(National Income)

ദേശീയ വരുമാനം ജനജീവിത പുരോഗതിയുടെ അളവുകോലല്ല

ദേശീയ വരുമാനവളർച്ച സാമ്പത്തിക പുരോഗതിയുടെ അളവുകോലായി പരിഗണിക്കപ്പെടുന്നു. അതിന്റെ അടിസ്ഥാനത്തിൽ, ഉയർന്ന ദേശീയവരുമാനം കൈവരിച്ച രാജ്യത്തെ സാമ്പത്തികവളർച്ച നേടിയ രാജ്യമായും കണക്കാക്കുന്നു.

സാമ്പത്തികവളർച്ചയും സാമ്പത്തിക വികസനവും തമ്മിൽ ബന്ധമുണ്ട്, വ്യത്യാസങ്ങളുമുണ്ട്. ദേശീയ വരുമാനവളർച്ചയാണ് സാമ്പത്തിക വളർച്ച (Economic growth). മറിച്ച് സമ്പദ്‌വ്യവസ്ഥയിലെ ഘടനാപരമായ മാറ്റങ്ങളെ ഉൾക്കൊള്ളുന്നതാണ് സാമ്പത്തിക വികസനം (Economic development). പ്രധാനമായും കൃഷിയെ ആശ്രയിക്കുന്ന ഒരു രാജ്യം വ്യവസായ വികസനത്തിലേക്കു ചുവടുമാറ്റുന്നത് ഘടനാപരമായ മാറ്റമാണ്. വളരെ കുറച്ചുമാത്രം സമ്പാദിക്കുകയും നിക്ഷേപിക്കുകയും ചെയ്യുന്ന രാജ്യം ഉയർന്ന സമ്പാദ്യ-നിക്ഷേപനിരക്ക് കൈവരിക്കുന്നത് ഘടനാപരമായ മാറ്റമാണ്. ഘടനാപരമായ അത്തരം മാറ്റങ്ങൾ ഉയർന്ന സാമ്പത്തികവളർച്ചയിലേക്കു നയിക്കും.

സാമ്പത്തികവളർച്ച അഥവാ ദേശീയ വരുമാനവളർച്ച, ജനജീവിതത്തിലെ പുരോഗതിയുടെ അളവുകോലായി പരിഗണിക്കുന്നതിൽ കടുത്ത പരിമിതികളുണ്ട്. ജനങ്ങളുടെ ജീവിതനിലവാരം ദേശീയ വരുമാന വളർച്ച പ്രതിഫലിപ്പിക്കുന്നില്ല എന്നതാണ് മുഖ്യപരിമിതി. ഭൂരിപക്ഷത്തിന്റെ നിരക്ഷരതയും ദാരിദ്ര്യവും തൊഴിലില്ലായ്മയും രോഗാവസ്ഥയും നിലനിൽക്കുമ്പോഴും ദേശീയ വരുമാനവളർച്ച സാധ്യമാണ്. സാമ്പത്തിക വളർച്ചയും ജീവിതനിലവാരവും തമ്മിൽ വൈരുധ്യമുണ്ടെന്നർഥം. അതു

കൊണ്ട് ജനജീവിതാവസ്ഥയെ പ്രതിഫലിപ്പിക്കുന്ന അളവുകോലുകൾ ആവശ്യമാണ്. അത്തരമൊരു അളവുകോലാണ് മനുഷ്യവികസന സൂചിക (Human Development Index - HDI). വരുമാന വർധനയ്ക്കൊപ്പം മറ്റു യഥാർഥ അളവുകോലുകളും പരിഗണിക്കപ്പെടുന്നു എന്നതാണ് മനുഷ്യവികസന സൂചികയുടെ സവിശേഷത. ഐക്യരാഷ്ട്ര സഭയുടെ കീഴിലുള്ള യു എൻ ഡെവലപ്മെന്റ് പ്രോഗ്രാം (U N Development Programme - UNDP) ആണ് സൂചിക തയാറാക്കുന്നത്. 1990 മുതൽ മനുഷ്യവികസന സൂചിക തയാറാക്കി പ്രസിദ്ധീകരിച്ചു വരുന്നു. ഐകരൂപ്യമുള്ള മാനദണ്ഡങ്ങൾ ഉപയോഗിക്കുന്നതുകൊണ്ട് യു എൻ ഡി പിയുടെ മനുഷ്യവികസന സൂചിക താരതമ്യപഠനത്തിന് കൂടുതൽ ആധികാരികമാണ്. എച്ച് ഡി ഐക്ക് പുറമെ മനുഷ്യദാരിദ്ര്യ സൂചിക (Human Poverty Index - HPI)യും ലിംഗപരമായ വികസന സൂചിക (Gender Related Development Index - GDI)യും ഉപയോഗിക്കപ്പെടുന്നു.

മൂന്നു ഇനങ്ങളിലെ ശരാശരി നേട്ടത്തിന്റെ അടിസ്ഥാനത്തിലാണ് മനുഷ്യവികസന സൂചിക (HDI) തയാറാക്കുന്നത്.

1. ആയുർദൈർഘ്യം (രാജ്യത്തെ ജനങ്ങളുടെ ഭക്ഷ്യലഭ്യതയുടെയും ആരോഗ്യസുരക്ഷയുടെയും അളവുകോലാണിത്).
2. വിദ്യാലയങ്ങളിലെ വിദ്യാർഥി പ്രവേശനനിരക്കും വയോസാക്ഷരതാനിരക്കും.
3. മെച്ചപ്പെട്ട ജീവിതനിലവാരം നിലനിർത്താൻവേണ്ട ആളോഹരി വരുമാനം.

അടുത്തകാലത്ത് ഉയർന്ന ദേശീയവരുമാന വളർച്ചാനിരക്ക് രേഖപ്പെടുത്തിയ രാജ്യമാണ് ഇന്ത്യ. ആഗോള സാമ്പത്തിക പ്രതിസന്ധിമൂലം വളർച്ചാനിരക്ക് ഇടിഞ്ഞുവെങ്കിലും, 2009–10–ൽ 7.2 ശതമാനം വളർച്ചാനിരക്ക് കൈവരിക്കുമെന്ന് സാമ്പത്തിക സർവെ കണക്കാക്കുന്നു. ഉയർന്ന സാമ്പത്തിക വളർച്ചാനിരക്ക് കൈവരിക്കുമ്പോഴും മനുഷ്യവികസന സൂചികയിൽ ഇന്ത്യ ഏറെ പിന്നിലാണ്. 2011–ലെ യു എൻ ഡി പി റിപ്പോർട്ടുപ്രകാരം, 187 രാജ്യങ്ങളുടെ പട്ടികയിൽ ഇന്ത്യയുടെ സ്ഥാനം 134 ആണ്. 133 രാജ്യങ്ങൾ ഇന്ത്യക്കു മുന്നിൽ സ്ഥാനംപിടിച്ചപ്പോൾ 53 എണ്ണം ഇന്ത്യക്കുപിന്നിലുണ്ട്. നോർവെയാണ് പ്രഥമസ്ഥാനത്ത്. ആഫ്രിക്കൻ രാജ്യമായ കോംഗോ ഏറ്റവും അവസാനവും.

മനുഷ്യദാരിദ്ര്യ സൂചിക (HPI) തയാറാക്കാൻ തുടങ്ങിയത് 1997 മുതലാണ്. എച്ച് ഡി ഐയിലെ മാനദണ്ഡങ്ങൾ തന്നെയാണ് ഇതിലും ഉപയോഗിക്കുന്നത്, അതായത്, ആയുർദൈർഘ്യം, സ്കൂൾ പ്രവേശനനിരക്ക്, ആളോഹരി വരുമാനം എന്നിവ. ഈ മാനദണ്ഡങ്ങളുടെ ലഭ്യത എത്രത്തോളം ജനങ്ങൾക്കു നിഷേധിക്കപ്പെടുന്നു എന്നതിന്റെ അടിസ്ഥാനത്തിലാണ് എച്ച് പി ഐ (HPI) തയാറാക്കുന്നത്.

1. ഒന്നാമതായി, ആയുർദൈർഘ്യത്തിലെ കുറവ്. 40 വയസ്സ് പൂർത്തി

യാകുന്നതിനുമുമ്പ് മരിക്കുന്നവരുടെ സ്ഥിതിവിവരക്കണക്കുകളാണ് ഇവിടെ പരിഗണനാ വിഷയം.

2. നിരക്ഷരരായ വൃദ്ധരുടെ ശതമാനമാണ് മറ്റൊരു പരിഗണനാ വിഷയം.

3. ആരോഗ്യപരിരക്ഷ, ശുദ്ധജലത്തിന്റെ ലഭ്യത, അഞ്ചു വയസിനു താഴെയുള്ള കുട്ടികളുടെ പോഷകാഹാരക്കുറവ് എന്നിവയാണ് മൂന്നാമത്തെ പരിഗണനാവിഷയം. 135 രാജ്യങ്ങളുടെ കണക്കെടുപ്പിൽ ഇന്ത്യയുടെ സ്ഥാനം 88–ാമതാണ്.

മനുഷ്യവികസനത്തിന്റെ മറ്റൊരു അളവുകോലാണ് ലിംഗപരമായ വികസനസൂചിക (Gender Related Development Index - GDI). മനുഷ്യ വികസനത്തിൽ കൈവരിക്കുന്ന ശരാശരി നേട്ടമാണ് എച്ച് ഡി ഐ (HDI) അളക്കുന്നത്. സ്ത്രീകൾക്കും പുരുഷന്മാർക്കും എച്ച് ഡി ഐ (HDI) ഒന്നല്ല. വ്യത്യാസമുണ്ട്. സ്ത്രീകളുടെ മനുഷ്യവികസന സൂചിക എല്ലായ്പ്പോഴും എല്ലാ രാജ്യങ്ങളിലും പുരുഷന്മാരുടേതിനെക്കാൾ താഴെയാണ്. ഈ അസമത്വം മൂന്നു ഘടകങ്ങളുടെ അടിസ്ഥാനത്തിലാണ് അളക്കുന്നത്.

1. സ്ത്രീകളുടെ ആയുർദൈർഘ്യം.
2. സ്ത്രീകളുടെ വയോസാക്ഷരതാനിരക്കും വിദ്യാലയപ്രവേശന നിരക്കും.
3. സ്ത്രീകളുടെ ആളോഹരി വരുമാനം.

സ്ത്രീ–പുരുഷ സമത്വം നിലവിലുള്ള സമൂഹത്തിൽ എല്ലാവരുടെയും എച്ച് ഡി ഐ (HDI) ഒന്നായിരിക്കും. അസമത്വമുള്ളിടത്ത് ജി ഡി ഐ (GDI), എച്ച് ഡി ഐ (HDI) യെക്കാൾ കുറവായിരിക്കും. ഇന്ത്യയെക്കാൾ 138 രാജ്യങ്ങൾക്ക് മെച്ചപ്പെട്ട ജി ഡി ഐ (GDI) ഉണ്ടെന്ന് റിപ്പോർട്ട് തെളിയിക്കുന്നു.

സ്വത്തിന്റെയും വരുമാനത്തിന്റെയും വിതരണത്തിലെ കടുത്ത അസമത്വമാണ് കൂടിയ ദാരിദ്ര്യത്തിനു കാരണം. അസംഘടിത മേഖലയിലെ തൊഴിലാളികളെക്കുറിച്ചു പഠിച്ച ദേശീയ കമീഷൻ റിപ്പോർട്ടു പ്രകാരം, ജനസംഖ്യയിൽ 77 ശതമാനത്തിന്റെയും പ്രതിദിനവരുമാനം 20 രൂപയിൽ താഴെയാണ്. രാജ്യത്തെ 83.6 കോടി ജനങ്ങളെ സാമ്പത്തിക വളർച്ച സ്പർശിക്കുന്നില്ലെന്നു കമീഷൻ വിലയിരുത്തി. മൊത്തം തൊഴിലാളികളിൽ 57 ശതമാനം കാർഷികമേഖലയിലാണ്. കാർഷികമേഖലയിലെ സ്ത്രീ തൊഴിലാളികളിൽ 87 ശതമാനത്തിനും മിനിമം വേതനം ലഭിക്കുന്നില്ല.

ലോകാരോഗ്യസംഘടനയുടെ കണക്കുപ്രകാരം ഇന്ത്യയിലെ അഞ്ചു വയസിനു താഴെയുള്ള കുഞ്ഞുങ്ങളിൽ 38 ശതമാനത്തിനും പ്രായത്തിനൊത്ത ഉയരമില്ല. 15 ശതമാനത്തിനു പൊക്കത്തിനൊത്ത വണ്ണമില്ല. 43 ശതമാനം തൂക്കക്കുറവുള്ളവരാണ്. 46 ശതമാനത്തിനും പോഷകാഹാരക്കുറവുണ്ട്.

ദേശീയ ഉൽപ്പാദനം കണക്കാക്കുന്നതെങ്ങനെ?

ഓരോ വർഷവും എത്രയോ സാധനങ്ങളും സേവനങ്ങളും ഉൽപ്പാദിപ്പിക്കുന്നുണ്ട്. അവയെ എല്ലാം ഒറ്റശ്വാസത്തിൽ വിവരിക്കുക അസാധ്യം തന്നെ. അതായത് ഇത്രടൺ അരി, ഇത്രടൺ കൽക്കരി, ഇത്ര കെട്ടിടങ്ങൾ, ഇത്ര മൊബൈൽ ഫോണുകൾ എന്നെല്ലാം പറയുക അസാധ്യമാണ്. അതിനൊരു എളുപ്പമാർഗമുണ്ട്. ഒരു ടൺ അരിയുടെ വില കണക്കാക്കുക. എന്നിട്ട് എത്ര ടൺ അരി ഉൽപ്പാദിപ്പിച്ചുവോ അത്രയും ടൺ അരിയുടെ ആകെവില കണക്കാക്കുക. അങ്ങനെ ഓരോ സാധനത്തിന്റെയും സേവനത്തിന്റെയും ആകെ വിലകൾ കണക്കാക്കാം. അവയെല്ലാം ചേർന്നതാണ് മൊത്തം ആഭ്യന്തര ഉൽപ്പാദനം (Gross Domestic Product - GDP). ഇവിടെ വിപണിവില (Market Price) യിലാണ് ആഭ്യന്തര ഉൽപ്പാദനം കണക്കാക്കുന്നത്. രാജ്യത്തിനകത്ത് താമസിക്കുന്നവർ നടത്തുന്ന ഉൽപ്പാദനം എന്നനിലയ്ക്കാണ് ഗ്രോസ് ഡൊമസ്റ്റിക് പ്രൊഡക്റ്റ് (GDP) എന്നു പ്രയോഗിക്കുന്നത്. രാജ്യത്തിനു പുറത്തുപോയവർ രാജ്യത്തേക്കു വരുമാനം അയയ്ക്കുന്നുണ്ട്. അതേപോലെ, രാജ്യത്തിനകത്തുള്ള വിദേശികൾ, പുറത്തേക്കു വരുമാനം അയയ്ക്കുന്നുണ്ട്. രണ്ടും തമ്മിലുള്ള വ്യത്യാസം (രാജ്യത്തേക്കുള്ള വരുമാനം - പുറത്തേക്കുള്ള വരുമാനം), മൊത്തം ആഭ്യന്തര ഉൽപ്പാദനത്തിന്റെ (GDP) കൂടെ ചേർത്തതാണ് മൊത്തം ദേശീയ വരുമാനം (Gross National Product - GNP).

മൊത്തം ആഭ്യന്തര ഉൽപ്പാദനത്തിന്റെ കണക്കെടുക്കുമ്പോൾ ഒരു വർഷം പുതുതായി ഉൽപ്പാദിപ്പിച്ച സാധനങ്ങളും സേവനങ്ങളുമേ പരിഗണിക്കാവൂ. കഴിഞ്ഞ വർഷം നിർമിച്ച ഒരു വീടിന്റെ വില കഴിഞ്ഞ വർഷത്തെ ദേശീയ ഉൽപ്പാദനത്തിൽ ചേർത്തു. പ്രസ്തുത വീടിന്റെ വില ഈ വർഷവും ചേർത്താലോ? ഒരേ വീടിന്റെ വില രണ്ടുപ്രാവശ്യം ചേർക്കുക എന്ന തെറ്റായ രീതി വരും. അതുകൊണ്ട് പ്രസ്തുത വീടിന്റെ വില ഇക്കൊല്ലത്തെ ദേശീയ ഉൽപ്പാദനത്തിൽ ചേർക്കേണ്ട. പക്ഷേ വീടു നൽകുന്ന സേവനമുണ്ട്. ആ സേവനത്തിന്റെ വില ഇക്കൊല്ലത്തെ ദേശീയ ഉൽപ്പാദനത്തിൽ ചേർക്കണം. ഒന്നുകിൽ വീട് വാടകയ്ക്കു നൽകിയാൽ ലഭിക്കുന്ന വാടക, അല്ലെങ്കിൽ വീടുവാടകയ്ക്ക് നൽകിയെങ്കിൽ ലഭിക്കുമായിരുന്ന വാടക, പ്രസ്തുത തുക ഈ വർഷത്തെ ദേശീയ ഉൽപ്പാദനത്തിൽ പരിഗണിക്കണം. കഴിഞ്ഞവർഷം ഉൽപ്പാദിപ്പിച്ച വീട്, ഓഫീസ് കെട്ടിടം, ഫാക്ടറി, പാലം, റോഡ്, വാഹനങ്ങൾ തുടങ്ങിയവയുടെ സേവനം ഈ വർഷവും ലഭിക്കുന്നതുകൊണ്ടാണ് മേൽകൊടുത്ത രീതി സ്വീകരിക്കുന്നത്. കഴിഞ്ഞ വർഷം 100 ടൺ അരി ഉൽപ്പാദിപ്പിച്ചുവെന്നും ഈ വർഷം 106 ടൺ അരി ഉൽപ്പാദിപ്പിച്ചുവെന്നും കരുതുക.

ആറു ടൺ കൂടുതലായി ഉൽപ്പാദിപ്പിച്ചതുമാത്രം പരിഗണിച്ചാൽ പോരാ. 106 ടൺ അരിയും പരിഗണിക്കണം. കാരണം, അത്രയും പുതുതായി ഉൽപ്പാദിപ്പിക്കപ്പെട്ടതാണ്.

മൂല്യവർധനാരീതി

ആകെ ഉൽപ്പാദനം കണക്കാക്കുന്ന രീതിയാണ് മേൽകൊടുത്തത്. ഉൽപ്പാദനത്തിന്റെ ഓരോ ഘട്ടത്തിലും കൂട്ടിച്ചേർക്കപ്പെടുന്ന മൂല്യവർധന കണക്കാക്കിയും മൊത്തം ഉൽപ്പാദനം കണക്കുകൂട്ടാം. ലളിതമായ ഒരു ദാഹരണം നൽകാം. 50 ഗ്രാം തൂക്കം വരുന്ന ഒരു റൊട്ടിയുടെ വില 75 പൈസയാണെന്നു കരുതുക. റൊട്ടി ഉൽപ്പാദനത്തിനു പല ഘട്ടങ്ങളുണ്ട്. ഗോതമ്പ് വാങ്ങുന്നതു തുടങ്ങി റൊട്ടി ഉൽപ്പാദനം വരെ (ഗോതമ്പു കൃഷിയുമായി ബന്ധപ്പെട്ട ഘട്ടങ്ങൾ സൗകര്യത്തിനുവേണ്ടി അവഗണിക്കാം).

	(പൈസ)	മൂല്യവർധന (പൈസ)
ഗോതമ്പിന്റെ വില	30	30
ഗോതമ്പു പൊടിയുടെ വില	40	10
ഗോതമ്പു മാവിന്റെ വില	65	25
വിൽപ്പനയ്ക്കു തയാറായ റൊട്ടിയുടെ വില	75	10

റൊട്ടിയുടെ വില 75 പൈസയാണ്. ആകെ മൂല്യവർധന (30+10+25+10) യും 75 പൈസയാണെന്നു കാണുക.

ഒരു ഉൽപ്പന്നത്തിന്റെ വില രണ്ടുപ്രാവശ്യം കണക്കാക്കുന്ന രീതി– ഡബിൾ കൗണ്ടിങ് – ഒഴിവാക്കാൻ മൂല്യവർധനാരീതി സഹായിക്കുന്നു.

അതാതു വർഷത്തെ കമ്പോളവിലകൾ അടിസ്ഥാനമാക്കിയാണ് മൊത്തം ആഭ്യന്തരഉൽപ്പാദനം കണക്കാക്കുന്നത് എന്നു സൂചിപ്പിച്ചു വല്ലോ. വിലകളിലും ആകെ ഉൽപ്പാദനത്തിലും മാറ്റമുണ്ടായില്ലെങ്കിൽ ആഭ്യന്തര ഉൽപ്പാദനം മാറ്റമില്ലാതെ തുടരും. ഉൽപ്പാദനം ഉയർന്നാൽ ആഭ്യന്തര ഉൽപ്പാദനം കൂടും; വിലകൾ ഉയർന്നാലും ആഭ്യന്തര ഉൽപ്പാദനം കൂടും. സാധനവിലകൾ നിരന്തരമായി ഉയരുന്ന ഒരു സമ്പദ്‌വ്യവസ്ഥയിൽ, ഉൽപ്പാദനത്തിൽ വർധനവൊന്നും ഉണ്ടായില്ലെങ്കിലും ആഭ്യന്തര ഉൽപ്പാദനം വർധിച്ചതായി കാണാം. വിലവർധനവാണ് കാരണം. വിലകൾ ഇരട്ടിച്ചാൽ ആഭ്യന്തരഉൽപ്പാദനവും ഇരട്ടിക്കും. പക്ഷേ ജനങ്ങൾക്ക് ഒരു ഗ്രാം അധികസാധനംപോലും ലഭ്യമാവുകയില്ല. കാരണം യഥാർഥ ഉൽപ്പാദനം വർധിച്ചില്ല. അധികം ലഭിക്കുകയില്ലെന്നു മാത്രമല്ല, മുമ്പ് ലഭിച്ചിരുന്നതിന്റെ പകുതിയേ ലഭിക്കൂ. പത്തുരൂപ വിലയുള്ളപ്പോൾ ഒരു

കിലോഗ്രാം അരി കിട്ടിയിരുന്ന സ്ഥാനത്ത്, അരിവില കിലോഗ്രാമിന് 20 രൂപയാകുമ്പോൾ, പത്തുരൂപയ്ക്ക് അര കിലോഗ്രാം അരിയേ കിട്ടൂ. വില വർധന ജനങ്ങളുടെ ദാരിദ്ര്യം വർധിപ്പിക്കുന്നു എന്നു സാരം.

യഥാർഥ ദേശീയവരുമാനം

വിലവർധനയുടെ സന്ദർഭത്തിൽ യഥാർഥ ദേശീയവരുമാനം എത്രയെന്നറിയാൻ, ദേശീയ വരുമാനവർധനയിൽനിന്നും വിലവർധനയുടെ സ്വാധീനം ചോർത്തിക്കളയുകയാണ് മാർഗം. തന്നാണ്ടിലെ ദേശീയ വരുമാനം (കമ്പോള വിലയിൽ), മുൻ വർഷത്തെ അല്ലെങ്കിൽ ഏതെങ്കിലും അടിസ്ഥാനവർഷത്തെ, വിലനിരക്കിൽ പ്രകടിപ്പിക്കാം. അങ്ങനെ യഥാർഥ വരുമാനം കണക്കാക്കാം. താഴെ കൊടുക്കുന്ന ഉദാഹരണം കാണുക:

	തന്നാണ്ടിലെ			അടിസ്ഥാന വർഷത്തെ		
	അളവ്	വില	ആകെ (രൂപ)	അളവ്	വില	ആകെ (രൂപ)
അരി	40 കി	15	600	40 കി	10	400
ടി വി	5 എണ്ണം	5000	25000	5 എണ്ണം	3000	15000
വസ്ത്രം	10 മീ	20	200	10 മീ	15	150
തന്നാണ്ടിലെ ദേശീയ വരുമാനം			25,800	അടിസ്ഥാനവർഷത്തെ വിലയിൽ ദേശീയ വരുമാനം		15,550

മേൽക്കൊടുത്ത ഉദാഹരണത്തിൽ തന്നാണ്ടിലെ ദേശീയ വരുമാനം 25,800 രൂപയാണെങ്കിലും അടിസ്ഥാന വർഷത്തെ വിലയ്ക്കു കണക്കാക്കിയാൽ അത് 15,550 രൂപയ്ക്കേ വരൂ. ഉൽപ്പാദനത്തിൽ മാറ്റമില്ലെന്നതും ശ്രദ്ധിക്കുക.

ഇന്ത്യയിലെ ആഭ്യന്തരവരുമാനത്തിന്റെ കണക്കുകൾ സമാഹരിക്കുന്നത് സെൻട്രൽ സ്റ്റാറ്റിസ്റ്റിക്കൽ ഓർഗനൈസേഷനാണ് (CSO). റിസർവ് ബാങ്കും കണക്കെടുപ്പു നടത്തുന്നുണ്ട്. അതിനുപുറമെ സെന്റർ ഫോർ മോണിറ്ററിങ് ഇന്ത്യൻ ഇക്കോണമി (CMIE) പോലുള്ള സ്വകാര്യ ഏജൻസികളും അർധസർക്കാർ സ്ഥാപനങ്ങളും ആഭ്യന്തരവരുമാനം സംബന്ധിച്ച കണക്കെടുക്കുന്നുണ്ട്.

2004-05 ആണ് സി എസ് ഒ അടിസ്ഥാനവർഷമായി സ്വീകരിച്ചിട്ടുള്ളത്. ഓരോ വർഷവും തന്നാണ്ടിലെയും അടിസ്ഥാനവർഷത്തെയും ദേശീയ വരുമാന കണക്കുകൾ ലഭ്യമാക്കി വരുന്നു. താഴെകൊടുക്കുന്ന പട്ടിക കാണുക.

	തന്നാണ്ടിലെ വിലനിലവാരത്തിൽ			2004-05 അടിസ്ഥാന വർഷത്തെ വിലനിലവാരത്തിൽ		
	2009-10	2010-11	2011-12	2009-10	2010-11	2011-12
ദേശീയ വരുമാനം (കോടി രൂപ)	6457352	7674148	8912178	4507637	4885954	5222027
ആളോഹരി വരുമാനം (രൂപ)	46117	53331	60972	33843	35993	

മൊത്ത വില സൂചിക ഉപയോഗിച്ചും യഥാർഥ വരുമാനം കണക്കാക്കാം. ഇങ്ങനെയാണ് ഫോർമുല:

$$\text{തന്നാണ്ടിലെ ദേശീയവരുമാനം} \times \frac{\text{അടിസ്ഥാനവർഷത്തെ വില സൂചിക}}{\text{തന്നാണ്ടിലെ വില സൂചിക}}$$

2011-2012 ലെ ദേശീയ വരുമാനം 89,12,178 കോടി രൂപയാണ്. 2012 ആഗസ്റ്റിലെ വില സൂചിക 166.6 ആണ്. 2004-05 ത്തിലെ വിലസൂചിക 100 ഉം.

2011-12 ലെ യഥാർഥ വരുമാനം $= 8912178 \times \frac{100}{166.6}$

$= 5349446$ കോടി രൂപ

ദേശീയവരുമാന വർധനനിരക്ക്

ഒരു രാജ്യത്തെ സാമ്പത്തിക വളർച്ചയുടെ തോത് അളക്കുന്നത് ഇത്രകോടി രൂപയുടെ വരുമാനവർധന എന്ന നിലയ്ക്കല്ല. ഇത്ര ശതമാനം വളർച്ചാനിരക്ക് എന്ന നിലയ്ക്കാണ്. ലളിതമായ ഒരു ഉദാഹരണമെടുക്കാം. ഒരു വ്യക്തിയുടെ പ്രതിമാസ വരുമാനം 800 രൂപയെന്നു കണക്കാക്കുക. അടുത്ത മാസം അത് 850 രൂപയായി വർധിച്ചു. വർധന 50 രൂപയുടെയാണ്. 800-ൽനിന്ന് 850 ആകുമ്പോൾ, വർധനനിരക്ക് $\frac{50}{800} \times 100 =$ 6.25 ശതമാനമാണ്.

അതേപോലെ ഇന്ത്യയുടെ ദേശീയവരുമാനം 2010-11 ൽ 4,885,954 കോടി രൂപയായിരുന്നുവല്ലൊ. അടുത്ത വർഷം, അതായത്, 2011-12-ൽ അത് 5222,027 കോടി രൂപയായി വർധിച്ചു. വർധന 336073 കോടി രൂപയുടെയാണ്. അഥവാ, 2010-11-ലെ 4885954 കോടി രൂപയ്ക്കുമേൽ 336073 കോടി രൂപയുടെ വർധന. അതായത്, $336073 \div 4885954 \times 100 = 6.87$ ശതമാനം വർധന.

വികസിത രാജ്യങ്ങളെ അപേക്ഷിച്ച് മന്ദഗതിയിലാണ് ഇന്ത്യയുടെ ദേശീയവരുമാന വളർച്ചാനിരക്ക്. പഞ്ചവത്സര പദ്ധതിക്കാലത്ത് ഓരോന്നിലും കൈവരിച്ച ദേശീയവരുമാന വളർച്ചാനിരക്ക് താഴെ ചേർക്കുന്നു:

ദേശീയ വരുമാനവളർച്ചാ നിരക്കുകൾ

ഒന്നാം പദ്ധതി (1951–56)	4.4 %
രണ്ടാം പദ്ധതി (1956–61)	3.8 %
മൂന്നാം പദ്ധതി (1961–66)	2.6 %
വാർഷികപദ്ധതികൾ (1966–69)	3.9 %
നാലാം പദ്ധതി (1969–74)	3.1 %
അഞ്ചാം പദ്ധതി (1974–79)	4.9 %
വാർഷികപദ്ധതികൾ (1979–80)	–6.0 %
ആറാം പദ്ധതി (1980–85)	5.4 %
ഏഴാം പദ്ധതി (1985–90)	5.5 %
വാർഷികപദ്ധതി (1990–92)	5.5 %
എട്ടാം പദ്ധതി (1992–97)	6.7 %
ഒമ്പതാം പദ്ധതി (1997–2002)	5.3 %
പത്താം പദ്ധതി (2002–07)	7.8 %
പതിനൊന്നാം പദ്ധതി (2007–12)	7.9 %

മൊത്തം ദേശീയ വരുമാനത്തിൽ കൃഷി, മത്സ്യബന്ധനം, വനം എന്നിവ ഉൾപ്പെട്ട പ്രാഥമിക മേഖലയുടെ (കാർഷിക മേഖലയുടെ) പങ്ക് കുറഞ്ഞുവരുകയാണ്. ഖനനം, നിർമാണം, വ്യവസായ ഉൽപ്പാദനം, വൈദ്യുതി, ഗ്യാസ്, ജലലഭ്യത എന്നിവ ഉൾപ്പെട്ട ദ്വിതീയ (വ്യവസായ) മേഖലയുടെ സംഭാവനയുടെ വളർച്ചാത്തോത് മന്ദഗതിയിലാണ്. വാണിജ്യം, ഗതാഗതം, വാർത്താവിനിമയം, ബാങ്കിങ്, ഇൻഷുറൻസ്, റിയൽ എസ്റ്റേറ്റ്, സാമൂഹ്യസേവനം തുടങ്ങിയവ ഉൾപ്പെട്ട തൃതീയ (സേവന) മേഖലയുടെ സംഭാവന വൻതോതിൽ വർധിച്ചിട്ടുണ്ട്.

ദേശീയ ഉൽപ്പാദനത്തിൽ വിവിധ മേഖലകളുടെ പങ്ക്

	(ശതമാനക്കണക്കിൽ)		
മേഖല	1950–51	1980–81	2010–11
പ്രാഥമിക മേഖല	57.2	39.7	14
ദ്വിതീയ മേഖല	14.8	23.7	28
തൃതീയ മേഖല	28.0	36.6	58

കാർഷിക മേഖല (പ്രാഥമിക മേഖല) യിലാണ് ഏറ്റവും നിരാശാജനകമായ വളർച്ച കൈവരിച്ചത്. ജനസംഖ്യയിൽ 60 ശതമാനത്തിന്റെ ഉപജീവനമാർഗമാണ് കൃഷി. മുഖ്യ തൊഴിൽമേഖലയാണ് അത്. ജനങ്ങൾക്കുവേണ്ട ഭക്ഷണവും വ്യവസായങ്ങൾക്കുവേണ്ട അസംസ്കൃത പദാർഥങ്ങളും ഉൽപ്പാദിപ്പിക്കുന്നത് കൃഷിയിലാണ്. ഭൂരിപക്ഷത്തിന്റെ വരുമാനമാർഗവും കൃഷിയാണ്. പക്ഷേ, കാർഷികോൽപ്പാദനത്തിന്റെ വളർച്ചാനിരക്ക് താഴോട്ടാണ്. താഴെ കൊടുക്കുന്ന പട്ടിക കാണുക.

കാർഷികമേഖലയുടെ വാർഷിക വളർച്ചാനിരക്ക് (ശതമാനത്തിൽ)

1950–51 – 1960–61	3.3
1960–61 – 1970–71	2.2
1970–71 – 1980–81	1.7
1980–81 – 1990–91	3.9
1990–91 – 2000–01	2.8
2001–02 – 2006–07	2.1
2004–05 – 2009–10	3.1

ഇന്ത്യയുടെ സാമ്പത്തിക വളർച്ചയുടെ തോത് പിന്നോട്ടടിക്കുന്നതിനും ദാരിദ്ര്യം വർധിക്കുന്നതിനും മുഖ്യകാരണം കാർഷികരംഗത്തെ വളർച്ചയില്ലായ്മയും വളർച്ചയുടെ ഗുണഫലങ്ങൾ ജന്മികൾ തട്ടിയെടുക്കുന്നതുമാണ്.

ആളോഹരി വരുമാനക്കണക്ക് അസമത്വം മറച്ചുപിടിക്കുന്നു

മൊത്തം ദേശീയവരുമാനത്തുകയെ ഇന്ത്യയിലെ കോടീശ്വരന്മാർ, ശതകോടീശ്വരന്മാർ, ദരിദ്രർ, തൊഴിൽരഹിതർ, തൊഴിലുള്ളവർ, വിദ്യാർഥികൾ, വൃദ്ധർ, ഭിക്ഷാടനക്കാർ, കുട്ടികൾ, കർഷകത്തൊഴിലാളികൾ, കൃഷിക്കാർ, കൂലിപ്പണിക്കാർ തുടങ്ങിയവർ ഉൾക്കൊള്ളുന്ന ആകെ 110 കോടി ജനങ്ങൾക്കിടയിൽ തുല്യമായി വിഭജിച്ചാൽ കിട്ടുന്ന സംഖ്യയാണ് ആളോഹരി വരുമാനം. കുത്തക വ്യവസായിയായ അനിൽ അംബാനിയുടെ പ്രതിമാസ ശമ്പളമായ 40 ലക്ഷം രൂപയും ഗേറ്റ് വാച്ച്മാന്റെ 3000 രൂപ ശമ്പളവും ഉൾപ്പെട്ടതാണ് ദേശീയവരുമാനം. മേൽക്കൊടുത്ത ഉദാഹരണത്തിലെ രണ്ടുപേരുടെ മാത്രം ആളോഹരിവരുമാനം കണക്കാക്കിനോക്കൂ. യജമാനന്റെ ശമ്പളം 40 ലക്ഷം രൂപ. ഭൃത്യന്റേത് 3000 രൂപയും. ആകെ ശമ്പളം നാൽപ്പതു ലക്ഷത്തിമൂവായിരം രൂപ. ആളോഹരി വരുമാനം 4,00,3000 ÷ 2 = 20,01,500 രൂപ. ഭൃത്യനുകിട്ടുന്നത് 3,000 രൂപയാണെ

ങ്കിലും ആളോഹരിത്തുക 20,01,500 രൂപയാണ്. യജമാനന്റെ ശമ്പളം പത്തുലക്ഷം കൂടിയാലോ? ആളോഹരി വരുമാനം 25,01,500 രൂപ. ഭൃത്യന്റെ ശമ്പളത്തിൽ ഒരു രൂപയുടെയെങ്കിലും വർധനവുണ്ടായിട്ടില്ല എന്നോർക്കണം. എങ്കിലും ആളോഹരിവീതം ഉയർന്നു. സമ്പന്നരുടെ വരുമാനമുയർന്നാൽ ഇന്ത്യാക്കാരുടെ ആളോഹരി വരുമാനം വർധിക്കുമെന്നർഥം. സ്വത്തിന്റെയും വരുമാനത്തിന്റെയും വിതരണത്തിൽ രാജ്യത്തു നിലനിൽക്കുന്ന കടുത്ത അന്തരം ആളോഹരി വരുമാനം മറച്ചുപിടിക്കുന്നു.

ആഡംബരവസ്തുക്കൾ ഉൽപ്പാദിപ്പിച്ചാൽ ദേശീയവരുമാനം ഉയരും

അതേപോലെ സ്വത്തിലെയും വരുമാനത്തിലെയും അന്തരം ദേശീയവരുമാനം മറച്ചുപിടിക്കപ്പെടുന്നുണ്ട്. വിൽപ്പനയും ലാഭവും പ്രമാണമായ ഒരു കമ്പോളവ്യവസ്ഥയിൽ, വാങ്ങൽക്കഴിവുള്ളവർക്കു വേണ്ടിയാകും ഉൽപ്പാദനം. സ്വത്തും വരുമാനവും കയ്യടക്കിയവർക്കു വേണ്ട സാധനങ്ങളും സേവനങ്ങളും ഉൽപ്പാദിപ്പിക്കപ്പെടുകയാണ് അസമത്വവ്യവസ്ഥയുടെ ഫലം. ആഢംബരകാറുകൾ, മണിമാളികകൾ, വിലകൂടിയ ഇലക്ട്രോണിക് ഉപകരണങ്ങൾ, സ്വർണാഭരണങ്ങൾ, വിലകൂടിയ തുണിത്തരങ്ങൾ തുടങ്ങിയവ ധാരാളമായി ഉൽപ്പാദിപ്പിക്കപ്പെടുന്നു. ഇരുപതുലക്ഷം വിലയുള്ള പുതിയ കാർ നിർമിച്ചാൽ ദേശീയ വരുമാനം ഇരുപതുലക്ഷം രൂപ കണ്ട് വർധിക്കും. ഇരുപതു സൈക്കിളുകൾ നിർമിച്ചാൽ മുപ്പതിനായിരം രൂപ കണ്ടേ വർധിക്കൂ. കാറുകളും മണിമന്ദിരങ്ങളും ടെലിവിഷനുകളും കൂടുതലായി നിർമിച്ചാൽ ദേശീയവരുമാനം വർധിക്കും. ഇന്ത്യയുടെ ദേശീയവരുമാന വർധനയുടെ പിന്നിലെ ഘടകം ഇതാണ്. അതായത് കൂടുതൽ അരിയും പയർവർഗങ്ങളും തുണിയും ഉൽപ്പാദിപ്പിക്കുന്നതുകൊണ്ടല്ല രാജ്യത്തിന്റെ ദേശീയവരുമാനം ഉയരുന്നതെന്നു സാരം.

ദേശീയവരുമാനം കണക്കാക്കുന്ന രീതികൾ

ആകെ ആഭ്യന്തര ഉൽപ്പാദനം പരിഗണിച്ചുള്ള ദേശീയ വരുമാനം കണക്കാക്കൽ രീതിയാണ് ഇതുവരെ വിവരിച്ചത്. മൊത്തം ആഭ്യന്തര ഉൽപ്പാദനരീതിയെന്നോ ഗ്രോസ് ഡൊമസ്റ്റിക് പ്രോഡക്റ്റ് രീതിയെന്നോ അതിനെ വിളിക്കാം.

മറ്റു രണ്ടു രീതികളിലും ദേശീയവരുമാനം കണക്കാക്കാം. അല്ലെങ്കിൽ ഒന്നിലേറെ രീതികൾ സംയോജിപ്പിച്ചും കണക്കാക്കാം.

ഉൽപ്പാദനപ്രവർത്തനം, ഉൽപ്പാദന പ്രവർത്തനത്തിലേർപ്പെടുന്നവർക്ക് വരുമാനമുണ്ടാക്കും. തൊഴിലെടുക്കുന്നവർക്ക് കൂലി, പണം, വായ്പകൊടുക്കുന്നവർക്ക് പലിശ, ഭൂമി, യന്ത്രങ്ങൾ, കെട്ടിടങ്ങൾ തുടങ്ങിയ ആസ്തികൾ പാട്ടത്തിനു നൽകുന്നവർക്ക് പാട്ടം, സംഘാടനം

നടത്തുന്നവർക്ക് ലാഭം – എന്നിങ്ങനെയാണ് വരുമാനം ലഭ്യമാകുക. ഉൽപ്പാദനത്തിൽ ഒരു രൂപ നിക്ഷേപിക്കപ്പെടുമ്പോൾ മേൽപ്പറഞ്ഞവയിൽ ഏതെങ്കിലും ഘടകത്തിന്റെയോ ഘടകങ്ങളുടെയോ വരുമാനം അത്ര കണ്ട് വർധിക്കും. സ്വാഭാവികമായും ആകെ ആഭ്യന്തര ഉൽപ്പാദനവും ആകെ വരുമാനവും ഒന്നായിരിക്കും.

ഉൽപ്പാദന പ്രവർത്തനത്തിലേർപ്പെടുന്ന എല്ലാവർക്കും കൂലി നൽകപ്പെടുന്നില്ല. കുടുംബത്തിനുള്ളിൽ സ്ത്രീകൾ നിർവഹിക്കുന്ന ഗാർഹിക ജോലികൾക്ക് കൂലി നൽകപ്പെടുന്നില്ല. ഫലമാകട്ടെ വീട്ടമ്മമാരുടെ വിലപ്പെട്ട അധ്വാനം ദേശീയവരുമാന കണക്കെടുപ്പിൽ ഒഴിവാക്കപ്പെടുന്നു. ഒരാൾ ഒരു സ്ത്രീയെ പ്രതിമാസം ആയിരം രൂപ ശമ്പളത്തിൽ വീട്ടുവേലയ്ക്ക് വെക്കുന്നു എന്നു കരുതുക. ദേശീയവരുമാനം പന്ത്രണ്ടായിരം രൂപകണ്ട് ഉയരും. അതേ സ്ത്രീയെ അയാൾ വിവാഹം ചെയ്യുന്ന നിമിഷം ദേശീയ വരുമാനം പന്ത്രണ്ടായിരം രൂപ കണ്ട് കുറയും. ഭാര്യയ്ക്ക് ആരും ശമ്പളം നൽകുകയില്ലല്ലോ.

ആകെ ചെലവുകൾ പരിഗണിച്ചും ദേശീയവരുമാനം കണക്കുകൂട്ടാം. വരുമാനം ഉപയോഗിക്കുന്നത് ചെലവാക്കാനാണല്ലോ. അപ്പോൾ ചെലവുകളെല്ലാം കൂട്ടിനോക്കിയാൽ മതിയാകും. ആകെ ചെലവിന്റെ ഒരുഭാഗം, അതും മുഖ്യഭാഗം, നടത്തുന്നത് സ്വകാര്യവ്യക്തികളും സ്ഥാപനങ്ങളുമാണ്. അതിനെ സ്വകാര്യ ഉപഭോഗചെലവ് എന്നു വിശേഷിപ്പിക്കാം. മറ്റൊരു ഭാഗം ചെലവ് നടത്തുന്നത് നിക്ഷേപത്തിനാണ്. നിക്ഷേപം നടത്തുന്നത് ആസ്തികൾ നിർമിക്കാനാണ്. പുതിയ ഫാക്ടറികളും യന്ത്രസാമഗ്രികളും വാങ്ങാൻ ബിസിനസ് സ്ഥാപനങ്ങൾ നടത്തുന്ന ചെലവുകൾ, വിൽപ്പനയ്ക്കു തയാറാക്കി സൂക്ഷിക്കാൻവേണ്ടി വരുന്ന ചെലവുകൾ, വീടുനിർമാണചെലവുകൾ, റോഡുകൾ, ആശുപത്രികൾ, സ്കൂളുകൾ തുടങ്ങിയവയുടെ നിർമാണത്തിന് സർക്കാർ നടത്തുന്ന ചെലവുകൾ എന്നിങ്ങനെ നിക്ഷേപച്ചെലവുകളെ തരംതിരിക്കാം. സാധനങ്ങളും സേവനങ്ങളും വാങ്ങുന്നതിന് സർക്കാർ നടത്തുന്ന ചെലവുകളാണ് മൂന്നാമത്തെ ഇനം ചെലവ്. രാജ്യത്തേക്ക് സാധനങ്ങളും സേവനങ്ങളും ഇറക്കുമതി ചെയ്യുന്നുണ്ട്. അതൊരു ചെലവിനമാണ്. പക്ഷേ, ആഭ്യന്തരമായി ഉൽപ്പാദിപ്പിച്ച മൊത്തം സാധനങ്ങളും സേവനങ്ങളും ആഭ്യന്തരമായ ഉപഭോഗത്തിനു ലഭ്യമാവുകയില്ല. ഒരുഭാഗം കയറ്റുമതി ചെയ്യപ്പെടുകയാണ്. എന്നാൽ, കുറെ ഉൽപ്പന്നങ്ങൾ ഇറക്കുമതി ചെയ്യുന്നുമുണ്ട്. ആയതിനാൽ ഇറക്കുമതിയും കയറ്റുമതിയും തമ്മിലെ വ്യത്യാസമാണ് പരിഗണിക്കേണ്ടത്. അങ്ങനെ ചെലവിനങ്ങൾ നാലെണ്ണമാണ്: സ്വകാര്യ ഉപഭോഗം, നിക്ഷേപം, സർക്കാർ ചെലവുകൾ, ഇറക്കുമതിയും കയറ്റുമതിയും തമ്മിലെ വ്യത്യാസം. ഇവ നാലും ചേർന്നതാണ് മൊത്തം ചെലവ് അല്ലെങ്കിൽ മൊത്തം വരുമാനം. വരുമാനം ചെലവാക്കപ്പെടുന്നത് ഉൽപ്പന്നങ്ങൾ വാങ്ങാനാണ്. ആയതിനാൽ ആകെ ഉൽപ്പാദനം, ആകെ വരുമാനം, ആകെ ചെലവുകൾ എന്നീ രീതികൾ പ്രയോഗിച്ചു ലഭിക്കുന്ന

സംഖ്യകൾ ഒന്നുതന്നെയായിരിക്കും.

ദേശീയവരുമാനം = സ്വകാര്യ ഉപഭോഗചെലവ് + നിക്ഷേപചെലവ് + സർക്കാർ ചെലവ് + (കയറ്റുമതി – ഇറക്കുമതി)

$$Y = C + I + G + (X-M)$$

മൊത്തം ദേശീയ വരുമാനത്തിൽനിന്നും തേയ്മാനച്ചെലവ് കുറച്ചാൽ കിട്ടുന്നതാണ് അറ്റദേശീയ വരുമാനം (Net Domestic Product).

മേൽക്കൊടുത്ത ചെലവിനങ്ങൾ ഓരോന്നും പ്രധാനമാണ്. സമ്പദ്‌വ്യവസ്ഥയിൽ അവയോരോന്നും കൃത്യമായ പ്രതിഫലനങ്ങളുണ്ടാക്കും. സ്വകാര്യ ഉപഭോഗചെലവാണ് ആപേക്ഷികമായി ഏറ്റവും വലുത്. സ്വകാര്യ ഉപഭോഗച്ചെലവ് ഉയരുന്നു എന്നിരിക്കട്ടെ. അതിനർഥം ജനങ്ങൾ കൂടുതൽ സാധനങ്ങളും സേവനങ്ങളും വാങ്ങുന്നു എന്നാണ്. സാധനങ്ങൾക്കും സേവനങ്ങൾക്കും ആവശ്യം കൂടുമ്പോൾ, അവ ഉൽപ്പാദിപ്പിക്കുന്നവർക്ക് കൂടുതൽ ലാഭം ലഭിക്കും. വർധിച്ച ലാഭം നിക്ഷേപവർധന ഉറപ്പാക്കും. ഉയർന്ന നിക്ഷേപം തൊഴിലവസരങ്ങൾ വളർത്തും. വരുമാനം വർധിപ്പിക്കും. സമ്പദ്‌വ്യവസ്ഥ ചലനാത്മകമാകും. നേരെമറിച്ച് സ്വകാര്യ ഉപഭോഗചെലവ് കുറയുമ്പോൾ, ചരക്കുകൾ കെട്ടിക്കിടക്കും. വിലകൾ ഇടിയും. ലാഭം ചുരുങ്ങും. നിക്ഷേപം മന്ദീഭവിക്കും. തൊഴിലവസരങ്ങൾ കുറയും. മുതലാളിത്തലോകത്തെ ഗ്രസിച്ച സാമ്പത്തിക പ്രതിസന്ധിയുടെ കാരണങ്ങളിലൊന്ന് സ്വകാര്യ ഉപഭോഗചെലവിലുണ്ടായ വൻ ഇടിവാണ്.

സാമ്പത്തിക വളർച്ചയുടെ മറ്റൊരു അടിസ്ഥാനഘടകമാണ് നിക്ഷേപം. നിക്ഷേപം ഉൽപ്പാദനശേഷി വർധിപ്പിക്കും. ഫാക്ടറികളും യന്ത്രങ്ങളും സ്ഥാപിക്കാനും, തേയ്മാനച്ചെലവുകൾ നടത്താനും, വീടുകൾ നിർമിക്കാനും റോഡുകളും വിദ്യാലയങ്ങളും ആശുപത്രികളും സ്ഥാപിക്കാനും നിക്ഷേപം ആവശ്യമാണ്. കമ്പോള വ്യവസ്ഥയിൽ നിക്ഷേപത്തിന്റെ ലക്ഷ്യം ലാഭമാണ്. ലാഭം വിൽപ്പനവിലയെയും വിൽപ്പനയുടെ അളവിനെയും ആശ്രയിച്ചിരിക്കുന്നു. ഇവ രണ്ടും ആത്യന്തികമായി ജനങ്ങളുടെ വാങ്ങൽശേഷിയെ ആശ്രയിച്ചാണിരിക്കുന്നത്. വാങ്ങൽക്കഴിവു കുറഞ്ഞ സമൂഹത്തിൽ നിക്ഷേപത്തിന്റെ തോത് കുറഞ്ഞിരിക്കും. സാമ്പത്തിക വളർച്ചയുടെ അടിസ്ഥാനഘടകം ജനങ്ങളുടെ വാങ്ങൽകഴിവാണ്.

ഇന്ത്യ ഒരു കാർഷിക രാജ്യമായതുകൊണ്ട് കൃഷിയാണ് പ്രധാന ഉപജീവനമാർഗം. പ്രധാനപ്പെട്ട സ്വത്ത് കൃഷിഭൂമിയാണ്. പക്ഷേ, സമഗ്രമായ ഭൂപരിഷ്കരണത്തിന്റെ അഭാവത്തിൽ, ഭൂമി ഒരു ന്യൂനപക്ഷം വരുന്ന ജന്മികളും ധനിക കൃഷിക്കാരും കയ്യടക്കിവെച്ചിരിക്കുന്നു. കുടിയാന്മാരും കർഷകത്തൊഴിലാളികളും നാമമാത്ര കൃഷിക്കാരുമാണ് ഭൂരിപക്ഷം. അവരുടെ പ്രതിദിന വരുമാനം വളരെ കുറവാണ്. അതുകൊണ്ട് വാങ്ങൽ ശേഷിയും. ഭൂരിപക്ഷത്തിന്റെ വാങ്ങൽകഴിവ് ഉയർത്തണമെങ്കിൽ അവർക്ക് ഒന്നുകിൽ ഭൂമി അല്ലെങ്കിൽ തൊഴിൽ നൽകണം. ഭൂപരിഷ്കര

ണം വാങ്ങൽശേഷി വളർത്തും. പക്ഷേ, ഇന്ത്യയിൽ ഭൂരിപക്ഷം സംസ്ഥാനങ്ങളിലും സമഗ്രമായ ഭൂപരിഷ്കരണം നടപ്പാക്കിയിട്ടില്ല. അതുകൊണ്ട് ജനങ്ങളുടെ വാങ്ങൽശേഷി കുറഞ്ഞിരിക്കുന്നു. ഇന്ത്യയുടെ സാമ്പത്തിക വളർച്ചയ്ക്ക് മുഖ്യതടസ്സം ഭൂപരിഷ്കരണത്തിന്റെ അഭാവമാണ്. ഫ്യൂഡൽ ബന്ധങ്ങളുടെയും ഫ്യൂഡൽ മൂല്യങ്ങളുടെയും തുടർച്ച, മുതലാളിത്ത രീതിയിലുള്ള വികസനത്തെത്തന്നെ തടസ്സപ്പെടുത്തുന്നു. മുതലാളിത്ത വളർച്ചയെ പിന്നോട്ടടിക്കുന്നു.

കമ്പോളച്ചുരുക്കം മറികടക്കാൻ കയറ്റുമതിയെ ആശ്രയിക്കേണ്ടി വരുന്നു. വർധിച്ച തോതിലുള്ള കയറ്റുമതി കൂടാതെ സാമ്പത്തികവളർച്ച സാധ്യമല്ലെന്ന സ്ഥിതി സംജാതമാവുന്നത് ആഭ്യന്തര കമ്പോളത്തിന്റെ ചുരുക്കംമൂലമാണ്.

5

പണം (Money)

'**പ**ണമില്ലെങ്കിൽ പിണം' എന്നൊരു ചൊല്ലുണ്ട്. പണമുണ്ടെങ്കിൽ എന്തും വാങ്ങാം എന്തും കൈവശമാക്കാം എന്ന അർഥത്തിലാണ് ഈ പ്രയോഗം. പണം കൈവശമുണ്ടെങ്കിൽ നിത്യോപയോഗ സാധനങ്ങൾ വാങ്ങാം, ആഡംബരവസ്തുക്കൾ വാങ്ങാം. കെട്ടിടമോ, വാഹനമോ, ഓഹരികളോ, ഭൂമിയോ, മറ്റു കറൻസികളോ എന്തും വാങ്ങാം. വാങ്ങൽ കഴിവാണ് പണം. സ്വത്തിന്മേൽ അധീശത്വം സ്ഥാപിക്കാമെന്ന സാധ്യതയാണ് പണം സമ്പാദിച്ചു കൂട്ടാനുള്ള ആഗ്രഹത്തിനുപിന്നിൽ.

പ്രാചീനകാലത്ത് മനുഷ്യർക്ക് ഉൽപ്പാദിപ്പിക്കാനുള്ള കഴിവ് പരിമിതമായിരുന്നു. ഉൽപ്പാദനോപകരണങ്ങൾ അപരിഷ്കൃതമായിരുന്നതുതന്നെ കാരണം. ജനസംഖ്യയും കുറവായിരുന്നു. ജനങ്ങളുടെ ആവശ്യങ്ങളും കുറവായിരുന്നു. ചെറിയ തോതിലാണെങ്കിലും ഉൽപ്പാദിപ്പിക്കപ്പെട്ട ഉൽപ്പന്നങ്ങൾ (ഉദാഹരണമായി, വേട്ടയാടിപ്പിടിച്ച മൃഗങ്ങൾ, കൃഷി ചെയ്തുണ്ടാക്കിയ ധാന്യങ്ങൾ തുടങ്ങിയവ) അതാതു ഗോത്രങ്ങൾതന്നെ ഉപയോഗിച്ചുപോന്നു. മിച്ചംവെക്കാൻ ഒന്നും ഇല്ലായിരുന്നു. ഉൽപ്പന്നങ്ങൾക്ക് വിനിമയമൂല്യം ഇല്ലായിരുന്നു.

സമൂഹത്തിന്റെ ഉൽപ്പാദനശേഷി വികസിക്കുകയും ഉൽപ്പന്നം ധാരാളമായി ഉണ്ടാക്കപ്പെടുകയും ചെയ്തതോടെ, ആവശ്യം കഴിച്ചും ഉൽപ്പന്നങ്ങളുണ്ടായി. മനുഷ്യരുടെ ആവശ്യങ്ങൾ വർധിച്ചപ്പോൾ പകരം സാധനങ്ങൾ കൈക്കൊള്ളാൻ മനുഷ്യർ തയാറായി. അങ്ങനെ കൈമാറ്റം ഉടലെടുത്തു. സാധനങ്ങളുടെ അളവും വൈവിധ്യവും പെരുകിയപ്പോൾ, കൈമാറ്റങ്ങളുടെ എണ്ണവും വർധിച്ചു.

ബാർട്ടർ സമ്പ്രദായം

ആദ്യമൊക്കെ, ഒരു ഉൽപ്പന്നം നൽകി മറ്റൊന്നു പകരം കൊള്ളുകയായിരുന്നു രീതി–ബാർട്ടർ സമ്പ്രദായം എന്ന് അത് അറിയപ്പെട്ടു. മൃഗത്തിന്റെ തോൽ കൈവശമുള്ളയാൾ, മറ്റൊരു മൃഗത്തിന്റെ മാംസത്തിനു പകരം തോൽ കൈമാറ്റം ചെയ്തു. അല്ലെങ്കിൽ നെല്ലിനുപകരം ആടിനെ കൈമാറ്റം ചെയ്തു. പല സമൂഹങ്ങളിലും ഇന്നും ബാർട്ടർ സമ്പ്രദായമുണ്ട്. കാട്ടിൽനിന്നും തേൻ ശേഖരിക്കുന്ന ആദിവാസികൾ, ചന്തയിൽ കൊണ്ടുപോയി പകരം അവർക്കാവശ്യമുള്ള നിത്യോപയോഗ സാധനങ്ങൾ വാങ്ങുന്നു. കൂലിയായി ലഭിച്ച നെല്ല് കർഷകത്തൊഴിലാളി ചന്തയിൽ കൊണ്ടുപോയി പകരം സാധനങ്ങൾ വാങ്ങുന്നു.

സമൂഹം കൂടുതൽ പരിഷ്കൃതമായതോടെയാണ് പണത്തിന്റെ ഉപയോഗം ഉടലെടുക്കുന്നത്. ബാർട്ടർ സമ്പ്രദായത്തിന്റെ തുടർച്ച സമൂഹത്തിന്റെ പിന്നോക്കാവസ്ഥയുടെ സൂചികയായി കരുതപ്പെടുന്നു.

പണത്തിന്റെ ധർമങ്ങൾ

സമൂഹം പുരോഗമിച്ചതോടെ ബാർട്ടർ സമ്പ്രദായം തുടരുന്നത് ദുഷ്കരമായിത്തീർന്നു. ഉൽപ്പന്നങ്ങളുടെ അളവുകൂടി, എണ്ണംപെരുകി. അവ കൂടുതൽ വൈവിധ്യമുള്ളതായി. നേരിട്ടുള്ള കൈമാറ്റം സ്വാഭാവികമായും പ്രയാസകരമായി. ഒരു ഉൽപ്പന്നത്തിനുപകരം എത്ര അളവിൽ മറ്റൊരു ഉൽപ്പന്നം കൈമാറണമെന്നായിരുന്നു ആദ്യത്തെ വൈതരണി. കറവയുള്ള ഒരു പശുവിനുപകരം എത്ര ആടുകളെ കൈമാറ്റം ചെയ്യണമെന്നു നിശ്ചയിക്കാനായില്ല. രണ്ട് ആടുകൾ മതിയോ, അതോ മൂന്നോ അതോ നാലെണ്ണമോ? നിശ്ചയിക്കുക വിഷമകരമായി. വിവിധ ഉൽപ്പന്നങ്ങളുടെ വിനിമയമൂല്യം ഏതെങ്കിലും ഒരു വസ്തുവിന്റെ അടിസ്ഥാനത്തിൽ പ്രകടി

പ്പിക്കാൻ തുടങ്ങിയത് അങ്ങനെയാണ്. ഉൽപ്പന്നങ്ങളുടെ വിനിമയമൂല്യം നിർണയിക്കാൻ ഒരു വസ്തു അളവായി സ്വീകരിക്കപ്പെട്ടു. കണക്കെടുപ്പും താരതമ്യവും എളുപ്പമായി. ഒരു ആടിനുപകരം രണ്ടു പശുത്തോൽ. രണ്ടു പശുത്തോലിനുപകരം പത്തു കടൽചിപ്പികൾ. ഇപ്പോൾ പത്തു കടൽചിപ്പികളുടെ വിനിമയമൂല്യം ഒരു ആട് എന്നു നിർണയിക്കാനായി. എല്ലാ ഉൽപ്പന്നങ്ങളുടെയും വിനിമയമൂല്യം ആടുകളുടെ എണ്ണവുമായി ബന്ധപ്പെടുത്തി തീരുമാനിക്കാമെന്നായി. ചുരുക്കത്തിൽ, ആടുകൾ പണത്തിന്റെ സ്ഥാനം ഏറ്റെടുത്തു. എല്ലാ ഗോത്രത്തിലും ആടിനെത്തന്നെ വിനിമയമൂല്യത്തിന്റെ മാനദണ്ഡമായി സ്വീകരിച്ചു എന്നല്ല. പല ഗോത്രങ്ങളിലും പല വസ്തുക്കളും പണമായി ഉപയോഗിച്ചിട്ടുണ്ട്. ആമയുടെ തോട്, കടൽചിപ്പികൾ, പശു, കുതിര, പുകയില, തോൽ, ഉപ്പ്, ഇരുമ്പ്, ചെമ്പ്, നഖം അങ്ങനെ പലതും കൈമാറ്റ മാനദണ്ഡമായി ഉപയോഗിച്ചിട്ടുണ്ട്. സമൂഹം പുരോഗമിച്ചതോടെ സ്വർണം, വെള്ളി, കടലാസ്, ബാങ്ക് ഡെപ്പോസിറ്റുകൾ തുടങ്ങിയവ പണമായി ഉപയോഗിക്കാൻ തുടങ്ങി.

ആദ്യത്തെ പ്രശ്നം പരിഹരിച്ചപ്പോൾ, കൂടുതൽ സങ്കീർണമായ മറ്റൊന്ന് ഉടലെടുത്തു. വിൽക്കാൻ തയാറുള്ള വ്യക്തിയുടെ ആവശ്യവും വാങ്ങാൻ തയാറുള്ള വ്യക്തിയുടെ ആവശ്യവും തമ്മിൽ പൊരുത്തപ്പെടുത്തുക എന്ന പ്രശ്നം ഉയർന്നുവന്നു. ഒരാളുടെ കൈവശം കൈമാറ്റത്തിനായി ഒരു ആടുണ്ട്. അന്വേഷണത്തിലൂടെ അവസാനം ആടിനെ ആവശ്യമുള്ള ഒരാളെ കണ്ടെത്തി. രണ്ടാമൻ ആടിനെ വാങ്ങാനും തയാർ. അയാളുടെ കൈവശമുള്ളതു മാനിന്റെ തോലാണ്. തോൽ കൈമാറ്റം ചെയ്യാനും തയാർ. പക്ഷേ ആടിന്റെ ഉടമയ്ക്ക് മാൻതോൽ വേണ്ട. വേണ്ടത് ഉപ്പ് ആണ്. പിന്നെ പ്രശ്നം മാൻതോൽ ആവശ്യമുള്ള മറ്റൊരാളെ കണ്ടുപിടിക്കലായി. കണ്ടുപിടിച്ചപ്പോഴാകട്ടെ, അയാൾക്കു വേണ്ടതുമാനിന്റെ മാംസം. അതു മേൽപ്പറഞ്ഞവരുടെ കൈവശം ഇല്ലതാനും. സമയം നഷ്ടം, ശ്രമം നഷ്ടം, ആവശ്യം നടന്നതുമില്ല. ആടിന്റെയും തോലിന്റെയും മാംസത്തിന്റെയും ഉപ്പിന്റെയും ഉടമകൾക്ക് പൊതുവെ സ്വീകാര്യമായ ഒരു വസ്തു ഉണ്ടായതോടെ സങ്കീർണമായ പ്രശ്നം പരിഹൃതമായി. പൊതുവെ സ്വീകാര്യമായ ആ വസ്തുവാണ് പണം. ആടിനുപകരം പണം. പണംകൊണ്ട് മാൻതോൽ, അല്ലെങ്കിൽ മാംസം, അല്ലെങ്കിൽ ഉപ്പ്. വിനിമയങ്ങൾക്കുള്ള പൊതുമാധ്യമമാണ് പണം.

പിന്നെയും പ്രശ്നങ്ങൾ അവശേഷിച്ചു. ആടിനെ പണമായി ഉപയോഗിക്കുന്നു എന്നു കരുതുക. അഞ്ചോ പത്തോ ആടുകൾ കൈവശമുള്ളയാൾ, ആടുകളെ കൈമാറി പകരം അയാൾക്ക് സാധനങ്ങൾ വാങ്ങാം. പത്ത് ആടുകൾ കൈവശമുള്ള പണക്കാരനാണയാൾ. പക്ഷേ, ചില ആടുകൾ രോഗം വന്നു ചത്തെന്നിരിക്കട്ടെ. വൻനഷ്ടമാണു സംഭവിക്കുന്നത്. മറിച്ച്, ആടുകൾ പ്രസവിക്കുമ്പോൾ, പണം വർധിക്കുകയും ചെയ്യും. ഈ വകപ്രശ്നങ്ങൾക്കുള്ള പരിഹാരം കൈമാറ്റമൂല്യം മാറാത്ത ഏതെങ്കിലും വസ്തു പണമായി ഉപയോഗിക്കുകയാണ്. അങ്ങനെയാണ്

ജന്തുക്കൾക്കു പകരം സ്വർണവും വെള്ളിയും പണമായി ഉപയോഗിക്കാൻ തുടങ്ങിയത്. പിന്നീട് കടലാസുകൊണ്ടുള്ള കറൻസികൾ നിലവിൽ വന്നു. ഇനിയിപ്പോൾ പത്തോ നൂറോ ആടുകളെയോ ആനകളെയോ കൈവശം വയ്ക്കുന്നതിനുപകരം, അവ വാങ്ങാനുള്ള കറൻസികളും നാണയങ്ങളും കരുതിയാൽ മതിയാകും. പണംകൊടുത്ത് അധ്വാനശേഷി വാങ്ങാം. അസംസ്കൃത വസ്തുക്കളും യന്ത്രങ്ങളും വാങ്ങാം. കാറുകളും, ബസുകളും വിമാനങ്ങളും കപ്പലുകളും വാങ്ങാം. ഒരുകൂട്ടർ വാങ്ങിക്കൂട്ടുമ്പോൾ മറുകൂട്ടർ ദരിദ്രവൽക്കരിക്കപ്പെടും. പണം ഒരു കൂട്ടരിൽ കേന്ദ്രീകരിക്കപ്പെടുന്ന അതേ അളവിലും തീവ്രതയിലും മറ്റുകൂട്ടർ ദരിദ്രവൽക്കരിക്കപ്പെടും.

മറ്റൊരു പ്രധാന ധർമംകൂടി പണം നിർവഹിക്കുന്നുണ്ട്. ഒരാൾക്ക് ഉൽപ്പാദനത്തിൽ നിക്ഷേപിക്കാൻ പണം വേണം. കയ്യിൽ ആവശ്യമായത്ര പണമില്ല. ഒരു സ്നേഹിതൻ അല്ലെങ്കിൽ ഒരു ബാങ്ക് പണം നൽകുന്നു. പിന്നീട് കൂടുതൽ പണത്തോടെ തിരിച്ചുനൽകണമെന്ന വ്യവസ്ഥയിൽ. ഉൽപ്പന്നങ്ങൾ വിറ്റ് വരുമാനം കിട്ടിയ ഉൽപ്പാദകൻ കടം വാങ്ങിയ പണവും അതിനെക്കാൾ കൂടുതൽ പണവും തിരിച്ചുനൽകി ബാധ്യത അവസാനിപ്പിക്കുന്നു. അധികപണമാണ് പലിശ. കടം വാങ്ങി കാര്യം നടത്താനുള്ള ഒരു മാധ്യമം കൂടിയാണ് പണം.

മേൽപ്പറഞ്ഞ നാലു ധർമങ്ങൾ നിറവേറ്റുന്ന ഏതിനെയും പണമെന്നു വിശേഷിപ്പിക്കാം. കൊടുക്കൽ-വാങ്ങലുകൾക്കുള്ള പൊതുമാധ്യമമായി ജനങ്ങൾ സ്വീകരിക്കണമെന്നു മാത്രം. പേപ്പർ കറൻസി സ്വീകാര്യമാകുന്നത് കടലാസിന്റെ മേന്മകൊണ്ടല്ല. എല്ലാവരും അതു സ്വീകരിക്കുന്നതുകൊണ്ടാണ്. ബാങ്കുഡെപ്പോസിറ്റുകൾ പണമാണ്. ക്രെഡിറ്റ് കാർഡുകൾ നിർവഹിക്കുന്നതും പണത്തിന്റെ ധർമമാണ്.

പേപ്പർ കറൻസി സമ്പ്രദായം

പേപ്പർകറൻസി സമ്പ്രദായമാണ് ഇന്ത്യയിൽ നിലനിൽക്കുന്നത്. മിനിമം റിസർവ് സമ്പ്രദായമാണ് ഇന്ത്യ സ്വീകരിച്ചിട്ടുള്ളത്. അതുപ്രകാരം ചുരുങ്ങിയത് 115 കോടി രൂപയുടെ സ്വർണവും 85 കോടി രൂപയുടെ വിദേശകടപ്പത്രങ്ങളും സൂക്ഷിച്ചാൽ, റിസർവ് ബാങ്കിന് യഥേഷ്ടം പണമടിച്ചിറക്കാം. തത്വത്തിൽ ഇന്ത്യാഗവൺമെന്റുപുറപ്പെടുവിക്കുന്ന കടപ്പത്രങ്ങളുടെ അടിസ്ഥാനത്തിലാണ് റിസർവ് ബാങ്ക് കറൻസികൾ അടിച്ചിറക്കുന്നത്. കറൻസി അച്ചടിക്കാനുള്ള സ്വാതന്ത്ര്യം അനിയന്ത്രിതമല്ല. അമിതമായി കറൻസിനോട്ടുകൾ അടിച്ചിറക്കിയാൽ, സാധനങ്ങളുടെയും സേവനങ്ങളുടെയും വിലകൾ ക്രമാതീതമായി ഉയരും. വിലക്കയറ്റം ജനജീവിതം ദുഷ്കരമാക്കും. നിത്യോപയോഗസാധനങ്ങളുടെ മാത്രമല്ല വിലകൾ ഉയരുക. അസംസ്കൃത വസ്തുക്കളുടെയും യന്ത്രങ്ങളുടെയുമെല്ലാം വിലകൾ ഉയരും. ഉൽപ്പാദനച്ചെലവ് വർധിക്കും. വിലക്കയറ്റം രൂക്ഷമാകുന്നതിന് അതു വഴിതുറക്കും. നിയന്ത്രിതമായ അളവിൽ മാത്ര

മേ റിസർവ് ബാങ്കിനെന്നല്ല ഏതു കേന്ദ്രബാങ്കിനും കറൻസി അടിച്ചിറക്കാൻ കഴിയൂ.

പണത്തിന്റെ ധർമം നിറവേറ്റുന്ന എന്തും പണമാണ്

കറൻസിയും നാണയങ്ങളും മാത്രമല്ല പണം. പണത്തിന്റെ ധർമങ്ങൾ നിറവേറ്റുന്ന എന്തും പണംതന്നെ. പണത്തിനുപകരം ചെക്കു നൽകിയാൽ അതു പണമാണ്. കാരണം ചെക്കിനു പിൻബലമായി ബാങ്ക് ഡെപ്പോസിറ്റുണ്ട്. അഥവാ ബാങ്ക് ഡെപ്പോസിറ്റും പണമാണ്.

ബാങ്ക് ഡെപ്പോസിറ്റ് പണമാണ്, വായ്പകൾ ഡെപ്പോസിറ്റുണ്ടാക്കുന്നു

ബാങ്ക് ഡെപ്പോസിറ്റ് പണമാണെന്നു പറഞ്ഞുവല്ലോ. എങ്ങനെയാണ് ബാങ്ക് ഡെപ്പോസിറ്റുണ്ടാക്കുക? ലളിതമായ മാർഗം വിശദീകരിക്കാം. ഒരാൾ തന്റെ കൈവശമുള്ള സമ്പാദ്യം കറൻസി നോട്ടുകളും നാണയങ്ങളുമായി ബാങ്കിൽ നിക്ഷേപിക്കുമ്പോൾ ബാങ്കിൽ അയാളുടെ കണക്കിൽ ഡെപ്പോസിറ്റ് തുക വരവുവെക്കുന്നു. ഇപ്പോൾ ബാങ്ക് ഡെപ്പോസിറ്റായി. ബാങ്കിൽ പണം നിക്ഷേപിക്കാതെയും ബാങ്ക് ഡെപ്പോസിറ്റുണ്ടാകും. ബാങ്ക് വായ്പ നൽകുമ്പോഴാണ് ഡെപ്പോസിറ്റുണ്ടാകുക. ബാങ്കുവായ്പകൾ ബാങ്ക് ഡെപ്പോസിറ്റുകളാകുന്നു; ബാങ്കു ഡെപ്പോസിറ്റുകൾ പണമാണ്.

ഇങ്ങനെ വിശദീകരിക്കാം. ഒരാൾ 100 രൂപയുടെ കറൻസിയുമായി ബാങ്കിലെത്തുകയും 100 രൂപയുടെ ഡെപ്പോസിറ്റ് ആരംഭിക്കുകയും ചെയ്യുന്നു. ആകെ ഡെപ്പോസിറ്റ് തുക 100 രൂപ. അയാളും അയാളെപ്പോലുള്ളവരും പിറ്റേന്നുതന്നെ തുക പിൻവലിക്കുകയില്ല. പിന്നീട് എപ്പോഴെങ്കിലും തുക പിൻവലിച്ചേക്കാം. അത്തരം പിൻവലിക്കലുകൾ നേരിടാൻ ബാങ്ക് സന്നദ്ധമായിരിക്കണം. എപ്പോഴും ഡെപ്പോസിറ്റു പിൻവലിക്കുകയില്ല എന്ന സ്ഥിതി, ഡെപ്പോസിറ്റ് മറ്റൊരാൾക്ക് വായ്പയായി നൽകാൻ ബാങ്കിന് അവസരം നൽകുന്നു. ഡെപ്പോസിറ്റായി ലഭിച്ച നൂറുരൂപ എപ്പോഴും ബാങ്ക് സൂക്ഷിച്ചുവെക്കേണ്ട. അതിന്റെ ഒരു നിശ്ചിത ശതമാനം ക്യാഷ്റിസർവ് റേഷ്യോ (കരുതൽ ധനാനുപാതം) ആയി സൂക്ഷിച്ചാൽ മതിയാകും. ഇന്ത്യയിൽ 2012 ആഗസ്റ്റിൽ കരുതൽ ധനാനുപാതം 4.75 ശതമാനമാണ്. കരുതൽ ധനാനുപാതസംഖ്യയിൽ കുറെ തുക ബാങ്ക് സ്വന്തം കയ്യിലും മറുഭാഗം റിസർവ് ബാങ്കിലുമാണ് സൂക്ഷിക്കേണ്ടത്. നൂറുരൂപയുടെ 4.75 ശതമാനം, അഥവാ, നാലേമുക്കാൽ രൂപ നീക്കിവെച്ച് ശേഷിക്കുന്ന 95.25 രൂപ മറ്റൊരാൾക്ക് വായ്പയായി നൽകാം. വായ്പനൽകുമ്പോൾ വായ്പത്തുക കറൻസിയായി വായ്പക്കാരനു നൽകുകയല്ല രീതി. പകരം 95.25 രൂപ അയാളുടെ അക്കൗണ്ടിൽ ഡെപ്പോസിറ്റായി വരവുവെക്കുന്നു. ഇപ്പോൾ ആകെ ഡെപ്പോസിറ്റ് 195.25 രൂപ. 95.25 രൂപയുടെ ഡെപ്പോസിറ്റ് കറൻസിനോട്ട് നിക്ഷേപിച്ച്

ഉണ്ടായതല്ല. മറിച്ച് ബാങ്കുവായ്പയുടെ ഫലമായി സൃഷ്ടിക്കപ്പെട്ടതാണ്. തുടർന്ന് 95.25 രൂപയുടെ ഡെപ്പോസിറ്റിൽ 4.75 ശതമാനം നീക്കിവെച്ച് ശേഷംതുക 90.73 രൂപ വായ്പനൽകാം. ഇപ്പോൾ ആകെ ഡെപ്പോസിറ്റ് 285.98 രൂപ. ഈ പ്രക്രിയ തുടരും. ഇതിൽനിന്നും മനസിലാക്കേണ്ട ഒരു കാര്യം ബാങ്കുകൾ കേവലം ഡെപ്പോസിറ്റ് സ്വീകരിക്കുകയും വായ്പ നൽകുകയും ചെയ്യുന്ന സ്ഥാപനങ്ങൾ മാത്രമല്ല; അവ പണം നിർമിക്കുന്ന സ്ഥാപനങ്ങൾ കൂടിയാണ്.

കറൻസിനോട്ട് ഡെപ്പോസിറ്റായി സ്വീകരിച്ച് ഡെപ്പോസിറ്റാക്കുന്ന രീതിയാണ് മേൽവിവരിച്ചത്. ഒരു കോടീശ്വരന് ബാങ്കിൽ വൻതുക ഡെപ്പോസിറ്റുണ്ടെന്നു കരുതുക. ഡെപ്പോസിറ്റ് സംഖ്യയ്ക്കപ്പുറം ആവശ്യം വന്നാൽ, ബാങ്ക്, അധികതുക പിൻവലിക്കാൻ അനുവദിക്കും. അങ്ങനെ പിൻവലിക്കുന്ന അധികതുകയ്ക്കാണ് ഓവർഡ്രാഫ്ട് എന്നു പറയുന്നത്. നിക്ഷേപകനിലുള്ള വിശ്വാസമാണ് ഓവർ ഡ്രാഫ്ട് അനുവദിക്കുന്നതിലെ മാനദണ്ഡം. ഒരു സാധാരണ നിക്ഷേപകന് ഈ സൗകര്യം ലഭിക്കുകയില്ല. ബിസിനസുകാർക്കും ശതകോടീശ്വരന്മാരായ നിക്ഷേപകർക്കും കോടികളുടെ ഓവർഡ്രാഫ്ട് ലഭിക്കും. കറൻസി നിക്ഷേപം കൂടാതെ ലഭിക്കുന്നതാണ് അത്തരം ഡെപ്പോസിറ്റുകൾ. ക്രെഡിറ്റ് കാർഡുകളുടെ രീതിയും അതുപോലെയാണ്. നിക്ഷേപിച്ച സംഖ്യയെക്കാൾ കൂടുതൽ പിൻവലിക്കാൻ അനുവദിക്കുന്നു. ഉയർന്ന പലിശ വസൂലാക്കുകയും ചെയ്യും. പലപ്പോഴും 30–40 ശതമാനം വരെ.

എസ് എൽ ആർ

കരുതൽ ധനാനുപാതത്തെക്കുറിച്ച് പറഞ്ഞുവല്ലൊ. ധനാനുപാതത്തിന്റെ നിശ്ചിതഭാഗം റിസർവ് ബാങ്കിൽ (കേന്ദ്ര ബാങ്കിൽ) സൂക്ഷിക്കാൻ ബാങ്കുകൾക്ക് ബാധ്യതയുണ്ട്. നിയമപ്രകാരം ബാങ്കുകൾ റിസർവ് ബാങ്കിൽ ക്യാഷ് ഡെപ്പോസിറ്റോ സ്വർണമോ ഗവൺമെന്റ് സെക്യൂരിറ്റികളോ നിശ്ചിത ശതമാനം സൂക്ഷിക്കുന്നതിനെയാണ് സ്റ്റാറ്റ്യൂട്ടറി ലിക്വിഡിറ്റി റേഷ്യോ (SLR) എന്നു വിളിക്കുന്നത്. ബാങ്കുകളിലെ ഡെപ്പോസിറ്റ് ബാലൻസ് അല്ലെങ്കിൽ നെറ്റ് ഡെപ്പോസിറ്റിന്റെ (ഡെപ്പോസിറ്റും പിൻവലിക്കലും തമ്മിലെ വ്യത്യാസം) നിശ്ചിത ശതമാനം എസ് എൽ ആർ (SLR) ആയി സൂക്ഷിക്കണമെന്നു വ്യവസ്ഥ ചെയ്തിരിക്കുന്നു. 2012 ആഗസ്റ്റിൽ അത് 23 ശതമാനമാണ്. എസ് എൽ ആർ 40 ശതമാനത്തിൽ കൂടാൻ പാടില്ല എന്നാണ് വ്യവസ്ഥ.

റിപ്പോ, റിവേഴ്സ് റിപ്പോ നിരക്കുകൾ

കുറഞ്ഞ കാലയളവിലേക്ക് ബാങ്കുകൾക്ക് പണം ആവശ്യമാവുന്നു എന്നു കരുതുക. അങ്ങനെയുള്ള സന്ദർഭങ്ങളിൽ റിസർവ് ബാങ്കിനെ സമീപിക്കാം. റിസർവ് ബാങ്ക് കുറഞ്ഞ പലിശ ചുമത്തി ചുരുങ്ങിയ കാലത്തേക്കു വായ്പ നൽകും. അങ്ങനെ നൽകുന്ന വായ്പയുടെ പലിശ

നിരക്കാണ് റിപ്പോനിരക്ക്. ഇന്ത്യയിൽ 2012 ആഗസ്റ്റിൽ 8.0 ശതമാനമാണ്. റിസർവ് ബാങ്ക് തിരിച്ചും വായ്പ സ്വീകരിക്കും. അതിനുള്ള നിരക്കാണ് റിവേഴ്സ് റിപ്പോ നിരക്ക് (7.0 ശതമാനം). പ്രതിദിനം ഇത്തരം വായ്പകൾ നടക്കുന്നുണ്ട്. ബാങ്കുകളുടെ പണം റിസർവ് ബാങ്കിൽ സൂക്ഷിക്കുന്നതിന് (Parking) നൽകുന്ന നിരക്കാണ് റിവേഴ്സ് റിപ്പോ നിരക്ക്

ബാങ്ക് റേറ്റ്

വ്യവസായികൾക്കും വ്യാപാരികൾക്കും കച്ചവടംനടക്കുന്ന വേളയിൽത്തന്നെ പണം നൽകാതെ കച്ചവടം നടത്താനുള്ള മാർഗമുണ്ട്. അതിന് ഉപയോഗപ്പെടുത്തുന്നതാണ് ട്രേഡ് ബിൽ ഓഫ് എക്സ്ചേഞ്ച് (Trade Bill of Exchange). ഡൽഹിയിലെ വ്യാപാരി ചെന്നൈയിലെ വ്യാപാരിക്ക് അല്ലെങ്കിൽ വ്യവസായിക്ക് മൂന്നുമാസത്തിനകം പലിശ സഹിതം പണം തന്നുകൊള്ളണമെന്ന അടിസ്ഥാനത്തിൽ യന്ത്രം വിൽക്കുന്നു. വിൽപ്പനക്കാരനാണ് കരാർ തയാറാക്കുന്നത്. അത്തരം കരാറുകളെയാണ് ബിൽ ഓഫ് എക്സ്ചേഞ്ച് എന്നുപറയുന്നത്. ഡൽഹി വ്യാപാരിക്ക് പെട്ടെന്ന് പണത്തിന് ആവശ്യം വരുന്നു എന്നു കരുതുക. തന്റെ കൈവശംവന്ന ബിൽ, നിശ്ചിത കമീഷൻ നൽകി ബാങ്കിനു വിൽക്കാം. ഡിസ്കൗണ്ട് ചെയ്യുക എന്നാണ് അങ്ങനെ ചെയ്യുന്നതിനുപേർ. കമീഷൻ നിരക്കിന് ഡിസ്കൗണ്ട് റേറ്റ് എന്നു വിളിക്കുന്നു. ബിൽ കൈവശം വന്ന ബാങ്കിന് മൂന്നുമാസത്തിനുമുമ്പേ പണത്തിന് ആവശ്യം വന്നു എന്നു കരുതുക. ബാങ്കിന് ബിൽ കേന്ദ്രബാങ്കിൽ നിശ്ചിത കമീഷന് വിൽക്കാം. കേന്ദ്രബാങ്ക് ചുമത്തുന്നതാണ് റി ഡിസ്കൗണ്ട് റേറ്റ് അഥവാ ബാങ്ക് റേറ്റ്. റിസർവ് ബാങ്ക് റേറ്റ് ഇപ്പോൾ ഒമ്പതു ശതമാനമാണ്. ബാങ്ക് റേറ്റും ബാങ്കുകളുടെ വായ്പാപലിശനിരക്കും (മാർക്കറ്റ് റേറ്റ്) തമ്മിൽ നേരിട്ടു ബന്ധമുണ്ട്. ബാങ്ക് റേറ്റിന്റെ മാറ്റത്തിനനുസരിച്ച് വായ്പാ പലിശ നിരക്കും മാറും. റിസർവ് ബാങ്ക് ബാങ്ക്റേറ്റ് കൂട്ടിയെന്നിരിക്കട്ടെ. ബാങ്കുകളുടെ പലിശനിരക്കും ഉയരും. ബാങ്കു വായ്പ ചുരുങ്ങും.

റിസർവ് ബാങ്കിന്റെ മുംബൈയിലെ ഹെഡ് ക്വാർട്ടേഴ്സ്

പണത്തിന്റെ ഉയർന്ന ലഭ്യത വിലക്കയറ്റമുണ്ടാക്കും. പണത്തിന്റെ ലഭ്യത മാത്രമാണ് വിലക്കയറ്റമുണ്ടാക്കുന്നത് എന്നു കരുതരുത്. പണ

ലഭ്യത കാരണങ്ങളിൽ ഒന്നുമാത്രമാണ്. ഉൽപ്പാദനത്തിലെ ഇടിവും കുത്തകകളുടെ ഇടപെടലും ഉൽപ്പന്നങ്ങളുടെ പൂഴ്ത്തിവെപ്പും കരിഞ്ചന്തയും ഊഹക്കച്ചവടവും കള്ളപ്പണവും പെട്രോൾ-ഡീസൽ വില വർധനയും തുടങ്ങിയ കാരണങ്ങളും വിലക്കയറ്റമുണ്ടാക്കും. ഉൽപ്പാദന വർധന ഉണ്ടാകുമ്പോഴും വിലക്കയറ്റം സാധ്യമാണെന്നർഥം. കുറഞ്ഞ സാധന ലഭ്യതയും ഉയർന്ന പണലഭ്യതയും ആണ് വിലക്കയറ്റം സൃഷ്ടിക്കുന്നത് എന്ന് പറയാം. അതുകൊണ്ടാണ് വിലക്കയറ്റത്തിന് പണപ്പെരുപ്പം എന്ന പേരുണ്ടായത്.

ഏതൊരു വസ്തുവിന്റെയും സ്റ്റോക്കും ലഭ്യതയും ഒന്നല്ല. ലഭ്യത ഒരു പ്രത്യേക കാലയളവിലേക്കാണ്. ഒരു മാസത്തെ, അല്ലെങ്കിൽ ഒരു വർഷത്തെ, എന്നിങ്ങനെയാണ് ലഭ്യത (Supply) കണക്കാക്കുന്നത്. മറിച്ച്, സ്റ്റോക്ക് (Stock) ഒരു നിശ്ചിത ദിവസത്തെ അല്ലെങ്കിൽ നിശ്ചിത മണിക്കൂറിലെയാണ്. മണിക്കൂറോ ദിവസമോ മാറുമ്പോൾ സ്റ്റോക്കും മാറും. ഉദാഹരണത്തിന്, ഒരു ഗോതമ്പു വ്യാപാരി ഒരു മാസത്തെ വിൽപ്പനയ്ക്കുവെക്കുന്ന ഗോതമ്പിന്റെ അളവിനെയാണ് ലഭ്യത എന്നുപറയുന്നത്. ഒരു നിശ്ചിത ദിവസം അയാളുടെ കടയിലും ഗോഡൗണുകളിലും സംഭരിച്ചിട്ടുള്ള ആകെ ഗോതമ്പിന്റെ അളവിനെയാണ് സ്റ്റോക്ക് എന്നു പറയുന്നത്.

രണ്ടു നിശ്ചിത ദിവസങ്ങളിലെ പണത്തിന്റെ സ്റ്റോക്ക് സംബന്ധിച്ച കണക്ക് താഴെ ചേർക്കുന്നു. 2000 ഒക്ടോബറിലെയും 2012 ജൂലായിലെയും. റിസർവ് ബാങ്ക് ബുള്ളറ്റിനുകളിലേതാണ് സ്ഥിതിവിവരക്കണക്കുകൾ.

പണത്തിന്റെ സ്റ്റോക്ക് (കോടിരൂപ)

	പൊതുജനങ്ങളുടെ കൈവശമുള്ള കറൻസി					പൊതുജനങ്ങൾ നടത്തിയ ഡെപ്പോസിറ്റുകൾ			
	കറൻസി നോട്ടുകൾ	സർക്കുലേഷനിലുള്ള രൂപ		ബാങ്കിലുള്ള പണം	ആകെ (2+3+4=5)	ബാങ്കിലെ ഡിമാന്റ് ഡെപ്പോസിറ്റ്	റിസർവ് ബാങ്കിലെ മറ്റ് ഡെപ്പോസിറ്റുകൾ	ആകെ (7+8)	M_1 (6+9)
		നാണയങ്ങൾ	ചില്ലറ നാണയങ്ങൾ						
1	2	3	4	5	6	7	8	9	10
ആഗസ്ത് 25, 2000	1,98,061	3,073	1,195	7,314	1,95,015	1,42,450	4,222	1,46,672,	3,41,687
ജൂലൈ 27, 2012	10,88,210	12,970	1,570	43,330	10,59,420	6,71,310	3,980	6,75,290	17,34,710

	പോസ്റ്റ് ഓഫീസ് സേവിങ്സ് ബാങ്ക് ഡെപ്പോസിറ്റ്	M_2 (10+11)	ബാങ്കുകളിലെ ടൈം ഡെപ്പോസിറ്റുകൾ	M_3 (10+13)	ആകെ പോസ്റ്റ് ഓഫീസ് ഡെപ്പോസിറ്റുകൾ	M_4 (14+15)
	11	12	13	14	15	16
ആഗസ്ത് 25, 2000	5,041	3,46,728	8,36,078	11,77,765	25,969	12,03,734
ജൂലൈ 27, 2012	5,041	17,39,750	59,99,110	77,33,820	25,970	77,59,790

പണത്തിന്റെ സ്റ്റോക്ക് നാലു രീതിയിൽ കണക്കാക്കാം.

M_1 = പൊതു ജനങ്ങളുടെ പക്കലുള്ള കറൻസികളും നാണയങ്ങളും ബാങ്കുകളിൽ പൊതുജനങ്ങൾ നടത്തിയിട്ടുള്ള ഡിമാന്റ് ഡെപ്പോസിറ്റുകൾ.

M_2 = M_1 + പോസ്റ്റ് ഓഫീസ് സേവിങ്സ് ഡെപ്പോസിറ്റുകൾ.

M_3 = M_1 + ബാങ്കുകളിൽ പൊതുജനങ്ങൾ നടത്തിയിട്ടുള്ള ടൈം ഡെപ്പോസിറ്റുകൾ.

M_4 = M_3 + ആകെ പോസ്റ്റ് ഓഫീസ് ഡെപ്പോസിറ്റുകൾ.

വർഷങ്ങളായി, റിസർവ് ബാങ്ക്, പോസ്റ്റ് ഓഫീസ് സേവിങ്സ് ബാങ്ക് ഡെപ്പോസിറ്റിന്റെയും പോസ്റ്റ് ഓഫീസ് ഡെപ്പോസിറ്റിന്റെയും കണക്കുകൾ പുതുക്കാറില്ല. രണ്ടിനും ഒരേ സംഖ്യകൾ നൽകിയിട്ടുള്ളത് ശ്രദ്ധിക്കുക. സ്വാഭാവികമായും M_2ഉം M_4ഉം അർഥശൂന്യമായ സംഖ്യകളാണ്. M_1ഉം M_3യും ആണ് പ്രസക്തമായിട്ടുള്ളത്.

പന്ത്രണ്ടു വർഷത്തിനകം കറൻസി നോട്ടുകളുടെ ആകെതുക 449.43 ശതമാനവും ഡെപ്പോസിറ്റുകൾ (ഡിമാന്റും ടൈം ഡെപ്പോസിറ്റും) 581.67 ശതമാനവും ആകെ പണത്തിന്റെ സ്റ്റോക്ക് 556.65 ശതമാനവും വർധിച്ചു.

പണലഭ്യത നിയന്ത്രണം

പണത്തിന്റെ ലഭ്യത നിയന്ത്രിക്കാൻ റിസർവ് ബാങ്കിന്റെ (കേന്ദ്ര ബാങ്കിന്റെ) കൈവശമുള്ള ഉപകരണങ്ങൾ മുമ്പ് മേൽവിവരിച്ചു. ധനാനുപാതമുയർത്തിയും എസ് എൽ ആർ ഉയർത്തിയും ബാങ്ക്റേറ്റ് വർധിപ്പിച്ചും പണ ലഭ്യത കുറയ്ക്കാൻ കഴിയും. ഉദാഹരണമായി, കരുതൽ ധനാനുപാതം 10 ശതമാനമാക്കി ഉയർത്തി എന്നു കരുതുക. 100 രൂപ ഡെപ്പോസിറ്റ് കിട്ടിയ ബാങ്കിന് 90 രൂപയേ വായ്പ കൊടുക്കാൻ കഴിയൂ. അഥവാ അത്രയും തുകയ്ക്കുള്ള അധിക ഡെപ്പോസിറ്റേ സൃഷ്ടിക്കാനാകൂ. തുടർന്ന് 90 രൂപ ഡെപ്പോസിറ്റിൽനിന്ന് 10 ശതമാനം കരുതൽ ധനമായി നീക്കിവെച്ച് 81 രൂപ വായ്പ നൽകാം. 4.75 ശതമാനം കരുതൽ ധനാനുപാതമായിരുന്നപ്പോൾ ഡെപ്പോസിറ്റ് വർധന യഥാക്രമം 95.25 രൂപയും 90.73 രൂപയും ആയിരുന്നു. ഇപ്പോഴത് 90 രൂപയും 81 രൂപയുമായി

കുറഞ്ഞു. ഡെപ്പോസിറ്റ് വർധന ആദ്യത്തെ രണ്ട് ഇടപാടുകൾകൊണ്ട് അവസാനിച്ചു എന്നു കരുതരുത്. അതൊരു തുടർപ്രക്രിയയാണ്. കരുതൽ ധനാനുപാതം ഉയർത്തിയാൽ ബാങ്കുകളുടെ വായ്പ നൽകാനുള്ള (പണം സൃഷ്ടിക്കാനുള്ള) കഴിവ് ചുരുങ്ങും. മറിച്ച് കരുതൽ ധനാനുപാതം കുറച്ചാൽ വായ്പ നൽകാനുള്ള കഴിവ് കൂടും. പണത്തിന്റെ ലഭ്യത ഉയർത്താനും താഴ്ത്താനും കരുതൽ ധനാനുപാതവും എസ് എൽ ആറും ബാങ്ക്റേറ്റും ഉപയോഗിക്കപ്പെടുന്നു. അങ്ങനെ പണലഭ്യതയെ പൂർണമായും കേന്ദ്രബാങ്കിന്റെ വരുതിയിലാക്കാൻ കഴിയും എന്നു കരുതരുത്. ബാങ്കിങ് മേഖലയ്ക്കു പുറത്തുനടക്കുന്ന അനധികൃത പണമിടപാടുകളെയും കള്ളപ്പണത്തിന്റെയും കള്ളനോട്ടിന്റെയും ഇടപെടലുകളെയും കേന്ദ്രബാങ്കിന്റെ ഇടപെടലുകൾകൊണ്ട് നിയന്ത്രിക്കാനാവുകയില്ല.

വില സൂചികകൾ

വിലനിലവാരത്തിലുണ്ടാകുന്ന ഏറ്റക്കുറച്ചിലുകൾ അളക്കുന്നതിനും ശരാശരി വിലകളിലെ ചാഞ്ചാട്ടങ്ങൾ മനസിലാക്കുന്നതിനും വില സൂചികകൾ ഉപയോഗിക്കപ്പെടുന്നു. രണ്ടുതരം വിലസൂചികകളുണ്ട്. മൊത്ത വിലസൂചികയും ചില്ലറ വിലസൂചികയും. ചില്ലറ വിലസൂചികയ്ക്ക് മറ്റൊരു പേരാണ് ഉപഭോക്തൃവില സൂചിക. കർഷകത്തൊഴിലാളികളുടെ ഉപഭോക്തൃ വിലസൂചിക, വ്യവസായത്തൊഴിലാളികളുടെ ഉപഭോക്തൃ വിലസൂചിക, കായികേതര ജീവനക്കാരുടെ ഉപഭോക്തൃ വിലസൂചിക എന്നിവയാണ് പ്രമുഖ ഉപഭോക്തൃ വിലസൂചികകൾ.

അടിസ്ഥാന വർഷത്തെ വിലകളുമായി തന്നാണ്ടിലെ വിലകൾ താരതമ്യം ചെയ്താണ് വിലമാറ്റം നിർണയിക്കുന്നത്. ഇന്ത്യയിൽ മൊത്തവില സൂചിക കണക്കാക്കുന്നതിന് അടിസ്ഥാനവർഷമായി സ്വീകരിച്ചിട്ടുള്ളത് 1993–94 ആണ്. വിലസൂചിക നിർമിക്കുന്നതിന്റെ ഒരു ഉദാഹരണം നൽകാം.

രണ്ടു വിലകളുടെയും അടിസ്ഥാനത്തിൽ ആകെ ചെലവുകൾ കണക്കാക്കുക. തന്നാണ്ടിലെ ആകെ ചെലവിനെ അടിസ്ഥാനവർഷത്തെ ആകെ ചെലവുകൊണ്ട് ഹരിച്ച് അതിന് 100 കൊണ്ട് ഗുണിച്ചാൽ വില എത്ര ശതമാനം വർധിച്ചു എന്നു കാണാം.

ഉൽപ്പന്നത്തിന്റെ പേര്	അടിസ്ഥാനവർഷത്തെ		തന്നാണ്ടിലെ	
	വില (രൂപ) P_0	അളവ് (കിലോ) q_0	വില (രൂപ) P_1	അളവ് (കിലോ) q_1
അരി	14	10	16	9
പഞ്ചസാര	18	5	21	4
തുണി (മീറ്ററിന്)	9	12	8	15
വെളിച്ചെണ്ണ	50	9	65	8

വില സൂചികയുടെ ഫോർമുല ഇങ്ങനെയാണ്.

$$\frac{\sum P_1 q_1}{\sum P_0 q_0} x100$$

$\sum$ = ആകെ തുക

P_1 = തന്നാണ്ടിലെ വില

q_0 = അടിസ്ഥാന വർഷത്തെ അളവ്

P_0 = അടിസ്ഥാന വർഷത്തെ വില

അതായത്,

$$\frac{(16x10)+(21x5)+(8x12)+(65x9)}{(14x10)+(18x5)+(9x12)+(50x9)} x100$$

$$= \frac{946}{788} x100 = 120.05 \%$$

അഥവാ അടിസ്ഥാന വർഷത്തെ അപേക്ഷിച്ച് 20.05 ശതമാനം വില കൂടി എന്നർഥം.

മേൽക്കൊടുത്ത ഉദാഹരണത്തിൽ ഉപഭോക്താവിനെ സംബന്ധിച്ചിടത്തോളം അരിക്കും പഞ്ചസാരയ്ക്കും ഒരേ പ്രാധാന്യമല്ല ഉള്ളത്. അരിക്ക് കൂടുതൽ പ്രാധാന്യമുണ്ട്. അതുകൊണ്ട് പ്രാധാന്യം സൂചിപ്പിക്കാൻ വെയിറ്റേജ് കൽപ്പിക്കുന്നു. മൊത്തം ചെലവിൽ അരിക്ക് കൂടുതൽ ചെലവിട്ടാൽ അതിനർഥം അരിക്ക് കൂടുതൽ വെയിറ്റേജ് ഉണ്ടെന്നാണ്. മേൽക്കൊടുത്ത ഉദാഹരണത്തിൽ അടിസ്ഥാനവർഷത്തെ അളവ്, ഓരോന്നിന്റെയും വെയിറ്റേജ് ആയി കണക്കാക്കിയിരിക്കുന്നു.

വിലകളിലെ മാറ്റം കാരണം തന്നാണ്ടിലെ അളവുകളിലും മാറ്റം വന്നത് ശ്രദ്ധിക്കുക. അതായത് തന്നാണ്ടിലെ വെയിറ്റേജുകൾ വ്യത്യസ്തമാണ്. അടിസ്ഥാനവർഷത്തെയും തന്നാണ്ടിലെയും അളവുകൾ തൂക്കങ്ങളായി എടുത്താൽ ഫോർമുല ഇപ്രകാരമാണ്.

$$\frac{\sum P_1 q_1}{\sum P_0 q_0} x100$$

അതായത്,

$$\frac{(16x9)+(21x4)+(8x15)+(65x8)}{(14x9)+(18x4)+(9x15)+(50x8)} x100$$

$$= \frac{869}{743} x100 = 116.82 \%$$

അടിസ്ഥാന വർഷത്തെ അപേക്ഷിച്ച് 16.82 ശതമാനം വില വർധനയുണ്ടായി. കൂടെക്കൂടെ വെയിറ്റേജ് മാറ്റുന്നതിന്റെ പ്രയോഗക്ഷമത പരിഗണിച്ച് സാധാരണയായി അടിസ്ഥാനവർഷത്തെ വെയിറ്റേജുകൾ സ്വീകരിക്കുകയാണ് പതിവ് രീതി.

ഒരു ഉൽപ്പന്നത്തിന്റെ മാത്രം വിലയിലുണ്ടായ മാറ്റം അളക്കുന്നതിന് തന്നാണ്ടിലെയും അടിസ്ഥാനവർഷത്തെയും വിലകളുടെ അനുപാതം കണക്കാക്കുകയാണ് മാർഗം. ഫോർമുല താഴെ:

$$\frac{1}{n}\sum\frac{P_1}{P_0}\times100$$

n = ഉൽപ്പന്നങ്ങളുടെ എണ്ണം (ഉദാഹരണത്തിൽ, നാല്)

$$= \frac{16 + 21 + 8 + 65}{14 + 18 + 9 + 50} \times 100$$

$$= \frac{110}{91}\times100 = 120.87\ \%$$

വില വർധന 20.87 ശതമാനം.

മൊത്തവില സൂചിക

വിലക്കയറ്റത്തിന്റെ പ്രധാന സൂചികയായി ഉപയോഗിക്കപ്പെടുന്നത് മൊത്തവില സൂചികയാണ് (Wholesale Price Index - WPI). മൊത്ത ക്കച്ചവടക്കാർ തമ്മിൽ വിൽക്കുകയോ വാങ്ങുകയോ ചെയ്യുന്ന വിലയാണ് മൊത്ത വില സൂചിക പ്രതിഫലിപ്പിക്കുന്നത്. 1981–82 അടിസ്ഥാനവർഷമായി സ്വീകരിച്ചുള്ള മൊത്തവില സൂചികയാണ് ഇന്ത്യയിൽ തയാറാക്കി വന്നിരുന്നത്. ഏറ്റവും ഒടുവിലായി 2004–05 അടിസ്ഥാനവർഷമായി അംഗീകരിച്ചു. ആകെ 676 ഇനം സാധനങ്ങളുടെ മൊത്തവിലകളാണ് സൂചിക നിർമിതിയിൽ ഉപയോഗിക്കുന്നത്. അവ പ്രധാനപ്പെട്ട മൂന്നു വിഭാഗങ്ങളായി തിരിച്ചിരിക്കുന്നു.

1. പ്രാഥമിക ചരക്കുകൾ.
2. ഇന്ധനം, വൈദ്യുതി, ലൂബ്രിക്കന്റുകൾ.
3. നിർമിത ഉൽപ്പന്നങ്ങൾ.

ഒരു സാധാരണ ഉപഭോക്താവിന്റെ കുടുംബ ബജറ്റിൽ പ്രവേശി ക്കാത്ത അനവധി ഉൽപ്പന്നങ്ങളുടെ വിലകൾ മൊത്തവില സൂചിക നിർമിതിയിൽ പരിഗണിക്കപ്പെടുന്നുണ്ട്. അതുകൊണ്ടുതന്നെ മൊത്തവില സൂചിക താഴ്ന്നിരിക്കുമ്പോഴും ചില്ലറവിലസൂചിക ഉയരാം. ഉദാഹരണ മായി തീവണ്ടിയിൽ ഉപയോഗിക്കുന്ന വൈദ്യുതി, ഓക്സിജൻ സിലി ണ്ടറുകൾ, റെയിൽവേ സിമന്റ് സ്ലീപ്പറുകൾ, എൽ പി ജി സിലിണ്ടറുകൾ, കളർ ടി വികൾ, കംപ്യൂട്ടറുകൾ, തുണിത്തരങ്ങൾ, മരവും മരഉൽപ്പന്ന ങ്ങളും, തോലും തോൽ ഉൽപ്പന്നങ്ങളും, റബറും പ്ലാസ്റ്റിക് ഉൽപ്പന്നങ്ങ ളും, ലോഹവും ലോഹ ഉൽപ്പന്നങ്ങളും, രാസവസ്തുക്കൾ, യന്ത്രങ്ങൾ, വാഹനങ്ങൾ തുടങ്ങിയ 676 ഉൽപ്പന്നങ്ങളുടെ മൊത്തവിൽപ്പനവിലയാണ് കണക്കാക്കുന്നത്.

2004–05 ൽ 100 ആയിരുന്ന വിലസൂചിക, 2012 ജൂലായിൽ 164.8 ആയി ഉയർന്നു.

മൊത്തവിലസൂചികയെക്കാളും ഉയർന്ന നിരക്കിലാണ് ഭക്ഷ്യവസ്തുക്കളുടെയും അവയിൽത്തന്നെ ധാന്യങ്ങളുടെയും പയർവർഗങ്ങളുടെയും മറ്റും വിലസൂചിക വർധന. (ആർ ബി ഐ ബുള്ളറ്റിൻ ജൂലൈ 27, 2012)

വർഷം	മൊത്ത വില സൂചിക	ഭക്ഷ്യ വസ്തുക്കൾ	ധാന്യ ങ്ങൾ	പയർ വർഗ ങ്ങൾ	പല വ്യഞ്ജന ങ്ങൾ	പഴങ്ങളും പച്ചക്കറികളും
2005–06	104.5	105.4	106.0	113.3	94.5	108.0
2010–11	143.3	179.6	169.7	196.9	244.0	172.1
2011–12	156.1	192.7	176.2	201.8	237.5	183.2
ജൂലൈ 2011	154.2	198.2	176.1	190.4	236.4	191.2
ജൂലൈ 2012	164.6	212.2	190.7	244.2	202.8	211.3

മൊത്തവില സൂചികയും ഭക്ഷ്യവസ്തുക്കളുടെ വില സൂചികയും തമ്മിലെ വ്യത്യാസം ശ്രദ്ധിക്കുക. ആദ്യത്തേത് 164.8 ആയിരുന്നപ്പോൾ രണ്ടാമത്തേത് 212.2 ആണ്. പയർവർഗങ്ങളുടേത് 244.2 ഉം പല വ്യഞ്ജനങ്ങളുടേത് 202.8 ഉം ആണ്. മൊത്തവിലസൂചിക യഥാർഥ ജീവിതാവസ്ഥ വെളിവാക്കുന്നില്ല.

ഉപഭോക്തൃ വിലസൂചികകൾ

മൊത്തവിലയ്ക്ക് ഉപഭോക്താക്കൾക്ക് സാധനങ്ങൾ ലഭിക്കുകയില്ലല്ലൊ. കമ്പോളത്തിലെ യഥാർഥ വിലകളെ സൂചിപ്പിക്കുന്നത് ഉപഭോക്തൃ വിലസൂചിക അഥവാ ചില്ലറവിലസൂചികയാണ്. ഉപഭോക്തൃവില സൂചികയെ ജീവിതവിലസൂചിക എന്നും വിശേഷിപ്പിക്കുന്നു. വ്യവസായ ത്തൊഴിലാളികളുടെ ഉപഭോക്തൃ വിലസൂചിക കമ്പോളത്തിലെ യഥാർഥ സ്ഥിതി പ്രതിഫലിപ്പിക്കുന്നതായി കണക്കാക്കപ്പെടുന്നു. പ്രധാനപ്പെട്ട നിത്യോപയോഗ സാധനങ്ങളുടെയെല്ലാം വിലകൾ പരിശോധിക്കപ്പെടുന്നു എന്നതാണ് അതിനു കാരണം. ഒന്നാം ലോകമഹായുദ്ധകാലത്താണ് വ്യവസായ തൊഴിലാളികളുടെ ഉപഭോക്തൃ വിലസൂചിക തയാറാക്കാൻ തുടങ്ങിയത്. തൊഴിലാളികളുടെ അനുദിനം വഷളായിക്കൊണ്ടിരുന്ന സാമ്പത്തികസ്ഥിതിയുടെ പശ്ചാത്തലത്തിലാണ് പ്രസ്തുത വില സൂചികയുടെ നിർമാണം പ്രസക്തമായിത്തീർന്നത്. കേന്ദ്ര ഗവൺമെന്റിനു കീഴിലെ ലേബർ ബ്യൂറോ ആണ് സ്ഥിതിവിവരക്കണക്കുകൾ സമാഹരിക്കു

ന്നത്. ഫാക്ടറികൾ, ഖനികൾ, തോട്ടങ്ങൾ, റെയിൽവെ, പൊതുമേഖലാ ട്രാൻസ്പോർട്ട് സ്ഥാപനങ്ങൾ, വൈദ്യുതി ഉൽപ്പാദനവും വിതരണവും, തുറമുഖങ്ങൾ എന്നിവിടങ്ങളിൽ തൊഴിലെടുക്കുന്ന വ്യവസായ തൊഴിലാളികളാണ് പ്രസ്തുത ഉപഭോക്തൃവിലസൂചികയുടെ പരിധിയിൽ വരുന്നത്. ഉപഭോഗസാധനങ്ങളെ ആറ് ഇനങ്ങളായി തിരിച്ചിരിക്കുന്നു. 1) ഭക്ഷ്യവസ്തുക്കൾ, 2) പുകയിലയും ലഹരിസാധനങ്ങളും, 3) വൈദ്യുതിയും ഇന്ധനവും, 4) വീടുകൾ, 5) വസ്ത്രങ്ങൾ, കിടക്കകൾ, ചെരിപ്പ് എന്നിവയും, 6) മറ്റിനങ്ങൾ. അടിസ്ഥാനവർഷം 1982 ആണ്.

പുതിയ അടിസ്ഥാനവർഷമായി സ്വീകരിച്ചിട്ടുള്ളത് 2001 = 100 ആണ്. 2012 ആഗസ്റ്റിൽ വിലസൂചിക 212 ആയി വർധിച്ചു. 28 കേന്ദ്രങ്ങളിൽനിന്നാണ് വില വിവരങ്ങൾ സമാഹരിക്കുന്നത്.

പട്ടണങ്ങളിലെ കായികേതര ജീവനക്കാരുടെ ഉപഭോക്തൃ വില സൂചിക തയാറാക്കുന്നത് കേന്ദ്ര സ്റ്റാറ്റിസ്റ്റിക്കൽ ഓർഗനൈസേഷനാണ്. 1984–85 ആണ് അടിസ്ഥാനവർഷമായി സ്വീകരിച്ചിട്ടുള്ളത്. കോഴിക്കോട്, തിരുവനന്തപുരം ഉൾപ്പെടെ 28 കേന്ദ്രങ്ങളിൽനിന്നും വിലവിവരം സമാഹരിക്കുന്നു. നിലവിൽ ഈ വില സൂചിക ലഭ്യമല്ല.

കർഷകത്തൊഴിലാളികളുടെ ഉപഭോക്തൃവിലസൂചിക തയാറാക്കുന്നത് ലേബർ ബ്യൂറോയാണ്. അടിസ്ഥാനവർഷം 1986–87 = 100 ആണ്. 1) ഭക്ഷ്യവസ്തുക്കൾ, 2) പുകയിലയും ലഹരി സാധനങ്ങളും, 3) വൈദ്യുതിയും ഇന്ധനവും, 4) തുണിത്തരങ്ങൾ, കിടക്കകൾ, ചെരിപ്പ് എന്നിവ, 5) മറ്റിനങ്ങൾ എന്നീ അഞ്ചു വിഭാഗം ഉൽപ്പന്നങ്ങളാണ് ഇതിൽ ഉൾപ്പെടുത്തിയിരിക്കുന്നത്. 19 സംസ്ഥാനങ്ങളിലെ വിലവിവരങ്ങളാണ് സമാഹരിക്കുന്നത്. 2012 ജൂലൈയിൽ വില സൂചിക 656 ആണ്.

തീർച്ചയായും കുടുംബ ബജറ്റിൽ എല്ലാ സാധാനങ്ങൾക്കും ഒരേ പ്രാധാന്യമല്ല ഉള്ളത്. സാധനവിലകൾ ക്രമാതീതമായി ഉയരുമ്പോൾ, ചിലതിന്റെ ഉപഭോഗം മാറ്റിവെക്കുകയോ ഉപേക്ഷിക്കുകയോ ചെയ്യും. മറ്റുചിലതിന്റേത് ഉപേക്ഷിക്കുകയുമില്ല. ചെരിപ്പിന്റെ വില കൂടിയാൽ ചെരിപ്പു വാങ്ങൽ നീട്ടിവെക്കും. പക്ഷേ അരിയുടെ വില ഉയർന്നാൽ നീട്ടിവെക്കുകയില്ല. വില കൂടിയാലും അരിയുടെ ഉപഭോഗത്തിൽ ഗണ്യമായ വെട്ടിക്കിഴിവു വരുത്തകയില്ല. അരിക്ക് കൂടുതൽ തുക ചെലവഴിക്കേണ്ടി വരുന്നതുകൊണ്ട്, മറ്റു സാധനങ്ങളുടെ ഉപഭോഗം കുറയ്ക്കും. വില സൂചിക ഉണ്ടാക്കുമ്പോൾ, പ്രാധാന്യം പരിഗണിച്ച് ഓരോ ഉൽപ്പന്നത്തിനും വെയിറ്റേജ് കൽപ്പിച്ചു നൽകുന്നു എന്ന് മുൻപ് വിശദീകരിച്ചുണ്ട്. ഉദാഹരണമായി വ്യവസായത്തൊഴിലാളികളുടെ ഉപഭോക്തൃ വിലസൂചികയിൽ, ഭക്ഷ്യ വസ്തുക്കളുടെ വെയിറ്റേജ് 100 ൽ 57 ആണ്. വൈദ്യുതിയുടെയും ഇന്ധനത്തിന്റെയും വെയിറ്റേജ് 100 ൽ 6.28 ആണ്.

ഉപഭോക്തൃവില സൂചിക ഉണ്ടാക്കുന്നതിന്റെ ഒരു ഉദാഹരണം താഴെ.

ഉൽപ്പന്നം	തൂക്കം (%)	അടിസ്ഥാന വർഷത്തെ വില (P_0)	തന്നാണ്ടിലെ വില (P_1)	$R = \frac{P_1}{P_0} \times 100$	WR
ഭക്ഷ്യവസ്തുക്കൾ	57	15	25	166.67	9500.19
ലഹരി സാധനങ്ങൾ	3.15	30	35	116.67	367.51
ഇന്ധനം, വൈദ്യുതി	6.28	20	35	175	1099
വീടുകൾ	8.67	10	15	150	1300.5
വസ്ത്രങ്ങൾ തുടങ്ങിയവ	8.54	12	10	83.33	711.63
മറ്റിനങ്ങൾ	16.36	8	8	100	1636
	100				14614.83

ഫോർമുല ഇതാണ്:

$$CPI = \frac{\sum WR}{\sum W}$$

CPI = ഉപഭോക്തൃ വിലസൂചിക
$\sum$ = മൊത്തം സംഖ്യ
W = തൂക്കം
R = തന്നാണ്ടിലെ വിലയും അടിസ്ഥാന വർഷത്തെവിലയും തമ്മിലെ അനുപാതം
P_0 = അടിസ്ഥാനവർഷത്തെ വില
P_1 = തന്നാണ്ടിലെ വില

ആയതിനാൽ,

ഉപഭോക്തൃ വിലസൂചിക = $\frac{14614.83}{100}$ = 146.14 %

ഉപഭോക്തൃ വിലസൂചിക അടിസ്ഥാനവർഷത്തെ അപേക്ഷിച്ച് 46.14 ശതമാനം വർധിച്ചു.

പണവരുമാനവും യഥാർഥ വരുമാനവും

വിലക്കയറ്റം രൂപയുടെ വാങ്ങൽശേഷി ഇടിക്കും. അതായത് നിശ്ചിത തുകയ്ക്ക് മുൻപ് കിട്ടിയിരുന്നത്രയും സാധനങ്ങളും സേവനങ്ങളും ലഭിക്കുകയില്ല. സാധാരണക്കാർ അത്രകണ്ട് ദരിദ്രരാകും. വിലക്കയറ്റം

നിയന്ത്രിക്കേണ്ടത് ദാരിദ്ര്യലഘൂകരണത്തിൽ വളരെ പ്രധാനപ്പെട്ട താകുന്നു.

വിലക്കയറ്റംമൂലം ഏറ്റവും ബുദ്ധിമുട്ടുനേരിടുക തുച്ഛവരുമാനക്കാരും നിശ്ചിത വരുമാനക്കാരുമാണ്. വരുമാനം പണത്തിന്റെ രൂപത്തിലാണല്ലോ ലഭിക്കുക. അതിനെ പണവരുമാനം എന്നു വിളിക്കാം. പണംകൊണ്ട് വാങ്ങാൻ കഴിയുന്ന സാധനങ്ങളെയും സേവനങ്ങളെയും യഥാർഥ വരുമാനം എന്നും വിളിക്കാം. വിലകൾ ഉയരുമ്പോൾ, ഒപ്പം പണവരുമാനവും വർധിക്കുന്നില്ലെങ്കിൽ യഥാർഥ വരുമാനം ഇടിയും. പത്തുരൂപയ്ക്ക് ഒരു കിലോഗ്രാം അരി കിട്ടിക്കൊണ്ടിരുന്ന സ്ഥാനത്ത് അരിവില 20 രൂപയാകുമ്പോൾ, അര കിലോഗ്രാമേ ലഭിക്കൂ എന്നു ചുരുക്കം.

യഥാർഥ വരുമാനത്തിലുണ്ടാകുന്ന ഇടിവു നികത്താൻ കൂലിവർധനയ്ക്കും ക്ഷാമബത്താ വർധനയ്ക്കും തൊഴിലാളികൾക്കും മറ്റും അവകാശമുണ്ട്. വിലക്കയറ്റം സൃഷ്ടിക്കുന്ന സാധന ദൗർലഭ്യം പരിഹരിക്കുന്നതിനാണ് ഡിയർനസ് അലവൻസ് (സാധനങ്ങൾ ദുർലഭമാകുമ്പോൾ അവ പ്രിയപ്പെട്ടത്, ഡിയർ, ആയിത്തീരുന്നു) ആവശ്യപ്പെടുന്നത്.

ഉപഭോക്തൃ വിലസൂചിക ഉപയോഗിച്ച്, രൂപയുടെ യഥാർഥ മൂല്യം കണക്കാക്കാം.

ഉപഭോക്തൃ വിലസൂചിക 146.14 എന്നു കണ്ടുവല്ലോ. അടിസ്ഥാന വർഷത്തെ വിലസൂചിക എല്ലായ്പ്പോഴും 100 ആണ്.

ഫോർമുല താഴെ കൊടുക്കുന്നു:

$$\text{ഒരു രൂപ} \times \frac{\text{അടിസ്ഥാനവർഷത്തെ വിലസൂചിക}}{\text{തന്നാണ്ടിലെ വിലസൂചിക}}$$

$$= 1 \times \frac{100}{146.14} = 0.68$$

അതായത്, അടിസ്ഥാനവർഷത്തെ ഒരു രൂപയ്ക്ക് തന്നാണ്ടിൽ 68 പൈസയുടെ മൂല്യമേയുള്ളൂ.

വ്യവസായത്തൊഴിലാളികളുടെ ഉപഭോക്തൃ വിലസൂചികയുടെ അടിസ്ഥാനവർഷം 1982 ആണല്ലോ. വിലസൂചിക 100 ഉം. 2009 ഒക്ടോബറിൽ വിലസൂചിക 656 ആയി വർധിച്ചു. അതായത് ഒരു രൂപയുടെ യഥാർഥമൂല്യം $1 \times \frac{100}{656} = 15$ പൈസയായി താണു. 2006 മുതൽ അടിസ്ഥാന വർഷം 2001 ആക്കിയിട്ടുണ്ട്. അതിന്റെ അടിസ്ഥാനത്തിലാണ് വിലസൂചിക തയാറാക്കി വരുന്നത്. അതനുസരിച്ച് 2012 ജൂലായിലെ ഉപഭോക്തൃ വിലസൂചിക 212 ആണ്. 2001–ലെ ഒരു രൂപയ്ക്ക് 2012–ൽ $1 \times \frac{100}{212} = 47$ പൈസയുടെ മൂല്യമേയുള്ളൂ.

2001–ൽ 10,000 രൂപ പെൻഷൻ വാങ്ങിക്കൊണ്ടിരുന്ന ഒരു മുൻ സർക്കാർ ജീവനക്കാരൻ, ഇപ്പോൾ അത്രയും തുക ചെലവിട്ടാൽ $10{,}000 \times \frac{100}{212} = 4716$ രൂപയുടെ സാധനങ്ങളേ കിട്ടൂ.

അഥവാ ഇനി 2001–ലെ ജീവിതനിലവാരം നിലനിർത്തണമെങ്കിലോ, അതായത് 2001–ൽ കിട്ടിയിരുന്നത്ര സാധനങ്ങളും സേവനങ്ങളും 2012–ലും കിട്ടണമെങ്കിലോ, പ്രസ്തുത പെൻഷൻകാരന്റെ പെൻഷൻ (അല്ലെങ്കിൽ ഉദ്യോഗസ്ഥന്റെ ശമ്പളം) $10{,}000 \times \frac{212}{100} = 21200$ രൂപയായി വർധിക്കണം. 1982–ലെ വിലസൂചികയനുസരിച്ചാണെങ്കിൽ, അതായത് 26 കൊല്ലം മുമ്പ് 10,000 രൂപ ലഭിച്ചിരുന്ന പെൻഷൻകാരന്റെ പെൻഷൻ $10{,}000 \times \frac{656}{100} = 65600$ രൂപയാകണം.

കർഷകത്തൊഴിലാളികളുടെ ഉപഭോക്തൃ വിലസൂചിക അടിസ്ഥാനവർഷത്തിൽ 100 ആയിരുന്നു. 2012 ജൂലായിൽ 656 ആയി. അതായത് 1987–ൽ 125 രൂപ കൂലി കിട്ടിക്കൊണ്ടിരുന്ന സ്ഥാനത്ത് അതേ ജീവിതനിലവാരം നിലനിർത്താൻ (അതുമതിയോ എന്നതുവേറെ വിഷയം), രൂ. $120 \times \frac{656}{100} = 783.20$ രൂപ ലഭിക്കണം. കാരണം ഇക്കാലയളവിൽ അയാളുടെ ഒരു രൂപ കൂലിയുടെ യഥാർഥമൂല്യം 15.24 രൂപ ആയി ഇടിഞ്ഞു.

മൊത്തവില സൂചികയുടെ അടിസ്ഥാനത്തിൽ കണക്കാക്കിയാൽ (അടിസ്ഥാനവർഷം 2004–05), 2012 ജൂലായിൽ ഭക്ഷ്യധാന്യങ്ങളുടെ മൊത്തവില സൂചിക 212.2 ആയി വർധിച്ചു. 100 രൂപയുടെ ഭക്ഷ്യധാന്യം വാങ്ങിയിരുന്ന ആൾക്ക് അത്രയും സാധനങ്ങൾ ഇന്നുകിട്ടാൻ $100 \times \frac{212.2}{100}$ = 212.2 രൂപ വേണം. പച്ചക്കറികൾ വാങ്ങാൻ $100 \times \frac{211.3}{100}$ = 211.3 രൂപയും വേണം.

പണത്തിന്റെ ലഭ്യത മാത്രമല്ല വിലക്കയറ്റമുണ്ടാക്കുന്നത്. ചരക്കുകളുടെ ലഭ്യത വർധിക്കാതിരിക്കുകയും പണലഭ്യത ഉയരുകയും ചെയ്താൽ വിലകൾ ഉയരും. അതുകൊണ്ട് വിലക്കയറ്റത്തെ പണപ്പെരുപ്പം എന്നു വിശേഷിപ്പിക്കാം. പണത്തിന്റെ ലഭ്യത വർധിക്കാതിരിക്കുകയും, ചരക്കുലഭ്യത കുറയുകയും ചെയ്താൽ ആപേക്ഷികമായി പണലഭ്യത ഉയരുകയാണു ചെയ്യുന്നത്. അതും വിലക്കയറ്റം അല്ലെങ്കിൽ പണപ്പെരുപ്പമാണ്. ഉൽപ്പാദനം കുറഞ്ഞാൽ ചരക്കു ലഭ്യത കുറയും. ഉൽപ്പാദനം കൂടുമ്പോഴും ചരക്കുലഭ്യത കുറയും. പൂഴ്ത്തിവെപ്പാണ് കാരണം. കൃത്രിമ ദൗർലഭ്യമുണ്ടാക്കി വിലക്കയറ്റമുണ്ടാക്കുകയാണ് പൂഴ്ത്തിവെപ്പിന്റെ ലക്ഷ്യം. ഇൻഡ്യയിലെ വിലക്കയറ്റത്തിന്റെ പ്രധാന കാരണങ്ങളിലൊന്നാണ് കുത്തക ഉൽപ്പാദകരും വ്യാപാരികളും നടത്തുന്ന പൂഴ്ത്തിവെപ്പ്. മറ്റൊരുകാരണം ഉൽപ്പാദന–വിതരണ രംഗങ്ങൾ സ്വകാര്യമേഖലയെ ഏൽപ്പിച്ച് സർക്കാർ ആ രംഗങ്ങളിൽ നിന്നും പിൻവാങ്ങുന്നതാണ്. വർധിച്ചു വരുന്ന അവധി വ്യാപാരമാണ് മറ്റൊരു കാരണം!

6

ധനകാര്യസ്ഥാപനങ്ങൾ
(Financial institutions)

ബാങ്കുകളുടെ ആവിർഭാവം

ബാങ്ക് ഡെപ്പോസിറ്റുകളും കറൻസി നോട്ടുകളും നാണയങ്ങളും പണമാണ്. കടലാസും അച്ചടിയും ബാങ്കുകളും ഇല്ലാതിരുന്ന ഒരു കാലമുണ്ടായിരുന്നു. അക്കാലത്ത് ആടിനെയും ഒട്ടകത്തിനെയും മറ്റും പണമായി ഉപയോഗിച്ചിരുന്നു. അവ പണത്തിന്റെ ധർമം നിർവഹിച്ചിരുന്നു. പക്ഷേ അമ്മാതിരിയുള്ള പണം സൂക്ഷിച്ചുവെക്കുക പ്രയാസകരമായിരുന്നു. മോഷ്ടാക്കളെ ഭയക്കണമായിരുന്നു. പണം കൊണ്ടുനടക്കലും പ്രയാസകരമായിരുന്നു. ദൂരസ്ഥലങ്ങളിലേക്കു യാത്ര പോകുമ്പോൾ വിശേഷിച്ചും. പ്രശ്നങ്ങൾക്കു പരിഹാരം സമൂഹം സ്വയം കണ്ടുപിടിച്ചു. പണം ഗോത്രത്തലവന്മാരെ ഏൽപ്പിച്ചു. ആദ്യകാലങ്ങളിൽ പണത്തിനു പകരം രശീതിയോ രേഖകളോ നൽകിയിരുന്നില്ല. പക്ഷേ സൂക്ഷിക്കാനേൽപ്പിക്കുന്ന പണത്തിന്റെ അളവും ആളുകളുടെ എണ്ണവും ഏറിയതോടെ പണം കൈപ്പറ്റിയതിന് രേഖകൾ കൊടുക്കാൻ ആരംഭിച്ചു. രേഖകൾ കാണിക്കുമ്പോൾ പണം തിരികെ നൽകുമായിരുന്നു. ഇപ്പോഴത്തെ ബാങ്ക് പാസ്ബുക്കുകളുടെ തുടക്കമായിരുന്നു അത്. പണം പിൻവലിക്കാൻ ആളുകൾ ഉടൻ എത്താത്ത സ്ഥിതിയുണ്ടായപ്പോൾ, പണം കുറച്ചുദിവസത്തേക്കു ആവശ്യക്കാർക്കു വായ്പകൊടുക്കാൻ തുടങ്ങി. പിൽക്കാലത്തു മറ്റൊന്നുകൂടി സംഭവിച്ചു. പണം നിക്ഷേപിച്ച രശീതി കൈവശമുള്ളവർ കൊടുക്കൽ വാങ്ങലുകൾക്ക് രശീതികൾ തന്നെ ഉപയോഗിക്കാൻ ആരംഭിച്ചു. സാധനങ്ങൾ വിറ്റ് രശീതി നേടിയവർക്ക് ആശങ്കയ്ക്ക് അവകാശമില്ലായിരുന്നു. രശീതി കാണിച്ചാൽ ഏതു സമയവും പണം പകരം ലഭിക്കുമായിരുന്നു. അത് രശീതിയിലുള്ള വിശ്വാസം ഉറപ്പിച്ചു. രശീതികൾ പണമായി സ്വീകരിക്കപ്പെടുകയും, പകരം പണത്തിന് ആവശ്യക്കാർ ചുരുങ്ങുകയും ചെയ്തതോടെ, ഗോത്രത്തലവന്മാർ

പണത്തിന്റെ പിൻബലമില്ലാതെതന്നെ രശീതികൾ നൽകാൻ തുടങ്ങി. ഇന്നത്തെ കറൻസിനോട്ടുകളുടെയും ചെക്കുകളുടെയും തുടക്കമായിരുന്നു അത്.

ഉൽപ്പന്നങ്ങളുടെ എണ്ണം വർധിക്കുകയും ഉൽപ്പാദനം ഏറുകയും ചെയ്തതോടെ ഇടപാടുകാരുടെ എണ്ണം പെരുകി, ഇടപാടുകളുടെ എണ്ണവും പെരുകി. വ്യാപാരത്തിന്റെ സുഗമമായ ഒഴുക്കിന് പണമിടപാട് സ്ഥാപനങ്ങൾതന്നെ സ്ഥാപിതമായി. പണം നിക്ഷേപമായി സ്വീകരിക്കുകയും ആവശ്യക്കാർക്ക് വായ്പ നൽകുകയും ചെയ്യുന്ന ധർമം അവ ഏറ്റെടുത്തു. അവയാണ് ബാങ്കുകൾ.

നിക്ഷേപം സ്വീകരിക്കുകയും വായ്പ നൽകുകയും ചെയ്യുക അന്നും ഇന്നും ബാങ്കുകൾ നിർവഹിച്ചുപോരുന്ന അടിസ്ഥാനചുമതലകളാണ്. എന്നാൽ ആവശ്യങ്ങൾ വൈവിധ്യവൽക്കരിക്കപ്പെട്ടതോടെ, വൈവിധ്യമാർന്ന ചുമതലകളും ബാങ്കുകൾ ഏറ്റെടുത്തു. അവയുടെ പ്രവർത്തനം ഇന്ന് അങ്ങേയറ്റം വിപുലവും വൈവിധ്യമുള്ളതുമാണ്. ധനകാര്യസ്ഥാപനങ്ങൾ കടന്നുചെല്ലാത്ത മേഖലകൾ അപൂർവമാണ്. ഉൽപ്പാദനം, വിനിമയം, വിതരണം തുടങ്ങി എല്ലാ രംഗങ്ങളിലും ധനകാര്യ സ്ഥാപനങ്ങൾ ഇടപെടുക മാത്രമല്ല, മേധാവിത്വം സ്ഥാപിക്കുകയും ചെയ്തിരിക്കുന്നു.

പണവും മൂലധനവും

പണം വ്യാപാരം സുഗമമാക്കുക മാത്രമല്ല ചെയ്യുന്നത്. അത് ഒരു ചൂഷണോപകരണം കൂടിയാണ്. മൂലധനം എന്നപദം പലയാവർത്തി ഉപയോഗിച്ചുവല്ലൊ. ഉൽപ്പാദനത്തിന് പണം നിക്ഷേപിക്കുന്നു എന്നുപറയാറുണ്ട്. പണം മൂലധനമാണെന്ന അർഥം അതുകൊണ്ടു സിദ്ധിക്കുന്നു. വാസ്തവത്തിൽ എന്താണ് മൂലധനം? അത് ഒരു പ്രത്യേക വസ്തുവാണോ, ഉപകരണമാണോ, യന്ത്രമാണോ, പണം തന്നെയാണോ? മൂലധനത്തിന് പ്രത്യേകമായ അർഥമുണ്ട്. ഉൽപ്പാദനോപാധികളുടെ ഉടമകളും അധ്വാനശേഷി വിറ്റു ജീവിക്കുന്നവരും, അതായത് മുതലാളികളും തൊഴിലാളികളും തമ്മിലുള്ള സാമൂഹ്യബന്ധമാണ് മൂലധനം പ്രതിനിധീകരിക്കുന്നത്. ഒരു യന്ത്രം ഒരിടത്ത് കുറെക്കാലം ഉപയോഗപ്പെടുത്താതെ ഇട്ടിരിക്കുന്നു എന്നു കരുതുക. യന്ത്രം മൂലധനമല്ല. അധ്വാനശേഷി ഉപയോഗിച്ച് പ്രവർത്തിപ്പിക്കുകയും, അധ്വാനത്തിന്റെ ഒരംശം മിച്ചമൂല്യമായി (ലാഭമായി) മാറ്റപ്പെടുകയും ചെയ്യുമ്പോൾ യന്ത്രം മൂലധനമായി. അസംസ്കൃത വസ്തുക്കളുടെ സ്ഥിതിയും അതുതന്നെ. ഒരു കെട്ടിടം അതിന്റെ ഉടമസ്ഥൻ താമസത്തിനുപയോഗിക്കുമ്പോൾ മൂലധനമല്ല. മറിച്ച് അതേ കെട്ടിടം ഒരു ഫാക്ടറിയായോ ബാങ്കായോ പ്രവർത്തിക്കുമ്പോൾ അത് മൂലധനമാണ്. കാരണം തൊഴിലാളിയുടെ അധ്വാനത്തിന്റെ ഒരു ഭാഗം മിച്ചമൂല്യമായി മാറ്റപ്പെടുന്നുണ്ട്. മിച്ചമൂല്യമാണ് മൂലധനമായി മാറ്റുന്നത്. വെറുതെ പെട്ടിയിൽ അടുക്കിവെച്ചതോ ബാങ്കിൽ മൃതമായി സൂക്ഷിച്ചതോ ആയ പണം മൂലധനമല്ല. ഹോട്ടലിൽ ഭക്ഷണത്തിനു ചെലവിട്ട തുകയും മൂലധനമല്ല. വ്യവസായത്തിലോ വ്യാപാരത്തിലോ പ്രയോഗിക്കപ്പെടുന്ന പണവും തൊഴിലാളിക്ക് ഭക്ഷണം നൽകാൻ ചെലവിട്ട പണവും മൂലധന

മാണ്. അധ്വാനശേഷിയുടെ ചൂഷണം അതിൽ അടങ്ങിയിട്ടുണ്ട്. അധ്വാന ശേഷി ചൂഷണം ചെയ്യുന്നതിനുള്ള ഉപാധിയായി പണം പ്രയോഗിക്കുമ്പോൾ പണം മൂലധനമാണ്.

പണം ഉപയോഗിച്ച് മുതലാളിത്തം മൂലധനം വളർത്തുന്നത് എങ്ങനെയെന്ന് ഉദാഹരണസഹിതം വിശദമാക്കാം.

ഉപഭോഗം ലക്ഷ്യമാക്കിയ ഒരു ഉൽപ്പാദനവ്യവസ്ഥയെ സങ്കൽപ്പിക്കുക. ഉൽപ്പാദനത്തിന്റെയും വിനിമയത്തിന്റെയും ലക്ഷ്യം ലാഭമല്ല. അത്തരം ഒരു ഉൽപ്പാദനവ്യവസ്ഥയെ സ്വാഭാവിക സമ്പദ്‌വ്യവസ്ഥ (Natural Economy) എന്നു വിളിക്കാം. ഒരു കുടുംബം, മുളവെട്ടിക്കൊണ്ടുവന്ന്, പനമ്പുണ്ടാക്കി, മാർക്കറ്റിൽ കൊണ്ടുപോയി വിറ്റ് പണം നേടുന്നു. ഇരുപതു രൂപയാണ് വിറ്റ വില. അതു ചെലവിട്ട് അരി വാങ്ങുന്നു. പനമ്പ് ഒരു ചരക്കാണ്. ചരക്ക് എന്നാൽ വിൽക്കാൻവേണ്ടി നിർമിക്കപ്പെട്ട ഉൽപ്പന്നമാണ്. ചരക്ക് കൈമാറി പണം കിട്ടുന്നു. പണം കൊടുത്ത് മറ്റൊരു ചരക്ക്, അരി, വാങ്ങുന്നു. പനമ്പിന്റെ വില ഇരുപതുരൂപ. അരിയുടെ വിലയും ഇരുപതുരൂപ. പണം ഒരു മധ്യവർത്തിയായി ഉപയോഗപ്പെട്ടു. ഈ കൈമാറ്റത്തിന്റെ ഫലമായി കൂടുതൽ പണം ഉണ്ടായിട്ടില്ല. വിറ്റ വിലയും വാങ്ങിയ വിലയും ഒന്നുതന്നെ. ഒരു സൂത്രവാക്യത്തിന്റെ രൂപത്തിൽ മേൽക്കൊടുത്ത കൈമാറ്റം എഴുതാം.

പനമ്പ് – പണം – അരി

അഥവാ,

ചരക്ക് – പണം – ചരക്ക്

മറിച്ച്, വിനിമയം ലക്ഷ്യമാക്കിയ മറ്റൊരു ഉൽപ്പാദനവ്യവസ്ഥയെ സങ്കൽപ്പിക്കാം.

മുതലാളി പണവുമായി രംഗത്തുവരുന്നു. പണം നിക്ഷേപിച്ച് യന്ത്രങ്ങൾ, ഫാക്ടറി, അസംസ്കൃതപദാർഥങ്ങൾ, അധ്വാനശേഷി എന്നിവ വിലയ്ക്ക് വാങ്ങി ഉൽപ്പാദനം സംഘടിപ്പിക്കുന്നു. ചരക്ക് ഉൽപ്പാദിപ്പിക്കപ്പെടുന്നു. പിന്നീട് ചരക്ക് വിറ്റ് കൂടുതൽ പണം നേടുന്നു. ഇപ്പോൾ സൂത്രവാക്യത്തിന്റെ രൂപം മാറി. അതിങ്ങനെയായി.

പണം – ചരക്ക് – കൂടുതൽ പണം.

കൂടുതൽ പണം എങ്ങനെയുണ്ടായി? വിൽപ്പനവിലയിലെ വ്യത്യാസം എന്നതു തെറ്റായ ഉത്തരമാണ്. ഒരാൾ ഒരു പശുവിനെ നൂറുരൂപയ്ക്ക് വാങ്ങി. നൂറ്റിപ്പത്തു രൂപയ്ക്കു വിറ്റാൽ പത്തുരൂപ ലാഭമാണ്. വിൽപ്പനവിലയിലെ വ്യത്യാസമാണത്. പക്ഷേ അങ്ങനെ ഒരു വിൽപ്പന ഇവിടെ സംഭവിച്ചിട്ടില്ല. സംഭവിച്ചത് ഉൽപ്പാദനവും വിനിമയവുമാണ്. ചരക്കു വാങ്ങി വിൽക്കുകയല്ല ചെയ്തത്. ഉൽപ്പാദന പ്രക്രിയയ്ക്കിടയ്ക്ക് സൃഷ്ടിക്കപ്പെട്ടതാണ് കൂടുതലായുണ്ടായ പണം. ഇങ്ങനെയാണ് മുതലാളിത്തം പണമെറിഞ്ഞ് അധികപണം വാരുന്നത്. മുതലാളിത്ത വ്യവസ്ഥയിൽ പണം ചൂഷണത്തിനുള്ള മുഖ്യ ഉപാധിയാണ്.

ബിസിനസ് സ്ഥാപനങ്ങൾക്ക് മൂലധനം വേണം. ഫാക്ടറി സ്ഥാപിക്കാനും യന്ത്രങ്ങൾ സ്ഥാപിക്കാനും മറ്റും ദീർഘകാല വായ്പ ആവശ്യമുണ്ട്. സ്ഥിര മൂലധനമാണവ (Fixed Capital). ആഴ്ചതോറും അല്ലെങ്കിൽ മാസംതോറും അസംസ്കൃത വസ്തുക്കൾ വാങ്ങേണ്ടിവരും. തൊഴിലാളി

കൾക്ക് കൂലികൊടുക്കാനും ഇന്ധനം വാങ്ങാനും ട്രാൻസ്പോർട്ടു ചെല വിനും മറ്റും കുറഞ്ഞ കാലയളവിലേക്കു വായ്പ കിട്ടിയാൽ മതിയാകും (Variable capital). വായ്പകളെ ദീർഘകാല വായ്പകൾ (Long-term loans) എന്നും ഹ്രസ്വകാല വായ്പകൾ (Short-term loans) എന്നും വിഭജി ക്കാം. സർക്കാരിനും വേണം രണ്ടിനത്തിലുംപെട്ട വായ്പകൾ. റോഡു കൾ, പാലങ്ങൾ, വിദ്യാലയങ്ങൾ, ആശുപത്രികൾ എന്നിവ നിർമിക്കാൻ ദീർഘകാല വായ്പകളും; ശമ്പളം, പെൻഷൻ, വിവിധതരം ക്ഷേമ പെൻ ഷനുകൾ എന്നിവയ്ക്ക് ഹ്രസ്വകാല വായ്പകളും വേണം.

വ്യക്തികളും ധനകാര്യസ്ഥാപനങ്ങളുമാണ് വായ്പ നൽകുന്നത്. പണം കയ്യിലുള്ളവർക്കേ വായ്പ വാങ്ങാൻ കഴിയൂ. വായ്പ നൽകാനും കഴിയൂ. അല്ലാത്തവർ വായ്പക്കമ്പോളത്തിനു വെളിയിലാണ്.

സെക്യൂരിറ്റി മാർക്കറ്റ്

ഒരു ഉറപ്പുമില്ലാതെ ആരും വായ്പ നൽകില്ലല്ലോ. വ്യക്തിയായാലും സ്ഥാപനമായാലും അതാണു സ്ഥിതി. നിശ്ചിത കാലയളവിനുള്ളിൽ പലിശ സഹിതം, അല്ലെങ്കിൽ ലാഭവിഹിതം സഹിതം, തിരിച്ചു നൽകാം എന്ന വാഗ്ദാനത്തിന്റെ അടിസ്ഥാനത്തിലാണ് വായ്പകൾ നൽകപ്പെടു ന്നത്. അങ്ങനെ നൽകപ്പെടുന്ന രേഖാമൂലമായ വാഗ്ദാനമാണ് പ്രോമി സറി നോട്ടുകൾ. അവ കടപ്പത്രങ്ങളാണ്. അതിന്റെ മറ്റൊരു പേരാണ് സെക്യൂരിറ്റികൾ. കമ്പനികൾ പുറപ്പെടുവിക്കുന്ന ഓഹരികൾ, ഡിബ ഞ്ചറുകൾ, വായ്പകൾ, സർക്കാർ പുറപ്പെടുവിക്കുന്ന ബോണ്ടുകൾ, ബില്ലുകൾ തുടങ്ങിയവയാണ് പ്രമുഖങ്ങളായ സെക്യൂരിറ്റികൾ. സെക്യൂരി റ്റികളുടെ ഇടപാടുകൾ നടത്തുന്ന എല്ലാത്തരം സ്ഥാപനങ്ങളും അട ങ്ങുന്നതാണ് സെക്യൂരിറ്റി മാർക്കറ്റ് അല്ലെങ്കിൽ സെക്യൂരിറ്റി വിപണി.

മണിമാർക്കറ്റും ക്യാപിറ്റൽമാർക്കറ്റും

സെക്യൂരിറ്റി വിപണിയെ രണ്ടായി വിഭജിക്കാം. മണിമാർക്കറ്റ്, ക്യാപിറ്റൽ മാർക്കറ്റ്.

മണിമാർക്കറ്റ് എന്നാൽ പണം കൈകാര്യം ചെയ്യുന്ന മാർക്കറ്റ് എന്നല്ല അർഥം. പണത്തോട് അടുത്തുനിൽക്കുന്ന സെക്യൂരിറ്റികൾ (Near money) കൈകാര്യം ചെയ്യുന്ന മാർക്കറ്റ് എന്നാണ് അർഥം. ഏതു സമയവും പണമായി മാറ്റാവുന്ന സെക്യൂരിറ്റികൾ കൈകാര്യം ചെയ്യുന്ന വിപണിയാണ് മണിമാർക്കറ്റ്. ഹ്രസ്വകാല വായ്പാവിപണിയാണത്.

ഒരു വർഷമോ അതിൽ കൂടുതലോ തിരിച്ചടവുകാല ദൈർഘ്യമുള്ള സെക്യൂരിറ്റികൾക്കുള്ള മാർക്കറ്റ് ആണ് ക്യാപിറ്റൽ മാർക്കറ്റ്. ദീർഘകാല വായ്പാ വിപണിയാണത്.

കാൾ മണിമാർക്കറ്റ്

മണിമാർക്കറ്റ് ഏകരൂപമുള്ളതും ഒരേതരം സെക്യൂരിറ്റികൾ കൈ കാര്യം ചെയ്യുന്നതുമായ വിപണിയല്ല. വിവിധങ്ങളായ ഉപമാർക്കറ്റുകൾ

അതിലുണ്ട്. ഓരോ ഉപമാർക്കറ്റും ഒരു പ്രത്യേകതരം ഹ്രസ്വകാല വായ്പ യിൽ വിപണനം നടത്തുന്നു. അത്തരം ഒരു ഉപമാർക്കറ്റാണ് കാൾ മണിമാർക്കറ്റ് (Call Money Market). 'കാൾ' എന്നാൽ വിളിക്കുക എന്നർ ഥം. കൊടുത്ത വായ്പ ഏതു സമയവും തിരിച്ചുവിളിക്കാവുന്ന മാർക്കറ്റ് എന്നാണ് കാൾ മണിമാർക്കറ്റിന് അർഥം. അത്തരം വായ്പകളുടെ സാധാരണ സമയപരിധി 14 ദിവസങ്ങളാണ്. എന്നാൽ വായ്പാസ്ഥാപന ത്തിന് പെട്ടെന്ന് പണം ആവശ്യമായെന്നു കരുതുക. 24 മണിക്കൂർ സമയ ത്തെ ഷോർട്ട് നോട്ടീസ് കൊടുത്ത് വായ്പ തിരിച്ചു വിളിക്കാം. അത്തരം വായ്പകളെ മണി അറ്റ് ഷോർട്ട് നോട്ടീസ് (Money at short notice) എന്നു പറയുന്നു.

കാൾ മണിമാർക്കറ്റ് എന്നത് ഒരു പ്രത്യേക സ്ഥലത്തെ സൂചിപ്പിക്കു ന്നില്ല. ടെലഫോൺ മുഖേനയോ മറ്റ് ഇലക്ട്രോണിക് മാധ്യമങ്ങളിലൂടെ യോ നൽകപ്പെടുന്ന നിർദേശങ്ങൾ മൂലം ഒരു ബാങ്കിന്റെ അക്കൗണ്ടിൽ നിന്ന് മറ്റൊരു ബാങ്കിന്റെ അക്കൗണ്ടിലേക്ക് തുക മാറ്റുന്നതാണ് രീതി. പ്രതിദിനമെന്നോണം അത്തരം കൈമാറ്റങ്ങൾ നടക്കുന്നുണ്ട്. അധിക പണം ഉള്ള ബാങ്കുകൾക്ക് ചെറിയ പലിശ നേടാനും പണത്തിനു കമ്മി യുള്ള ബാങ്കുകൾക്ക് പണം ലഭിക്കാനും കാൾ മണിമാർക്കറ്റ് സഹായി ക്കുന്നു. അപ്രതീക്ഷിതമായി ഉയർന്നുവരുന്ന ആവശ്യം നിറവേറ്റാനും ധനാനുപാതത്തിലെയും മറ്റും കുറവുനികത്താനും കാൾ മണിമാർക്കറ്റ് ഉപകരിക്കുന്നു. ഷെഡ്യൂൾഡ് കമേർഷ്യൽ ബാങ്കുകൾ, സംസ്ഥാന, ജില്ല, നഗരതലങ്ങളിലെ സഹകരണബാങ്കുകൾ, ബാങ്കിങ് ഇതര ധനകാര്യ സ്ഥാപനങ്ങൾ, മ്യൂച്ചൽ ഫണ്ടുകൾ തുടങ്ങി യു ടി ഐ, എൽ ഐ സി, ജി ഐ സി, ഐ ഡി ബി ഐ, ഐ സി ഐ സി ഐ, ഡിസ്കൗണ്ട് ഹൗസുകൾ തുടങ്ങിയവയാണ് കാൾ മണിമാർക്കറ്റ് സ്ഥാപനങ്ങൾ.

2012 ജൂലായിൽ കാൾ മണി പലിശനിരക്ക് 7 മുതൽ 8.10 ശതമാനം വരെയായിരുന്നു. കോടിക്കണക്കിനു രൂപയുടെ കൊടുക്കൽ വാങ്ങലുക ളാണ് ഓരോ ദിവസവും ഈ മാർക്കറ്റിൽ നടക്കുന്നത്.

ബിൽ മാർക്കറ്റ്

മറ്റൊരു ഉപമാർക്കറ്റാണ് ബിൽ മാർക്കറ്റ്. പേരു സൂചിപ്പിക്കുന്നതു പോലെ ബില്ലുകളാണ് ഇവിടെ വ്യാപാരം ചെയ്യപ്പെടുന്നത്. മൂന്നുമാസം തുടങ്ങി ആറുമാസം വരെയാണ് ബില്ലിന്റെ കാലാവധി. സർക്കാരിന്റെ ബില്ലുകളെ ട്രഷറി ബില്ലുകൾ എന്നും ബിസിനസ് സ്ഥാപനങ്ങൾ പുറ പ്പെടുവിക്കുന്ന ബില്ലുകളെ കമേർഷ്യൽ ബില്ലുകൾ എന്നും വിളിക്കുന്നു.

റിസർവ് ബാങ്കാണ് സർക്കാരിനുവേണ്ടി ട്രഷറിബില്ലുകൾ പുറപ്പെ ടുവിക്കുന്നത്. ട്രഷറി ബില്ലുകൾ ആകർഷണീയമായ നിക്ഷേപങ്ങളാണ്. ഏതെങ്കിലും സാധനങ്ങളുടെ കൈമാറ്റത്തിന്റെ അടിസ്ഥാനത്തിലല്ല ട്രഷറി ബില്ലുകൾ പുറപ്പെടുവിക്കുന്നത്. സർക്കാരിന്റെ ഗാരന്റി അവയ്ക്കു പിന്നിലുണ്ട്. മാത്രവുമല്ല, ബിൽ കൈവശമുള്ള ബാങ്കുകൾക്കും സംസ്ഥാന സർക്കാരുകൾക്കും, ബില്ലിന്റെ കാലാവധി പൂർത്തിയാവുന്ന തിനു മുമ്പേ പണം ആവശ്യമുണ്ടെങ്കിൽ, റിസർവ് ബാങ്കിൽ റി ഡിസ്

കൗണ്ട് ചെയ്ത് പണം കൈപ്പറ്റാവുന്നതാണ്. ഈ സൗകര്യം ട്രഷറി ബില്ലുകളെ ആകർഷണീയ നിക്ഷേപങ്ങളായി മാറ്റുന്നു. 14 ദിവസം, 91 ദിവസം, 182 ദിവസം, 364 ദിവസം എന്നിങ്ങനെ കാലാവധിയുള്ള ട്രഷറി ബില്ലുകൾ ഇപ്പോൾ റിസർവ് ബാങ്ക് പുറപ്പെടുവിക്കുന്നുണ്ട്. അഞ്ചു കൊല്ലവും 10 കൊല്ലവും കാലാവധിയുള്ള ഡേറ്റഡ് സെക്യൂരിറ്റികളും റിസർവ് ബാങ്ക് പുറപ്പെടുവിക്കുന്നുണ്ട്. ഇവയെല്ലാം ആഴ്ചതോറും ലേലത്തിൽ വിൽക്കുകയാണ് രീതി.

കമേർഷ്യൽ ബില്ലുകളെയാണ് ബിൽ ഓഫ് എക്സ്ചേഞ്ച് എന്നു പറയുന്നത്. ഉൽപ്പന്നങ്ങളുടെ യഥാർഥ വിൽക്കൽ–വാങ്ങൽ ആവശ്യത്തിനാണ് ബിൽ ഓഫ് എക്സ്ചേഞ്ച് ഉണ്ടാക്കപ്പെടുന്നത്. ഒരു ചരക്കു വാങ്ങുന്ന വ്യാപാരിക്ക് ചരക്കിന്റെ വില മൂന്നുമാസം കഴിഞ്ഞേ കൊടുക്കാൻ കഴിയൂ എന്നു കരുതുക. ചരക്കു വിൽക്കുന്ന വ്യാപാരി, മൂന്നുമാസം കഴിഞ്ഞ് ബില്ലിൽ കാണിച്ച തുക തരണമെന്ന് ആവശ്യപ്പെട്ടുകൊണ്ട്, ചരക്കു വാങ്ങിയ വ്യാപാരിയുടെ പേരിൽ ബിൽ തയാറാക്കി നൽകുന്നു. വാങ്ങിയ വ്യാപാരി ബില്ലിൽ തന്റെ ഒപ്പിട്ടുതിരിച്ചു നൽകുന്നതോടെ ബില്ലിന്റെ നിർമാണപ്രക്രിയ പൂർത്തിയായി. ബിൽ തയാറാക്കിയ വ്യാപാരി (വിൽപ്പനക്കാരൻ), ബിൽ മൂന്നുമാസം കരുതിവെച്ചാൽ, കാലാവധി പൂർത്തിയാകുന്ന മുറയ്ക്ക് അയാൾക്ക് പണം ലഭിക്കും. കാലാവധിയ്ക്കുമുമ്പ് പണം ആവശ്യമായി വന്നാൽ ബാങ്കിൽ ഡിസ്കൗണ്ട് ചെയ്ത് പണം കരസ്ഥമാക്കാം. സർട്ടിഫിക്കറ്റ് ഓഫ് ഡെപ്പോസിറ്റുകൾ, കമേർഷ്യൽ പേപ്പറുകൾ തുടങ്ങിയവയാണ് ഇതര മണിമാർക്കറ്റ് ഉൽപ്പന്നങ്ങൾ.

ക്യാപിറ്റൽ മാർക്കറ്റ്

ദീർഘകാല വായ്പയ്ക്കുള്ള സെക്യൂരിറ്റികളും ഇടപാടു സ്ഥാപനങ്ങളും അടങ്ങുന്നതാണ് ക്യാപിറ്റൽ മാർക്കറ്റ്.

ക്യാപിറ്റൽ മാർക്കറ്റിന് രണ്ടുവിഭാഗങ്ങളുണ്ട്. ഗവൺമെന്റ് സെക്യൂരിറ്റി മാർക്കറ്റ്, വ്യവസായ സെക്യൂരിറ്റി മാർക്കറ്റ്. ഗവൺമെന്റ് സെക്യൂരിറ്റീസ് മാർക്കറ്റിന് ഗിൽട്ട് എഡ്ജ്ഡ് സെക്യൂരിറ്റീസ് മാർക്കറ്റ് എന്നും പേരുണ്ട്. സർക്കാരുകൾ, പോർട്ട് ട്രസ്റ്റുകൾ, വൈദ്യുതി ബോർഡുകൾ, പൊതുമേഖലാ സ്ഥാപനങ്ങൾ, റിസർവ് ബാങ്ക്, കമേർഷ്യൽ ബാങ്കുകൾ തുടങ്ങിയവയാണ് സെക്യൂരിറ്റികൾ പുറപ്പെടുവിക്കുന്നത്. ബിസിനസ് സ്ഥാപനങ്ങൾ പുറപ്പെടുവിക്കുന്ന ഓഹരികൾ, ഡിബഞ്ചറുകൾ തുടങ്ങിയവയാണ് വ്യവസായ സെക്യൂരിറ്റികൾ.

ഓഹരി വിപണി

ഓഹരികൾ, ഡിബഞ്ചറുകൾ, ബോണ്ടുകൾ, വിവിധങ്ങളായ ഡെറിവേറ്റിവുകൾ (പിന്നീട് വിശദീകരിക്കുന്നുണ്ട്) തുടങ്ങിയവ വിൽക്കുകയും വാങ്ങുകയും ചെയ്യുന്ന വിപണിയാണ് ഓഹരി വിപണി.

ബിസിനസ് കോർപ്പറേഷനുകൾ വൻതോതിലാണ് ഉൽപ്പാദനവും വ്യാപാരവും നടത്തുന്നത്. അതിന് വൻതോതിൽ മുതൽമുടക്കു വേണം. ഒരു വ്യക്തിക്കു തനിയെയോ (Individual Proprietorship), കുറച്ചു പേർക്കു

കൂട്ടായോ (Partnership) സമാഹരിക്കാൻ കഴിയുന്നതിനെക്കാൾ കൂടുതൽ മൂലധനം ആവശ്യമാവുമ്പോൾ ഓഹരി മൂലധനത്തിലൂടെ മൂലധന സമാഹരണം നടത്തുന്നു. ജോയിന്റ് സ്റ്റോക്ക് കമ്പനികൾ (Joint stock companies) രൂപീകരിച്ചാണ് ഓഹരികൾ വിൽക്കുന്നത്. ഓഹരി ഉടമകൾ കമ്പനിയുടെ ഉടമകൾ കൂടിയാണ്. അതിനാൽ കമ്പനി ലാഭമുണ്ടാക്കുമ്പോൾ അതിലൊരു വിഹിതത്തിന് (Dividend) അവർക്ക് അർഹതയുണ്ട്. ചെറുകിടക്കാരായ ലക്ഷക്കണക്കിനുവരുന്ന ഓഹരി ഉടമകൾ കമ്പനിയുടെ നടത്തിപ്പിലോ നയപരമായ തീരുമാനങ്ങളിലോ പങ്കാളികളല്ല. അവരുടെ പങ്കാളിത്തം വാർഷിക ജനറൽബോഡി യോഗത്തിലെ സാന്നിധ്യത്തിൽ ഒതുങ്ങുന്നു. അവർ നിശ്ശബ്ദപങ്കാളികളാണ് (Sleeping partners). കമ്പനിയുടെ നിയന്ത്രണം വൻകിടക്കാരായ ഓഹരി ഉടമകൾക്കാണ്. ഓഹരികളുടെ എണ്ണത്തിനു അനുപാതമായാണ് ജനൽ ബോഡിയിലെ വോട്ടവകാശം. ചെറുകിടക്കാർ ലക്ഷക്കണക്കിനുവരുമെങ്കിലും അവരുടെ കയ്യിലെ ഓഹരികളുടെ എണ്ണം കുറവായിരിക്കും. കൂടുതൽ ഓഹരികൾ കൈവശപ്പെടുത്തിയ വൻകിടക്കാർ കമ്പനികളെ നിയന്ത്രിക്കുന്നു. ചെറുകിടക്കാരുടെ പണംകൊണ്ട് വൻകിടക്കാർ കമ്പനി നടത്തി ലാഭമുണ്ടാക്കുന്നു എന്നു സാരം.

ഓഹരികൾക്ക് (Shares) ഇക്വിറ്റികൾ (Equities) എന്നും പേരുണ്ട്. ഇക്വിറ്റികൾ രണ്ടുതരമുണ്ട്. സാധാരണ ഓഹരികൾ (Ordinary shares), മുൻഗണനാ ഓഹരികൾ (Preference shares). ലാഭവിഹിതം പങ്കിടുമ്പോൾ പ്രഥമ പരിഗണന മുൻഗണനാ ഓഹരിക്കാർക്കായി വ്യവസ്ഥ ചെയ്യപ്പെട്ടിരിക്കുന്നു.

ഡിബഞ്ചറുകൾ കടപ്പത്രങ്ങളാണ്. അതുകൊണ്ട് ഡിബഞ്ചർ ഉടമകൾക്ക് പലിശയ്ക്ക് മാത്രമാണ് അർഹത. ലാഭത്തിലില്ല. സ്വകാര്യ കമ്പനികൾ പുറപ്പെടുവിക്കുന്നവയാണ് ഡിബഞ്ചറുകൾ. എന്നാൽ ഗവൺമെന്റും കടപ്പത്രങ്ങൾ പുറപ്പെടുവിക്കുന്നുണ്ട്. അവയെ ബോണ്ടുകൾ എന്നു വിളിക്കുന്നു. ഡിബഞ്ചറുകളും ബോണ്ടുകളും ഫലത്തിൽ കടപ്പത്രങ്ങൾ തന്നെയാണ്. പുറപ്പെടുവിക്കുന്നതിന്റെ ലക്ഷ്യം വായ്പ വാങ്ങലും.

ഓഹരി ഉടമകൾക്ക് ലാഭവിഹിതത്തിനു അർഹതയുണ്ടെന്നു വിശദമാക്കിയല്ലോ. പക്ഷേ, ലാഭവിഹിതം മാത്രമല്ല, ഓഹരികൾ വാങ്ങുന്നതിന്റെ ലക്ഷ്യം. ഓഹരികൾ വാങ്ങുന്നവർ പിന്നീട് ഓഹരികൾ മറിച്ചു വിൽക്കുന്നു. കമ്പനികൾ ഓഹരികൾ ആദ്യം വിൽക്കുന്നത് പ്രൈമറി മാർക്കറ്റിലാണ് (Primary Market). ഓഹരി വിൽപ്പന സംബന്ധിച്ച ജോലികൾ ഏറ്റെടുത്തു നിർവഹിക്കുന്നതു മെർച്ചന്റ് ബാങ്കുകളാണ് (Merchant Banks). ഓഹരികളുടെ പ്രഥമ വിൽപ്പനയെ Initial Public Offer - IPO എന്നു വിശേഷിപ്പിക്കുന്നു. അനവധി വർഷം ലാഭവും ലാഭവിഹിതവുമുള്ള പ്രമുഖ കമ്പനികളുടെ ഓഹരികളാണ് Blue Chip Shares അല്ലെങ്കിൽ ബ്ലൂ ചിപ്പുകൾ.

ഓഹരികൾ കൈമാറ്റം ചെയ്യുന്ന വിപണിയാണ് ഓഹരിക്കമ്പോളം (Stock Exchange Market). ഓഹരികൾ, ഓഹരി വ്യാപാരികൾ (Stock Brokers), ബാങ്കുകൾ, ക്ലിയറിങ് ഹൗസുകൾ, തുടങ്ങി നിരവധി സ്ഥാപന

ങ്ങൾ ഉൾക്കൊള്ളുന്നതാണ് ഓഹരിക്കമ്പോളം. ഒരു പ്രത്യേക ഇടത്തെയാണ് ഓഹരിക്കമ്പോളം സൂചിപ്പിക്കുന്നത്. ഇന്റർനെറ്റ്, ടെലഫോൺ തുടങ്ങിയവ ഉപയോഗിച്ച് ഒരു പ്രത്യേക സ്ഥലത്തല്ലാതെ നടത്തുന്ന ഓഹരി വ്യാപാരമാണ് Over the Counter Exchange (OTCE). ഇന്ത്യയിലെ ഏറ്റവും പ്രമുഖവും പഴക്കമുള്ളതുമായ ഓഹരിക്കമ്പോളമാണ് ബോംബെ സ്റ്റോക്ക് എക്സ്ചേഞ്ച് മാർക്കറ്റ് (1875). നാഷണൽ സ്റ്റോക്ക് എക്സ് ചേഞ്ചിന്റെ രൂപീകരണത്തോടെ പ്രാദേശിക ഓഹരിക്കമ്പോളങ്ങളുടെ പ്രാധാന്യം കുറഞ്ഞു. ബോംബെ സ്റ്റോക്ക് എക്സ്ചേഞ്ച് മാർക്കറ്റിൽ പ്രതിദിനം വ്യാപാരം ചെയ്യപ്പെടുന്ന മുപ്പതു പ്രമുഖ ഓഹരികളുടെ വിലകൾ കണക്കിലെടുത്തു നിർമിക്കുന്നതാണ് ഓഹരി വിലസൂചിക അല്ലെങ്കിൽ ബി എസ് ഇൻഡക്സ് (BSE Index) അഥവാ സെൻസെക്സ് (Sensitive Index). സ്ഥിരമായി മുപ്പതു കമ്പനികളുടെ ഓഹരികൾ കണക്കിലെടുക്കുന്നില്ല. ഓരോ ദിവസവും സജീവമായി വ്യാപാരം നടക്കുന്ന ഓഹരികളാണ് പരിഗണിക്കുന്നത്. ഒരു ദിവസം ഏതെങ്കിലും പ്രമുഖ കമ്പനിയുടെ ഓഹരികൾക്കു ആവശ്യം കുറഞ്ഞാൽ പ്രസ്തുത ഓഹരി പുറന്തള്ളപ്പെടും, മറ്റൊരെണ്ണം കൂട്ടിച്ചേർക്കപ്പെടും.

ഓഹരി വിലസൂചിക ഒരിക്കലും സ്ഥിരമായി നിൽക്കുന്നില്ല. അത് കൂടിയും കുറഞ്ഞുമിരിക്കും.

ബി എസ് ഇ ഓഹരി വിലസൂചികയുടെ ചാഞ്ചാട്ടം
അടിസ്ഥാന വർഷം 1978-79 = 100

വർഷം	ശരാശരി	ഏറ്റവും ഉയർന്നത്	ഏറ്റവും താഴ്ന്നത്
2005-06	8280.08	11307.04	6134.86
2006-07	12277.33	14652.09	8929.44
2007-08	16568.89	20873.33	12455.37
2008-09	12365.55	17600.12	8160.40
ഒക്ടോ.2009	16825.66	17326.01	15896.28

ചിലപ്പോൾ ഓഹരിവിലസൂചിക വൻ ഇടിവു രേഖപ്പെടുത്തും, മറ്റു ചിലപ്പോൾ ഗണ്യമായ ഉയർച്ച രേഖപ്പെടുത്തും. ഓഹരി വിലകൾ ഉയരുമ്പോൾ, ഓഹരി കൈവശമുള്ളവർ ഉയർന്ന വിലയ്ക്ക് വിറ്റ് ലാഭം (Capital gain) നേടും. ഓഹരി വിലകൾ താഴുമ്പോൾ, ഓഹരി ഉടമകൾക്ക് നഷ്ടം നേരിടും. കയ്യിലുള്ള ഓഹരികൾ കയ്യൊഴിയാനവർ ധൃതി കാണിക്കും. ഓഹരിക്കമ്പോളത്തിൽ വിൽപ്പനക്കാർ പെരുകും. കൂടുതൽ ഓഹരികൾ കൈമാറ്റത്തിനുവെക്കും. ഓഹരികളുടെ അധികലഭ്യത ഓഹരിവിലകൾ ഇടിക്കും. ഓഹരി വിറ്റഴിക്കുന്നവരെയാണ് കരടികൾ (Bears) എന്നു വിളിക്കുന്നത്. കരടികളുടെ സ്വഭാവം തേറ്റകൾകൊണ്ട് മണ്ണിൽ ആഞ്ഞാഞ്ഞു കുത്തുകയാണല്ലൊ. ഒരിക്കൽ ഓഹരി വിലകൾ ഇടിയാൻ തുടങ്ങിയാൽ ഇനിയുമിടിയും എന്ന ആശങ്കയാൽ, നഷ്ടമൊഴിവാക്കാൻ, ഓഹരി ഉടമകൾ വിൽപ്പനയ്ക്ക് ധൃതി കാണിക്കും. അത് കൂടുതൽ ഇടിവിന് വഴിയൊരുക്കും. മറിച്ച് ഓഹരി വിലകൾ ഉയരാൻ തുടങ്ങുമ്പോൾ ഇനിയുമുയരുമെന്നും കൂടിയ വിലയ്ക്ക് വിൽക്കാമെന്നും പ്രതീക്ഷിച്ച്, കൂടു

തൽ പേർ കൂടുതൽ ഓഹരികൾ വാങ്ങും. അത് ഓഹരി വിലകളെ ഇനിയുമുയർത്തും. ഓഹരികൾ വാങ്ങുന്നവരാണ് കാളക്കൂറ്റന്മാർ (Bulls). കൊമ്പുകൾ ഉയർത്തി, ചാടിത്തുള്ളുകയാണല്ലൊ കാളകൂറ്റന്മാരുടെ രീതി. ഓഹരികൾ വാങ്ങികൂട്ടുന്നവരെ കാളക്കൂറ്റന്മാർ എന്നും വിൽക്കുന്നവരെ കരടികളെന്നും വിളിക്കുന്നു. ഓഹരിക്കമ്പോളത്തിൽ ഇടപാടുകാർ ഓഹരി വാങ്ങിക്കൂട്ടുന്നത്, ഏതു സമയവും ഓഹരി വില ഉയരാമെന്നും, ഉയർന്നവിലയ്ക്ക് വിൽക്കാമെന്നും പ്രതീക്ഷിച്ചാണ്. ഇത് ശരിക്കും ഊഹക്കച്ചവടമാണ്. അതുകൊണ്ടാണ് ഓഹരിക്കമ്പോളത്തെ ഊഹക്കച്ചവടവിപണി എന്നു വിളിക്കുന്നത്. ഊഹക്കച്ചവടത്തിന്റെ ഫലമായി പുതുതായി ഒരു രൂപയുടെ പോലും ഉൽപ്പന്നം ഉണ്ടാക്കപ്പെടുന്നില്ല. ഒരു കിലോഗ്രാം അരിയോ പയറോ അല്ലെങ്കിൽ ഒരു പുതിയ തൊഴിലവസരമോ ഉണ്ടാക്കപ്പെടുന്നില്ല. രാജ്യത്തെ ജനങ്ങളുടെ സാമ്പത്തികസ്ഥിതിയിലും മാറ്റമുണ്ടാകുന്നില്ല. ഓഹരിക്കമ്പോളത്തിൽ പണമെറിഞ്ഞ് പണം വാരുന്ന ഊഹക്കച്ചവടക്കാരുടെ പോക്കറ്റുകൾ മാത്രമാണ് വീർക്കുന്നത്. ഓഹരി വിലകൾ ഉയരുമെന്ന് പ്രതീക്ഷിക്കുമ്പോൾ വാങ്ങുകയും, ഉയർന്നു കഴിയുമ്പോൾ വിൽക്കുകയുമാണ് ഓഹരിക്കമ്പോളത്തിന്റെ രീതിശാസ്ത്രം. ഓഹരികൾ വാങ്ങികൂട്ടി കൃത്രിമക്ഷാമമുണ്ടാക്കി വില ഉയർത്തി ഉയർന്ന വിലയ്ക്ക് വിൽക്കുന്ന രീതിയുമുണ്ട്.

അവധി വ്യാപാരം

ഇടനിലക്കാർ (Brokers) മുഖേനയാണ് ഓഹരി കൈമാറ്റം നടത്തപ്പെടുന്നത്. കൈമാറ്റം രണ്ടുതരത്തിലുണ്ട്. നിശ്ചിത കാലയളവിനുള്ളിൽ പണം നൽകിക്കൊണ്ടുള്ള വ്യാപാരമാണ് Spot trading. പണമായി നൽകുകയല്ല ചെയ്യുന്നത്. വാങ്ങുന്നയാളുടെ ബാങ്ക് അക്കൗണ്ടിൽനിന്ന് വിൽക്കുന്നയാളുടെ അക്കൗണ്ടിലേക്ക് തുക മാറ്റുകയാണ്. ഭാവിയിൽ ഒരു നിശ്ചിത തീയതിക്ക് ഇന്ന വിലയ്ക്ക് വാങ്ങുമെന്ന (വിൽക്കുമെന്ന) കരാറുറപ്പിക്കലാണ് അവധിവ്യാപാരം (Forward trading). ഉദാഹരണമായി, 2009 നവംബറിൽ 998 രൂപ വിലയുള്ള ഇൻഫോസീസ് ടെക്നോളജീസിന്റെ ഓഹരി 2010 ജനുവരിയിൽ 1005 രൂപയ്ക്ക് വാങ്ങാമെന്ന് (വിൽക്കാമെന്ന്) കരാർ ഉറപ്പിക്കുകയാണ് അവധി വ്യാപാര (Futures or Forward Trading) ത്തിന്റെ രീതി. ഓഹരികളുടെ കാര്യത്തിൽ മാത്രമല്ല ഇരുമ്പ്, ഉരുക്ക്, രാസവസ്തുക്കൾ, കൽക്കരി, പെട്രോളിയം തുടങ്ങി മിക്ക വസ്തുക്കളുടെ ഇടപാടുകളിലും ഇന്ത്യയിൽ അവധി വ്യാപാരമുണ്ട്.

രാജ്യത്തെ വിലക്കയറ്റത്തിന് ഒരു പ്രധാനകാരണം അവധി വ്യാപാരമാണ്.

ഓഹരികളാണ് ഓഹരിക്കമ്പോളത്തിൽ മുഖ്യമായും വ്യാപാരം ചെയ്യുന്നതെങ്കിലും അനവധി ഉപഉൽപ്പന്നങ്ങൾ ഓഹരിക്കമ്പോളത്തിൽ വ്യാപാരം ചെയ്യപ്പെടുന്നുണ്ട്.

ഡെറിവേറ്റീവ്സ്

അടുത്തകാലത്ത് അമേരിക്കൻ സമ്പദ്വ്യവസ്ഥ, അതോടൊപ്പം ലോക മുതലാളിത്തവ്യവസ്ഥയാകെ, രൂക്ഷമായ സാമ്പത്തികപ്രതിസന്ധിയിൽ അകപ്പെട്ടുവല്ലൊ. തുടക്കം അമേരിക്കയിലെ ധനകാര്യമേഖലയിൽ നിന്നായിരുന്നു; വിശേഷിച്ചും അമേരിക്കയിലെ ഓഹരിക്കമ്പോളത്തിൽനിന്ന്. ധനമേഖലയിൽ തുടങ്ങിയ പ്രതിസന്ധി അതിവേഗം ഉൽപ്പാദന–തൊഴിൽ മേഖലകളെ തളർത്തി. ഉൽപ്പാദനം മന്ദീഭവിച്ചു. നിക്ഷേപം കുറഞ്ഞു. വിൽപ്പന ചുരുങ്ങി. തൊഴിലില്ലായ്മ വളർന്നു.

പ്രതിസന്ധിയുടെ രൂപം ഇങ്ങനെയായിരുന്നു. തൊഴിലാളികളുടെയും മറ്റു സാധാരണ ജനങ്ങളുടെയും വരുമാനത്തിലുണ്ടായ തകർച്ചമൂലം അമേരിക്കയിൽ സാധനങ്ങളുടെയും സേവനങ്ങളുടെയും വിൽപ്പന ഇടിഞ്ഞു. കമ്പോളം വിപുലമാക്കാൻ അമേരിക്ക സ്വീകരിച്ച കൃത്രിമ മാർഗമാണ് വായ്പയുടെ അളവ് ഉയർത്തുക എന്നുള്ളത്. ബാങ്കുകളെയും ഇതര വായ്പാസ്ഥാപനങ്ങളെയും യഥേഷ്ടം വായ്പ നൽകാൻ പ്രോത്സാഹിപ്പിച്ചു. വേണ്ടത്ര ഉറപ്പില്ലാതെയും അന്വേഷണം നടത്താതെയും കുറഞ്ഞ പലിശ നിരക്കിലും ആർക്കും വായ്പ നൽകാൻ ബാങ്കുകൾ പ്രോത്സാഹിപ്പിക്കപ്പെട്ടു. ധനകാര്യസ്ഥാപനങ്ങൾ അവർക്കു കൈവന്ന അവസരം പാഴാക്കിയില്ല. കോടിക്കണക്കിനു ഡോളർ വായ്പ നൽകപ്പെട്ടു. ധനികർക്കും സാധാരണക്കാർക്കും; വിദ്യാർഥികൾക്കുപോലും. വീടുകൾ വാങ്ങാനാണ് മുഖ്യമായും വായ്പ നൽകപ്പെട്ടത്. ഇത് വീടുകൾക്ക് ആവശ്യമുയർത്തി. വീടുകളുടെ വിലകൾ ഉയർന്നു. ഇനിയും ഉയരുമെന്ന പ്രതീക്ഷ വളർന്നു. ബാങ്കുകൾ കൂടുതൽ വായ്പകൾ നൽകി. യാതൊരു ഈടും ഉറപ്പുമില്ലാതെ നൽകപ്പെട്ട വായ്പകൾക്കാണ് സബ്പ്രൈം വായ്പകൾ (Sub-prime loans) എന്നു പറയുന്നത്. വേണ്ടത്ര ഈടുള്ളതും തിരിച്ചടവ് ഉറപ്പുള്ളതുമായ വായ്പകളെ പ്രൈം വായ്പകൾ (prime loans) എന്നു പറയുന്നു. വീടുകളുടെ വിലയിലുണ്ടായ കുതിച്ചുകയറ്റം മൂലം വായ്പാ തിരിച്ചടവിൽ വീഴ്ച വന്നാൽ വീടുകൾ വസൂൽചെയ്ത് തുക ഈടാക്കാമെന്ന് ധനകാര്യസ്ഥാപനങ്ങൾ കണക്കുകൂട്ടി. വീടുകളുടെ ജാമ്യവ്യവസ്ഥയിൽ വായ്പ ഏർപ്പാടാക്കി കൊടുക്കുന്ന Mortgage Lending Banks സജീവങ്ങളായി. വായ്പ തിരിച്ചടച്ചുകൊള്ളാമെന്ന് ഉറപ്പു നൽകുന്ന പ്രോമിസറിനോട്ടുകൾ (Securities) അവ പുറപ്പെടുവിച്ചു. അത്തരം കടപ്പത്രങ്ങളുടെ അടിസ്ഥാനത്തിൽ ബാങ്കുകൾ വായ്പകൾ നൽകിപ്പോന്നു. കടപ്പത്രങ്ങളുടെ എണ്ണം ഏറിയതോടെ ബാങ്കുവായ്പകളുടെ എണ്ണവും വണ്ണവും പെരുകി. കടപ്പത്രം സ്വീകരിച്ച് വായ്പ നൽകിയ ബാങ്കുകൾ, അവയെ നിശ്ചിത കാലാവധിവരെ ബാങ്കുകളിൽ

സൂക്ഷിക്കുകയല്ല ചെയ്തത്. മറിച്ച് അവ ഓഹരിക്കമ്പോളത്തിൽ, ഓഹരികളെന്നപോലെ, വിറ്റഴിച്ചു. കടപ്പത്രം കൈവന്നവരാകട്ടെ കടപ്പത്രം മാത്രമല്ല വ്യാപാരത്തിന് ഉപയോഗിച്ചത്. മറിച്ച്, കടപ്പത്രങ്ങളുടെ അടിസ്ഥാനത്തിൽ പുതിയ ധനഉൽപ്പന്നങ്ങൾ സൃഷ്ടിച്ചു. അവയുടെ അടിസ്ഥാനത്തിൽ ഇനിയും പുതിയ ഉപോൽപ്പന്നങ്ങളും. ഉദാഹരണത്തിന് പാൽ ഒരു അടിസ്ഥാന വസ്തുവാണെന്നു കരുതിയാൽ, തൈര് ഉപോൽപ്പന്നമാണ്. മോര് മറ്റൊരു ഉപോൽപ്പന്നമാണ്. വെണ്ണ ഇനിയൊരു ഉപോൽപ്പന്നവും നെയ്യ് വേറൊരു ഉപോൽപ്പന്നവുമാണ്. വീടുകളുടെ ജാമ്യത്തിന്മേൽ സൃഷ്ടിക്കപ്പെട്ട സെക്യൂരിറ്റികൾ അടിസ്ഥാന ഉൽപ്പന്നങ്ങളാണ്. അതിന്റെ ജാമ്യത്തിൽ സൃഷ്ടിക്കപ്പെട്ട മറ്റൊരു സെക്യൂരിറ്റി ഉപോൽപ്പന്നമാണ്. ഇനിയും സൃഷ്ടിക്കപ്പെടുന്നത് വേറൊരു ഉപോൽപ്പന്നവും. ഇങ്ങനെ സൃഷ്ടിക്കപ്പെടുന്ന ഉപോൽപ്പന്നങ്ങളെ ഡെറിവേറ്റിവുകൾ (Derivatives) എന്നു വിളിക്കുന്നു. ഡെറിവേറ്റിവുകൾ യഥേഷ്ടം ഓഹരിക്കമ്പോളത്തിൽ വാങ്ങുകയും വിൽക്കപ്പെടുകയും ചെയ്യുന്നു. കെട്ടിടം പണിയുമ്പോൾ അടിസ്ഥാന ശിലയിന്മേൽ ഒരു ഇഷ്ടിക, അതിനുമുകളിൽ മറ്റൊരെണ്ണം, അതിനു മുകളിൽ വേറൊരെണ്ണം എന്നതു പോലെയാണ് ഡെറിവേറ്റിവുകൾ ഉൽപ്പാദിപ്പിക്കപ്പെടുന്നത്. ഓഹരികളുടെയും സെക്യൂരിറ്റികളുടെയും വിവിധതരം ഡെറിവേറ്റിവുകളുടെയും വ്യാപാരം അമേരിക്കൻ ഓഹരിക്കമ്പോളത്തിൽ ഉത്സവത്തിമിർപ്പുതന്നെ സൃഷ്ടിച്ചു.

ആഗോള സാമ്പത്തിക പ്രതിസന്ധി

ഓഹരികളുടെ സ്വീകാര്യത അവയിൽ ജനങ്ങൾ അർപ്പിക്കുന്ന വിശ്വാസത്തിൽ അധിഷ്ഠിതമാണ്. ബാങ്കുകളുടെ നിലനിൽപ്പും ജനങ്ങൾ അർപ്പിക്കുന്ന വിശ്വാസത്തിന്മേലാണ്. വിശ്വാസം തകരുമ്പോൾ ഓഹരി വിപണി തകരും; ബാങ്കുകൾ തകരും. അതുതന്നെയാണ് അമേരിക്കയിൽ സംഭവിച്ചതും. ബെയർസ്റ്റേൺസിന്റെ ഓഹരികളിൽ ഓഹരി ഉടമകൾക്കു വിശ്വാസം നഷ്ടപ്പെട്ടതോടെയായിരുന്നു തുടക്കം (2007 മാർച്ച്). ബെയർസ്റ്റേൺസിന്റെ ഓഹരികൾ എത്രയും പെട്ടെന്നു വിറ്റ് കയ്യൊഴിയാൻ ഉടമകൾ തിരക്കുകൂട്ടി. മറ്റ് ഓഹരികളും സംശയത്തിന്റെ നിഴലിലായി. ഓഹരിക്കമ്പോളം തകർന്നു. അതോടെ ഓഹരിക്കമ്പോളത്തിൽ നിക്ഷേപിച്ചിരുന്ന ധനകാര്യ സ്ഥാപനങ്ങളും തകർന്നു. കോടിക്കണക്കിനു ജനങ്ങൾക്ക് ബാങ്ക് നിക്ഷേപം നഷ്ടമായി. അവരുടെ പോക്കറ്റുകൾ ശൂന്യമായി. തകർച്ചയെ നേരിട്ട ബാങ്കുകൾ പുതിയ വായ്പകൾ നൽകാൻ കഴിയാത്തവരായി. ഓഹരിക്കമ്പോളത്തിൽ നിക്ഷേപിച്ചിരുന്ന കോടിക്കണക്കിനു നിക്ഷേപകർക്ക് അവരുടെ പണം നഷ്ടമായി. മൊത്തത്തിൽ അമേരിക്കൻ സമ്പദ്‌വ്യവസ്ഥയിൽ പണത്തിന്റെ ലഭ്യത ഇടിഞ്ഞു. വാങ്ങൽകഴിവിലെ ഇടിവ് വീടുകൾക്ക് ഡിമാന്റ് ചുരുക്കി; വീട്ജാമ്യത്തിൽ വായ്പയെടുത്തവർ തിരിച്ചടവ് മുടക്കി. ഭൂരിഭാഗവും സബ്പ്രൈം വായ്പകളായിരുന്നതിനാൽ വായ്പ തിരിച്ചുപിടിക്കാൻ ബാങ്കുകൾക്കു കഴിവില്ലാതായി. വീടുകളുടെ വിലകൾ ഉയർന്നുപൊങ്ങിയ നിരക്കിനെക്കാൾ വേഗത്തിൽ വിലകൾ താഴെപ്പതിച്ചു. വീടുകൾ

ഏറ്റെടുത്തു വിറ്റാൽ, വായ്പത്തുകപോലും വസൂലാക്കാൻ കഴിയാത്ത സ്ഥിതിയിലെത്തി. കുടിശിക വരുത്തിയവരുടെ വീടുകൾ ഒഴിപ്പിച്ചെടുത്തെങ്കിലും, മറിച്ചുവാങ്ങാൻ ആവശ്യക്കാരില്ലാത്തതുമൂലം, ഒഴിഞ്ഞുകിടന്നു. ലക്ഷക്കണക്കിനു വീടുകളിൽ താമസക്കാരില്ലാതായി. നിർമാണത്തിലിരുന്ന പുതിയ വീടുകൾക്കും ആവശ്യക്കാരില്ലാതായി. ആയിരക്കണക്കിനു കുടുംബങ്ങൾ തെരുവുകളിൽ അഭയം തേടി. ഇത്തരം പ്രതിസന്ധിയെയാണ് Sub-prime crisis അഥവാ Mortgage Crisis എന്നു പറയുന്നത്. ജനങ്ങളുടെ വാങ്ങൽക്കഴിവ് തകർന്നപ്പോൾ, സാധനങ്ങൾക്കും സേവനങ്ങൾക്കുമുള്ള ആവശ്യം ചുരുങ്ങി. ഉൽപ്പാദിപ്പിച്ച ചരക്കുകൾ കെട്ടിക്കിടക്കുവാൻ തുടങ്ങി (Inventory). പുതിയ ഉൽപ്പാദനപ്രവർത്തനങ്ങൾ സ്തംഭിച്ചു. ഉൽപ്പാദനത്തകർച്ച തൊഴിലില്ലായ്മ പെരുപ്പിച്ചു. അമേരിക്കയെ മാത്രമല്ല പ്രതിസന്ധി ബാധിച്ചത്. എല്ലാ മുതലാളിത്ത രാജ്യങ്ങളെയും അത് ബാധിച്ചു. മുതലാളിത്ത രാജ്യങ്ങളുമായി കച്ചവടബന്ധമുള്ള ഇന്ത്യയെപ്പോലുള്ള രാജ്യങ്ങളെയും കുഴപ്പത്തിലാക്കി. ഇന്ത്യയിൽനിന്നുള്ള കയറ്റുമതിയുടെ തോത് ഗണ്യമായി ഇടിഞ്ഞു. വിദേശത്തുനിന്നുള്ള പണത്തിന്റെ വരവും മന്ദഗതിയിലായി. ഇന്ത്യയുടെ ദേശീയവരുമാനവും കാർഷിക-വ്യവസായ ഉൽപ്പാദനവും സ്തംഭിച്ചു.

അളവില്ലാത്ത ലാഭത്തിനുവേണ്ടിയുള്ള കുത്തക ധനകാര്യസ്ഥാപനങ്ങളുടെ അത്യാഗ്രഹവും, നിയന്ത്രണവിമുക്തമായ അവയുടെ പ്രവർത്തനങ്ങളുമാണ് സാമ്പത്തികപ്രതിസന്ധി സൃഷ്ടിച്ചത്. അതേ സ്ഥാപനങ്ങൾക്ക് സർക്കാർ ഖജനാവിൽനിന്ന് സൗജന്യ ധനസഹായം നൽകി പ്രശ്നം പരിഹരിക്കാനാണ് സർക്കാരുകൾ ശ്രമിച്ചത്. ഉത്തേജക പാക്കേജുകൾ (Stimulus package) എന്നു പേരിട്ട 'ടോണിക്കുകൾ' പ്രതിസന്ധിയിലകപ്പെട്ട എല്ലാ രാജ്യങ്ങളും സ്വീകരിച്ചു. യഥാർഥ പ്രശ്നം ജനങ്ങളുടെ വാങ്ങൽകഴിവു കുറഞ്ഞതാണെന്ന് ശരിയായി മനസിലാക്കി, ചൈനയെപ്പോലുള്ള ചില രാജ്യങ്ങൾ നേരിട്ടു ബാങ്കുകളെ സഹായിക്കുന്നതിനുപകരം ജനങ്ങളുടെ തൊഴിലും വരുമാനവും ഉയർത്തുന്ന പദ്ധതികൾക്കായി ഉത്തേജകപാക്കേജുകൾ ഉപയോഗപ്പെടുത്തിവരുന്നു.

മുതലാളിത്തത്തിന്റെ ചരിത്രത്തിൽ ഒന്നിനുപുറകെ മറ്റൊന്നായി പ്രതിസന്ധികൾ ധാരാളം ഉണ്ടായിട്ടുണ്ട്. എന്നാൽ ഏറ്റവും രൂക്ഷമായ മാന്ദ്യം ഉണ്ടായത് 1930 കളിലാണ്. അതിഭീതിദമായിരുന്നു ആ മാന്ദ്യം ഏൽപ്പിച്ച കെടുതികൾ. മുതലാളിത്ത സമൂഹമാകെ മാന്ദ്യത്തിൽ ഞെരിഞ്ഞമർന്നു. വർഷങ്ങൾ നീണ്ട ആ മാന്ദ്യം 1930 കളിലെ മഹാമാന്ദ്യം എന്നറിയപ്പെട്ടു. അതിന് സമാനമായ ഒന്നാണ് ഇപ്പോഴത്തെ ആഗോള പ്രതിസന്ധി.

1929 ഒക്ടോബർ 29ന് അമേരിക്കൻ ഓഹരി കമ്പോളത്തിലെ വൻ തകർച്ചയോടെയായിരുന്നു തുടക്കം. ഒക്ടോബർ 29 ഒരു ചൊവ്വാഴ്ചയായിരുന്നു. ചരിത്രത്തിൽ 'കറുത്ത ചൊവ്വാഴ്ച' എന്നും ആ ദിവസം അറിയപ്പെടുന്നു. ഓഹരി വിപണിയിലെ തകർച്ച പെട്ടെന്നുണ്ടായതല്ല. മാന്ദ്യത്തിനുള്ള കാരണങ്ങൾ നേരത്തെ പ്രകടമാക്കാൻ തുടങ്ങിയിരുന്നു. 1929 സെപ്റ്റംബറിൽ ന്യൂയോർക്ക് ടൈംസ് ഓഹരി സൂചിക 311.90 ആയിരു

ന്നു. 1932 ജൂലൈയിൽ അത് 33.98 ആയി ഇടിഞ്ഞു. 89 ശതമാനം ഇടിവ്. സാധനങ്ങളുടെയും സേവനങ്ങളുടെയും വിലകൾ 1929 നും 1933 നും മദ്ധ്യേ 42 ശതമാനം ഇടിഞ്ഞു. കാർഷിക വരുമാനം പകുതിയിൽ താഴെയായി. 9000 ലേറെ ബാങ്കുകൾ കടുത്ത പ്രതിസന്ധിയിൽ അകപ്പെട്ടു. അവയിൽ ഭൂരിപക്ഷവും പ്രവർത്തനം നിർത്തി. ഓഹരി നിക്ഷേപകരുടെയും വ്യവസായികളുടെയും കൃഷിക്കാരുടെയും വരുമാനം ഇടിഞ്ഞതോടെ സാധനങ്ങൾക്കും സേവനങ്ങൾക്കുമുള്ള ഡിമാന്റ് ചുരുങ്ങി. ഉൽപ്പാദനമേഖല സ്തംഭിച്ചു. ഉൽപ്പാദന കഴിവിന്റെ പകുതി വിനിയോഗിക്കപ്പെടാതെ കിടന്നു. പിരിച്ചുവിടൽ വ്യാപകമായി. തൊഴിലില്ലായ്മ പെരുകി. നാല് തൊഴിലാളികളിൽ ഒരാൾ എന്ന കണക്കിൽ പിരിച്ചുവിടപ്പെട്ടു. സ്വന്തം കൃഷിഭൂമി ഉപേക്ഷിച്ച് അന്യസ്ഥലങ്ങളിൽ ചേക്കേറാൻ കൃഷിക്കാർ നിർബന്ധിതരായി. ലക്ഷക്കണക്കിന് ആളുകൾ സ്വന്തം വീടുകളൊഴിഞ്ഞു. ജനങ്ങൾ ഗുഹകളിലും കടൽത്തീരങ്ങളിലും റോഡരികിലും അഭയം തേടി. സൗജന്യ ഭക്ഷ്യവിതരണ കേന്ദ്രങ്ങൾക്ക് മുന്നിൽ നീണ്ട നിരകൾ പ്രത്യേക്ഷപ്പെട്ടു. ഹോട്ടലുകൾക്ക് പിന്നാമ്പുറത്തെ കുപ്പത്തൊട്ടിക്ക് പിന്നിൽ നായ്ക്കളും പട്ടിണിക്കോലങ്ങളും പരസ്പരം കടിച്ചു കീറി. ആത്മഹത്യകൾ പെരുകി. പിടിച്ചു പറിയും കൊലപാതകങ്ങളും വ്യാപകമായി. തെരുവീഥികൾ പ്രതിഷേധപ്രകടനക്കാരെക്കൊണ്ട് നിറഞ്ഞു. പക്ഷേ, അമേരിക്കൻ പ്രസിഡന്റ് ഹെർബർട്ട് ഹുവർ കുലുങ്ങിയില്ല. വ്യക്തികളുടെ സാമ്പത്തിക ദുരിതങ്ങൾക്ക് സാമാശ്വാസം പകരുക ഭരണകൂടത്തിന്റെ ചുമതലയല്ലെന്നായിരുന്നു ഹുവറുടെ വാദം. മുതലാളിത്ത പ്രതിസന്ധിയുടെ ഭാഗമായി ഏറ്റവും കൂടുതൽ ദുരിതം അനുഭവിക്കുന്നത് തൊഴിലാളികളും ഭവനപണയ വായ്പകുരുക്കിൽ അകപ്പെട്ട് വീട് നഷ്ടപ്പെട്ട ലക്ഷങ്ങളുമാണ്. അവരുമായി സംവദിക്കുകയാണ് ചെയ്യേണ്ടതെന്ന് പ്രമുഖ ധനശാസ്ത്രജ്ഞനായ ജോസഫ് സ്റ്റിഗ്ലിറ്റ്സ് അഭിപ്രായപ്പെടുന്നു. അതിനുപകരം പ്രതിസന്ധിക്ക് നേതൃത്വം നൽകിയവരെ സർക്കാർ ഖജനാവിൽ നിന്നും നികുതിപണം പകുത്ത് നൽകി സഹായിക്കുകയാണ്. "വാൾസ്ട്രീറ്റ് വിഷം ചുരത്തി സമ്പദ്‌വ്യവസ്ഥയെ മലിനമാക്കി. അവർ തന്നെ പിഴ മൂളണം" എന്ന് സ്റ്റിഗ്ലിറ്റ്സ് അഭിപ്രായപ്പെടുന്നു.

സാമ്പത്തികമാന്ദ്യം, തുടർന്ന് വീണ്ടെടുപ്പ്, പിന്നെ അഭിവൃദ്ധിയുടെ ഘട്ടം, പിന്നീട് സാമ്പത്തിക തളർച്ച, വീണ്ടും സാമ്പത്തികമാന്ദ്യം – ഇത് മുതലാളിത്ത വ്യവസ്ഥയിൽ ആവർത്തിച്ച് ഉണ്ടാക്കുന്ന ചാക്രികകുഴപ്പങ്ങളുടെ പൊതുരൂപമാണ്. കുഴപ്പങ്ങൾ ഒഴിഞ്ഞ മുതലാളിത്തമെന്നൊന്നില്ല. കുഴപ്പങ്ങൾ മുതലാളിത്തത്തിന്റെ കൂടപ്പിറപ്പാണ്. ഓരോ കുഴപ്പവും ആഴമേറിയതും തീവ്രവുമായ അടുത്ത കുഴപ്പത്തിലേക്ക് നയിക്കുന്നു. മുതലാളിത്തത്തിന്റെ ലക്ഷ്യം ലാഭമാണ്. അതാണ് വ്യവസ്ഥയുടെ ചാലകശക്തി. ലാഭം കിട്ടുന്നതിന് ഏത് മാർഗവും മുതലാളിത്തം സ്വീകരിക്കും. മുതലാളിത്തം സ്വകാര്യ സമ്പദ് വ്യവസ്ഥയാണ് സാമ്പത്തികാസൂത്രണവും സർക്കാർ ഇടപെടലും അത് നിരസിക്കുന്നു. മത്സരിച്ചുള്ള നിക്ഷേപം ഉൽപ്പാദന വർധന കൈവരുത്തും. വ്യവസായ–ധനമേഖല

കൾ പുഷ്ടിപ്പെടും. തൊഴിലവസരങ്ങൾ വർധിക്കും. ഓഹരി വിപണി സജീവമാകും. അഭിവൃദ്ധിയുടെ ഘട്ടമെന്നു ആ സ്ഥിതിയെ വിശേഷിപ്പിക്കാം. പക്ഷെ അഭിവൃദ്ധി ചിരസ്ഥായിയല്ല. ആവശ്യവുമായി പൊരുത്തപ്പെടാത്ത അമിതോൽപ്പാദനം സാധനവിലകൾ ഇടിക്കുന്നു. ലാഭം ചുരുക്കുന്നു. നിക്ഷേപം ഇടിയുന്നു. തൊഴിലില്ലായ്മ വളരുന്നു. വരുമാനം താഴുന്നു. ഇങ്ങനെ സമ്പദ് വ്യവസ്ഥ പിന്നോട്ടടിക്കുന്ന ഘട്ടമാണ് സാമ്പത്തിക തളർച്ച. വിലത്തകർച്ച, നിക്ഷേപത്തിലെ ഇടിവ്, ബാങ്കുകളുടെയും ഓഹരി വിപണിയുടെയും തകർച്ച. രൂക്ഷമായ തൊഴിലില്ലായ്മ ഇവയെല്ലാമാണ് മാന്ദ്യത്തിന്റെ സവിശേഷതകൾ. മാന്ദ്യം ശാശ്വതമായി തുടരുകയില്ല. ദീർഘനാളത്തെ മാന്ദ്യത്തിനുശേഷം സാമ്പത്തിക ഘടകങ്ങൾ മെല്ലെ സജീവമാകാൻ തുടങ്ങും. ചെറിയ ചലനങ്ങളോടെ വീണ്ടെടുപ്പു ഘട്ടം ആരംഭിക്കും. സർക്കാരിന്റെ ഇടപെടൽ വീണ്ടെടുപ്പിന്റെ വേഗത കൂട്ടും. കുറഞ്ഞ പലിശ നിരക്കും സർക്കാർ ചെലവുകൾ സൃഷ്ടിക്കുന്ന വരുമാനവർധനയും നിക്ഷേപം ലാഭകരമാക്കും. നിക്ഷേപവർധന ഉയർന്ന ഉൽപ്പാദനവും തൊഴിലവസരങ്ങളും പ്രദാനം ചെയ്യും. സമ്പദ് വ്യവസ്ഥ അഭിവൃദ്ധിയുടെ ഘട്ടത്തിലേക്കു നീങ്ങും. വീണ്ടും തളർച്ചയുടെ ഘട്ടം ആരംഭിക്കും.

ഓരോ പിൻവാങ്ങലും ഓരോ സാമ്പത്തികമാന്ദ്യവും അസംതൃപ്തിയും ആശങ്കകളും വളർത്തി വർഗവൈരുധ്യങ്ങളെ മൂർച്ഛിപ്പിക്കും.

മുതലാളിത്തത്തിൽ സാമ്പത്തിക കുഴപ്പങ്ങൾ അസാധ്യമാണെന്നായിരുന്നു ആദ്യകാല ധനശാസ്ത്രജ്ഞരുടെ വാദം. ഉൽപ്പാദിപ്പിക്കുന്ന ചരക്കുകൾ പൂർണമായും വാങ്ങപ്പെടും. ആയതിനാൽ അമിതോൽപ്പാദനത്തിന്റെ പ്രശ്നം ഉദിക്കുന്നില്ല എന്നവർ വാദിച്ചു. ഒരു നിശ്ചിത മൂലധനം നിക്ഷേപിച്ചാൽ അത്രയും സംഖ്യയ്ക്കുള്ള ചരക്കുണ്ടാകും. അത്രയും സംഖ്യയ്ക്കുള്ള വരുമാനവുമുണ്ടാകും. വരുമാനം മുഴുവൻ ചെലവഴിക്കപ്പെടും. മൂലധന സാമഗ്രികൾ വാങ്ങാനും തൊഴിലാളികളുടെ കൂലിക്കും. ചരക്ക് പൂർണമായും വിറ്റഴിക്കപ്പെടും.

മേൽപ്പറഞ്ഞ സിദ്ധാന്തം ആവർത്തിക്കവെതന്നെ ലോകത്ത് സാമ്പത്തിക കുഴപ്പങ്ങൾ ഒന്നിനു പുറകെ ഒന്നായി ആവർത്തിച്ചുകൊണ്ടിരുന്നു. അവയ്ക്കു തൃപ്തികരമായ വിശദീകരണം നൽകാൻ ക്ലാസിക്കൽ ധനശാസ്ത്രജ്ഞർക്കായില്ല. ജോൺമെയ്നാർഡ് കെയിൻസ് എന്ന ബ്രിട്ടീഷ് ധനശാസ്ത്രജ്ഞനാണ് (1936) സാമ്പത്തിക കുഴപ്പത്തിന്റെ കാരണം വ്യക്തമാക്കിയതും പരിഹാരം നിർദേശിച്ചതും. തൊഴിലാളികൾ അവരുടെ നാമമാത്ര വേതനത്തിൽ നിന്നും മിച്ചം വെക്കില്ലെങ്കിലും, മുതലാളികൾ വരുമാനത്തിന്റെ ഒരു ഭാഗം സമ്പാദിക്കുമെന്ന് അദ്ദേഹം ചൂണ്ടിക്കാണിച്ചു. മുതലാളികളുടെ വരുമാനം ഉയരുന്തോറും സമ്പാദ്യത്തിന്റെ നിരക്കും കൂടും. അത്രയും തുകയുടെ ഡിമാന്റ് ചുരുക്കം അനുഭവപ്പെടും. സാധനങ്ങൾ വിറ്റഴിയാതെ കെട്ടിക്കിടക്കും. മുതലാളികൾ ഉൽപ്പാദനം വെട്ടിച്ചുരുക്കും. തൊഴിലാളികളെ പിരിച്ചുവിടും. അസംസ്കൃത വസ്തുക്കൾക്ക് ആവശ്യം കുറയും. വ്യവസായമാന്ദ്യത്തിലേക്കു സമ്പദ്വ്യവസ്ഥ എറിയപ്പെടും. സാധനങ്ങൾക്കുള്ള ഡിമാന്റ് നില

നിർത്താൻ സമ്പാദ്യത്തിന് തുല്യമായ മൂലധനനിക്ഷേപം സർക്കാർ നടത്തണമെന്നു കെയിൻസ് നിർദേശിച്ചു. ഏതുവിധേനയും ഡിമാൻന്റ് വളർത്തി മുതലാളിത്തത്തെ തകർച്ചയിൽ നിന്നും മോചിപ്പിക്കുകയായിരുന്നു ലക്ഷ്യം. കെയിൻസിന്റെ നിർദേശങ്ങങ്ങളെ പിന്തുടർന്നാണ് ഹെർബർട്ട് ഹുവർക്കുശേഷം പ്രസിഡന്റു സ്ഥാനമേറ്റ ഫ്രാങ്കിളിൻ റൂസ് വെൽട്ട് "ന്യൂഡീൽ" പദ്ധതി എന്നുപേരിട്ട ക്ഷേമപദ്ധതികൾ 1933 ൽ നടപ്പിലാക്കിയത്. തൊഴിലവസരങ്ങൾ പ്രദാനം ചെയ്യുന്ന മരാമത്തു പണികളും ഭവനനിർമാണവും ഏറ്റെടുത്തു നടപ്പാക്കി. തൊഴിൽരഹിതർക്ക് പെൻഷൻ നൽകി. അങ്ങനെ വരുമാനമുയർത്തി; 1930 കളിലെ മഹാമാന്ദ്യത്തിന്റെ രൂക്ഷത കുറയ്ക്കാൻ ശ്രമിച്ചു. സർക്കാർ ഇടപെടൽ അനാവശ്യമെന്നു വാദിച്ചിരുന്ന മുതലാളിത്തത്തിന്റെ വക്താക്കൾ സർക്കാർ ഇടപെടൽ അത്യാവശ്യമെന്നു വിധിയെഴുതി. ഇപ്പോഴത്തെ ആഗോള പ്രതിസന്ധി പരിഹരിക്കാൻ മുതലാളിത്തം ആവശ്യപ്പെടുന്നതും സർക്കാർ ഇടപെടലും സഹായവും തന്നെ. അഭിവൃദ്ധികാലത്തു സർക്കാർ വേണ്ട; പ്രതിസന്ധികാലത്തു സർക്കാർ വേണം. ഇതാണ് മുതലാളിത്ത നിലപാട്. യാതൊരുവിധ സബ്സിഡികളും പാടില്ല എന്നു വാദിക്കുന്ന നവലിബറൽ സിദ്ധാന്തക്കൾ, വൻകിട മുതലാളികൾക്കു സബ്സിഡി നൽകണമെന്നു സിദ്ധാന്തിക്കുന്നു.

കെയിൻസിന്റെ വിശകലനത്തിന്റെ ദൗർബല്യം രണ്ടു പ്രധാനകാര്യങ്ങളിൽ വ്യക്തമായി. ഒന്ന്, മൂലധനത്തിന്റെ ഉറവിടം ഏതെന്ന് കെയിൻസ് മനസിലാക്കിയില്ല. രണ്ട്, സ്ഥിരമൂലധനം, അസ്ഥിരമൂലധനം എന്നിങ്ങനെ മൂലധനത്തിനു വേർപിരിവുണ്ടെന്നും മൂലധന നിക്ഷേപം പെരുകുന്നതോടെ അസ്ഥിരമൂലധനം ആപേക്ഷികമായി ചുരുങ്ങുമെന്നും കെയിൻസ് മനസിലാക്കിയില്ല. തൊഴിലാളികളുടെ ആകെ വേതനത്തിൽ കുറവുണ്ടാകുമെന്ന വാസ്തവം അദ്ദേഹം പരിഗണിച്ചതേയില്ല. മുതലാളിത്തത്തെ സംരക്ഷിക്കുകയായിരുന്നുവല്ലൊ കെയിൻസിന്റെ ലക്ഷ്യം!

മൂലധനത്തിന്റെ സ്രോതസ്സ് മിച്ച മൂല്യമാണെന്നും മിച്ച മൂല്യത്തിന്റെ ഉറവിടം തൊഴിലാളികളുടെ അധ്വാനശേഷിയാണെന്നും വെളിപ്പെടുത്തിയതു കാറൽമാർക്സാണ്. തൊഴിലാളികൾ സൃഷ്ടിക്കുന്ന ആകെ മൂല്യവും തൊഴിലാളികളുടെ അധ്വാനശേഷിയുടെ മൂല്യവും തമ്മിലെ വ്യത്യാസമാണ് മിച്ചമൂല്യം. തൊഴിലാളികളുടെ അധ്വാനശേഷി സൃഷ്ടിക്കാനും പുനഃസൃഷ്ടിക്കാനും ആവശ്യമായ അധ്വാനമാണ് അധ്വാനശേഷിയുടെ മൂല്യം. അധ്വാനശേഷിയുടെ മൂല്യത്തേക്കാൾ അധികം മൂല്യം ഉൽപ്പാദിപ്പിക്കാൻ തൊഴിലാളികൾക്കുമാത്രമേ കഴിയൂ. യന്ത്രങ്ങൾക്കും അസംസ്കൃതവസ്തുക്കൾക്കും അവയ്ക്കുള്ളതിനേക്കാൾ കൂടിയ മൂല്യം സൃഷ്ടിക്കാൻ കഴിയില്ല. അതുകൊണ്ട് അവയെ സ്ഥിരമൂലധനം എന്നുവിളിക്കാം. വർധിക്കാത്ത എന്നല്ല, അധികമൂല്യം കൂട്ടിച്ചേർക്കാൻ കഴിയാത്ത, എന്ന അർഥത്തിലാണ് സ്ഥിരമൂലധനം എന്നവാക്ക് ഉപയോഗിക്കുന്നത്. നേരെ മറിച്ച് തൊഴിലാളികൾക്ക് അവയ്ക്കുള്ളതിനേക്കാൾ കൂടിയ മൂല്യം സൃഷ്ടിക്കാൻ കഴിവുണ്ട്. അതുകൊണ്ട് തൊഴിലാളികളുടെ അധ്വാനശേഷി വിലയ്ക്ക് വാങ്ങാൻ ഉപയോഗിക്കുന്ന മൂലധനത്തെ അസ്ഥിര മൂലധനമെന്നു വിളിക്കുന്നു.

മുതലാളിത്ത വ്യവസ്ഥയിൽ മിച്ച മൂല്യത്തിന്റെ ഒരുഭാഗം സ്ഥിരമൂലധനമായും മറുഭാഗം അസ്ഥിരമൂലധനമായും, കുറച്ച് കൂടി വ്യക്തമാക്കിയാൽ, ഒരു ഭാഗം യന്ത്രങ്ങളും ഉപകരണങ്ങളും അസംസ്കൃതവസ്തുക്കളും വാങ്ങുന്നതിനും മറുഭാഗം അധ്വാനശേഷി വാങ്ങുന്നതിനുള്ള കൂലിയായും ഉപയോഗിക്കപ്പെടുന്നു.

"വളർന്നു കൊണ്ടു മാത്രമെ മുതലാളിത്തത്തിനു നിലനിൽക്കാൻ കഴിയൂ. ഉൽപ്പാദനത്തിൽ നിരന്തരം വിപ്ലവകരമായ പരിവർത്തനം, എല്ലാ സാമൂഹ്യോപാധികളെയും ഇടതടവില്ലാതെ ഇളക്കിമറിക്കൽ, ശാശ്വതമായ അനിശ്ചിതാവസ്ഥയും പ്രക്ഷോഭവും – ഇതെല്ലാം ബൂർഷ്വാ കാലഘട്ടത്തെ എല്ലാ പഴയകാലഘട്ടങ്ങളിൽ നിന്നും വേർതിരിക്കുന്നു" (മാർക്സ്–എംഗൽസ്: *കമ്യൂണിസ്റ്റ് മാനിഫെസ്റ്റോ*). മുതലാളിത്തം മത്സരവ്യവസ്ഥയാണ്. അനുദിനം ഉൽപ്പാദന സാങ്കേതിക വിദ്യകൾ വികസിപ്പിക്കുന്നില്ലെങ്കിൽ മുതലാളിത്തം മരവിപ്പിനെ നേരിടും. ആയതിനാൽ മൂലധനത്തിന്റെ മുന്തിയ ഭാഗം യന്ത്രങ്ങൾക്കും, സാങ്കേതിക വിദ്യകൾക്കും ഗവേഷണത്തിനുമായി ഉപയോഗിക്കപ്പെടുന്നു. താരതമ്യേന കുറഞ്ഞഭാഗം വേതനത്തിനായി നീക്കിവയ്ക്കുന്നു. മൂലധന നിക്ഷേപം വർധിക്കുമ്പോൾ തൊഴിലവസരങ്ങൾ കൂടും; കാരണം അധ്വാനശേഷി വാങ്ങാനും മൂലധനം ഉപയോഗിക്കുന്നുണ്ട്. പക്ഷേ കൂടുതൽ മൂലധനം ഉപയോഗിക്കുന്നത് സ്ഥിരമൂലധനം വളർത്താനാണ്. അതുകൊണ്ടു തന്നെ ആപേക്ഷികമായി, തൊഴിലവസരങ്ങൾ ഇടിയും. തൊഴിലില്ലായ്മ വളരുന്നതിനും തൊഴിലുള്ളവരുടെ കൂലി ഇടിയുന്നതിനും ഇത് ഇടയാക്കും. നാമമാത്ര കൂലി കൈപ്പറ്റുന്നവരുടെയും തൊഴിൽരഹിതരുടെയും ഒരു സൈന്യം തന്നെ രൂപംകൊള്ളും. മറുവശത്ത് യന്ത്രങ്ങളുടെയും സാങ്കേതിക വിദ്യകളുടെയും സാധ്യതകൾ സമ്മാനിക്കുന്ന ഉൽപ്പാദന വർധന. വാങ്ങൽ ശേഷിക്കുറവും ഉൽപ്പാദന വർധനയും തമ്മിലെ അസമത്വം ചരക്കുകളുടെ വിലയിടിവിനും മാന്ദ്യത്തിനും ഇടയാക്കും.

പ്രതിസന്ധിയിൽ നിന്നും രക്ഷപ്പെടാനുള്ള മാർഗം തേടാൻ മുതലാളിത്തം സ്വാഭാവികമായും നിർബന്ധിതമാകും.

വികസിത മുതലാളിത്തം അമിതോൽപ്പാദനം മാത്രമല്ല സൃഷ്ടിക്കുക. അമിത മൂലധനവും സൃഷ്ടിക്കും. മൂലധനത്തിന്റെ സ്വഭാവത്തിലും മാറ്റം വരുത്തും.

ചരക്കുകൾ വിറ്റഴിക്കാനും മൂലധനം ലാഭകരമായി നിക്ഷേപിക്കാനും വിപണികൾ വേണം. വികസ്വരരാജ്യങ്ങൾ ഏർപ്പെടുത്തിയിട്ടുള്ള നിബന്ധനകളും ചട്ടങ്ങളും ഉദാരവൽക്കരിക്കാൻ മുതലാളിത്തം സമ്മർദം ചെലുത്തും. ഉദാരവൽക്കരിച്ചാൽ മാത്രമേ ചരക്കിനും മൂലധനത്തിനും യഥേഷ്ടം പ്രവേശിക്കാനും തിരിച്ചൊഴുക്കാനും കഴിയൂ. മാർക്സ് നിരീക്ഷിച്ചിട്ടുള്ളതുപോലെ; "ഉൽപ്പന്നങ്ങൾക്ക് അനുസ്യൂതം വികസിക്കുന്ന ഒരു കമ്പോളം കണ്ടെത്തേണ്ടതിന്റെ ആവശ്യം ബൂർഷ്വാസിയെ ഭൂമണ്ഡലമെങ്ങും ഓടിക്കുന്നു. അതിന് എല്ലായിടത്തും കൂട് കെട്ടണം. എല്ലായിടത്തും പാർപ്പുറപ്പിക്കണം. എല്ലായിടത്തും ബന്ധങ്ങൾ സ്ഥാപിക്കണം." (*കമ്യൂണിസ്റ്റ് മാനിഫെസ്റ്റോ*).

ഫിനാൻസ് മൂലധനം

ഓഹരി നിക്ഷേപത്തിന്റെ ലക്ഷ്യവും സ്വഭാവങ്ങളും സാധ്യതകളും ദൗർബല്യങ്ങളുമാണ് ഇതുവരെ വിശദമാക്കിയത്. ഓഹരി നിക്ഷേപത്തിന്റെ ഉറവിടവും അതിന്റെ രീതികളും സംബന്ധിച്ച പരിശോധന വളരെ പ്രധാനമാണ്.

പൊതുവെ മൂലധന നിക്ഷേപത്തെ രണ്ടായി തിരിക്കാം: പ്രത്യക്ഷ മൂലധനനിക്ഷേപവും (Foreign Direct Investment - FDI), ഓഹരി മൂലധനനിക്ഷേപവും (Portfolio Investment). ഉൽപ്പാദന പ്രവർത്തനങ്ങളിൽ നേരിട്ടു നടത്തപ്പെടുന്ന നിക്ഷേപങ്ങളാണ് പ്രത്യക്ഷ മൂലധന നിക്ഷേപം. അത് എല്ലായ്പ്പോഴും പുതിയ ഉൽപ്പാദന പ്രവർത്തനങ്ങളിലെ നിക്ഷേപമാകണമെന്നില്ല. ഒരു രാജ്യത്ത് നിലവിലുള്ള ഫാക്ടറികൾ, ബാങ്കുകൾ, ഇൻഷുറൻസ് സ്ഥാപനങ്ങൾ എന്നിവ ഏറ്റെടുക്കുന്നതിന് വിദേശ മൂലധനനിക്ഷേപം നടത്തിയാലും അത് പ്രത്യക്ഷ മൂലധന നിക്ഷേപമാണ്. ഇന്ത്യൻ കമ്പനികളുടെ ഓഹരികൾ വിദേശികൾ വാങ്ങുന്നത് പ്രത്യക്ഷമൂലധന നിക്ഷേപമാണ്. അത്തരം നിക്ഷേപങ്ങൾ ആകെ പ്രത്യക്ഷമൂലധന നിക്ഷേപത്തിന്റെ അളവ് ഉയർത്തുമെങ്കിലും യഥാർഥ ഉൽപ്പാദനം കൂട്ടുകയില്ല.

ഓഹരിനിക്ഷേപം ഉൽപ്പാദന പ്രവർത്തനത്തിലല്ല നടത്തപ്പെടുന്നത്. ഓഹരിക്കമ്പോളത്തിലെ ചൂതാട്ടത്തിലൂടെ ലാഭം കൊയ്യുകയാണ് ലക്ഷ്യം. ലാഭം കിട്ടുന്ന കമ്പോളത്തിലേക്ക് അത് ഒഴുകിയെത്തും. നഷ്ട സാധ്യതയുള്ളപ്പോൾ തിരിച്ചൊഴുകും. കമ്പോളത്തിൽനിന്നും കമ്പോളത്തിലേക്ക് ഒഴുകാനുള്ള ക്ഷമത അതിനുണ്ട്. ഒരു കമ്പോളത്തിൽ അത് കെട്ടിയിടപ്പെടുന്നില്ല. ഓഹരി മൂലധനത്തിന് പ്രത്യേകമായ ഉറവിടമില്ല. പ്രത്യേക നിയന്ത്രണകേന്ദ്രവുമില്ല. ഇന്ന രാജ്യത്തെ മൂലധനം എന്ന വിശേഷണമില്ല. ഉറവിടം എവിടെയുമാകാം. പല രാജ്യങ്ങളിൽ ഉറവെടുക്കുന്ന മൂലധനം ഓഹരിവിപണിയിലേക്ക് ഒന്നിച്ചൊഴുകിയെത്തുന്നു. ഓഹരിമൂലധനത്തിന് ആഗോള സ്വഭാവമാണുള്ളത്. അത് ആഗോള മൂലധനമാണ്. അമേരിക്കൻ മൂലധനം, ജർമൻ മൂലധനം എന്നെല്ലാമുള്ള വിശേഷണങ്ങൾ പണ്ട് പ്രസക്തമായിരുന്നെങ്കിൽ ഇന്നവ അപ്രസക്തങ്ങളാണ്. കാരണം മൂലധനം ആഗോളമാണ്.

ആഗോള മൂലധനത്തിന്റെ മറ്റൊരു പേരാണ് ധനമൂലധനം (Finance Capital). കുത്തക വ്യവസായ മൂലധനവും കുത്തക ബാങ്കിങ് മൂലധനവും ചേർന്ന സംയുക്തമാണ് ധനമൂലധനം. സാമ്രാജ്യത്വത്തിന്റെ പ്രതീകമാണ് ധനമൂലധനം. ഓഹരി കമ്പോളത്തിലെ ലാഭത്തിലാണ് ധനമൂലധനത്തിനു താൽപ്പര്യം. ധനമൂലധനത്തിന്റെ സുഗമമായ പ്രവേശനത്തിനും തിരിച്ചൊഴുക്കിനും ഉതകുംവിധം രാജ്യങ്ങളുടെ ധനവിപണി തുറന്നിടേണ്ടത് ധനമൂലധനത്തിന് ആവശ്യമാണ്.

ധനമൂലധനം നിക്ഷേപിക്കുന്നത് വിദേശ നിക്ഷേപകസ്ഥാപനങ്ങൾ (Foreign Institutional Investors - FII) മുഖേനയാണ്. ഇൻവെസ്റ്റ്മെന്റ് ട്രസ്റ്റുകൾ, മ്യൂച്വൽ ഫണ്ടുകൾ, പെൻഷൻ ഫണ്ടുകൾ, ബാങ്കുകൾ, ഇൻഷുറൻസ് കമ്പനികൾ തുടങ്ങിയവയാണ് പ്രധാനപ്പെട്ട വിദേശ നിക്ഷേപക സ്ഥാപനങ്ങൾ.

ഇന്ത്യൻ ഓഹരിക്കമ്പോളത്തിൽ വിദേശ നിക്ഷേപകസ്ഥാപനങ്ങളുടെ കടന്നുകയറ്റമാണ് ഏറ്റവും ശ്രദ്ധേയമായ വശം. പ്രത്യക്ഷ മൂലധന നിക്ഷേപത്തേക്കാൾ ഉയർന്ന തോതിലാണ് ധനമൂലധന നിക്ഷേപം. ധനമൂലധനത്തിന്റെ പ്രവേശം ഓഹരി വിലസൂചിക ഉയർത്തുന്നു. പിൻവാങ്ങൽ വിലസൂചിക ഇടിക്കുന്നു. വിലസൂചികയിലെ ചാഞ്ചാട്ടത്തിനു കാരണം ഇന്ത്യൻ സമ്പദ്‌വ്യവസ്ഥയിലെ ചലനങ്ങളല്ല, മറിച്ച് ധനമൂലധനത്തിന്റെ പ്രവേശവും പിൻവാങ്ങലുമാണ്.

ഓഹരിക്കമ്പോളത്തെ ക്രമീകരിക്കുകയും നിയന്ത്രിക്കുകയും ചെയ്യുന്ന സ്ഥാപനമാണ് സെബി (Securities and Exchange Board of India - SEBI). വിദേശസ്ഥാപനങ്ങൾ സെബിയിൽ രജിസ്റ്റർ ചെയ്യണമെന്നുണ്ട്. ഈ വ്യവസ്ഥയെ മറികടക്കുന്നതിന് പാർട്ടിസിപ്പേറ്ററി നോട്ട് (Participatory Notes - P-Notes) ഉപയോഗപ്പെടുത്തുന്നു. വിദേശ നിക്ഷേപസ്ഥാപനങ്ങൾ പാർട്ടിസിപ്പേറ്ററി നോട്ടുകൾ നൽകുകയും അതിന്റെ അടിസ്ഥാനത്തിൽ പാർട്ടിസിപ്പേറ്ററി നോട്ടുകൾ കരസ്ഥമാക്കിയവർ ഓഹരി ഇടപാടുകൾ നടത്തുകയുമാണ് രീതി. അത്തരം നോട്ടുകൾ നൽകിയത് ആർക്കെന്നു വെളിപ്പെടുത്താൻ ബാധ്യതയില്ലാത്തതിനാൽ നോട്ടുകൾ ഉപയോഗപ്പെടുത്തി ഓഹരി വ്യാപാരം നടത്തുന്നവരെ തിരിച്ചറിയാനും കഴിയുന്നില്ല. പാർട്ടിസിപ്പേറ്ററി നോട്ടുകൾ നിരോധിക്കണമെന്ന ആവശ്യം ശക്തമാണ്.

2008 മാർച്ചിൽ 9487 ബ്രോക്കർമാരും 44,074 സബ്ബ്രോക്കർമാരും സെബിയിൽ രജിസ്റ്റർ ചെയ്തവരായുണ്ടായിരുന്നു. 2011 മാർച്ചിൽ കൃഷ് സെഗ്മെന്റിൽ ബ്രോക്കർമാരുടെ സംഖ്യ 9235 ആയും ഡെറിവേറ്റീവ് സെഗ്മെന്റിൽ 2086 ആയും സബ് ബ്രോക്കർമാരുടെ എണ്ണം 83952 ആയും വർധിച്ചു. വിദേശ നിക്ഷേപകസ്ഥാപനങ്ങളുടെ എണ്ണം 1722 ഉം സബ് എക്കൗണ്ടുകൾ 5686 ആയും വർധിച്ചു. ഇനിയുമുണ്ട് മറ്റൊരു കൂട്ടർ. സിംഗപ്പൂർ, മൊറിഷ്യസ് തുടങ്ങിയ രാജ്യങ്ങളുമായി ഇന്ത്യ ഇരട്ടനികുതി ഒഴിവാക്കൽ കരാറിൽ ഏർപ്പെട്ടിട്ടുണ്ട്. (Double Taxation Avoidance Agreement) സെക്യൂരിറ്റികളുടെമേൽ മൊറീഷ്യസിൽ (അവിടെ നികുതിനിരക്കു കുറവാണ്) നികുതി കൊടുക്കുന്നവർ അതേ സെക്യൂരിറ്റി ഇടപാടിന് ഇന്ത്യയിൽ നികുതികൊടുക്കേണ്ട എന്നാണ് വ്യവസ്ഥ. ഇന്ത്യക്കാരും വിദേശീയരുമായ ഓഹരി ഇടപാടുകാർ, മൊറീഷ്യസിലെ ഏജന്റുമാർ മുഖേനയോ അല്ലെങ്കിൽ മൊറീഷ്യസിലെ പൗരത്വം സ്വീകരിച്ചുകൊണ്ടോ, ഇന്ത്യൻ ഓഹരിക്കമ്പോളത്തിൽ ഇടപാടു നടത്തുന്നത് വ്യാപകമാണ്. 2008–09–ൽ ഇന്ത്യയിൽ ഏറ്റവുമധികം ഓഹരിനിക്ഷേപം നടത്തിയത് അമേരിക്കയാണ്. 21,344.9 കോടി രൂപയുടെ. രണ്ടാം സ്ഥാനത്ത് ലക്സംബർഗും (12,275.3 കോടി) ഫ്രാൻസുമാണ് (11,765.7 കോടി രൂപ). നാലാംസ്ഥാനത്ത് കൊച്ചുരാജ്യമായ മൊറീഷ്യസ് 9,401.8 കോടി രൂപയുടെ ഓഹരി നിക്ഷേപവുമായി നിലയുറപ്പിച്ചിരിക്കുന്നു. മൊത്തം വിദേശ ഓഹരി നിക്ഷേപം 70,182.9 കോടി രൂപയുടെയാണ്. 2012 ൽ ആദ്യത്തെ ഏഴുമാസം ഇന്ത്യൻ ഓഹരികമ്പോളത്തിൽ 14.98 ശതകോടി ഡോളർ നിക്ഷേപം നടന്നു.

7

ബജറ്റ് (Budget)

ഇന്ത്യൻ ഭരണഘടനയുടെ ആർട്ടിക്കിൾ 272 അനുസരിച്ച് കേന്ദ്ര സർക്കാർ പാർലമെന്റിലും സംസ്ഥാനസർക്കാരുകൾ നിയമസഭകളിലും ബജറ്റുകൾ അവതരിപ്പിക്കണമെന്നു വ്യവസ്ഥ ചെയ്തിരിക്കുന്നു.

സർക്കാരിന്റെ അടുത്ത വർഷത്തെ പ്രതീക്ഷിത ചെലവുകളും വരവുകളും അടങ്ങുന്ന സ്റ്റേറ്റ്മെന്റ് ആണ് ബജറ്റ്. സർക്കാരിനുമാത്രമല്ല ബജറ്റുള്ളത്. ഒരു വ്യക്തിക്കോ കുടുംബത്തിനോ, ഗ്രാമപഞ്ചായത്തിനോ, കമ്പനിക്കോ ആർക്കും ബജറ്റുണ്ടാകും.

ബജറ്റ് കേവലമായ വരവുചെലവു പട്ടികയല്ല. അതൊരു രാഷ്ട്രീയ നയരേഖയാണ്. ആരിൽ നിന്ന് നികുതിവരുമാനം സമാഹരിക്കുന്നു, അല്ലെങ്കിൽ, ആർക്കുവേണ്ടിചെലവാക്കുന്നു എന്നത് ഭരണകൂടത്തിന്റെ വർഗസ്വഭാവം അനുസരിച്ചിരിക്കും. ഭരണകൂടം കയ്യാളുന്നത് വൻകിട ബൂർഷ്വാസി-ജന്മി കൂട്ടുകെട്ടാവുമ്പോൾ അത്തരം വിഭാഗത്തെ അധികനികുതിയിൽ നിന്ന് ഒഴിവാക്കുകയും അവരുടെ വികസനത്തിനുവേണ്ടി കൂടുതൽ ചെലവാക്കുകയും ചെയ്യും. ഇന്ത്യയുടേത് ഏറ്റവും നല്ല ഉദാഹരണമാണ്. മുതലാളിത്ത വികസനപാത ശക്തിപ്പെടുത്താനുള്ള ഉപകരണങ്ങളിലൊന്നായി ഇന്ത്യയിൽ ബജറ്റ് ഉപയോഗിച്ചുവരുന്നു. നികുതി-നികുതിയേതര വരുമാനങ്ങൾ, ആഭ്യന്തര-വിദേശവായ്പകൾ തുടങ്ങിയവയാണ് കേന്ദ്രസർക്കാരിന്റെ മുഖ്യവരുമാന മാർഗങ്ങൾ. വരുമാനം, സ്വത്ത്, ചരക്കുകൾ, സേവനങ്ങൾ എന്നിവയാണ് നികുതിയുടെ അടിസ്ഥാനങ്ങൾ. വ്യക്തികളുടെയും കുടുംബങ്ങളുടെയും വരുമാനത്തിന്മേൽ ചുമത്തുന്നതാണ് ആദായനികുതി (Income Tax). കമ്പനികളുടെ ലാഭത്തിന്മേൽ ചുമത്തുന്നതാണ് കോർപ്പറേറ്റ് നികുതിയും (Corporate Tax) പ്രസ്തുത നികുതിക്കുമേലുള്ള സർചാർജും (Surcharge). സ്വത്തിനുമേൽ ചുമത്തുന്നതാണ് സ്വത്തുനികുതി. ചരക്കുൽപ്പാദനത്തിനുമേൽ ചുമ

ത്തുന്നതാണ് എക്സൈസ് തീരുവ (Excise duty). ചരക്കുകളുടെ ഇറക്കുമതി-കയറ്റുമതിയിന്മേൽ കസ്റ്റംസ് തീരുവ (Customs duty) ചുമത്തുന്നു. സേവനങ്ങളുടെ മേൽ സേവനനികുതികളുണ്ട്.

ഇന്ത്യയിൽ കമ്പനികൾ നൽകുന്ന യഥാർഥ നികുതിനിരക്ക് (Effective tax rate) വളരെ കുറവാണ്. ലാഭത്തിന്റെ 21.2 ശതമാനമാണ് യഥാർഥ നികുതിനിരക്ക്. അനവധി കഴിവുകളും ഒഴിവുകളും അനുവദിക്കപ്പെടുന്നതുകൊണ്ടാണിത്. എക്സൈസ് തീരുവയും ആദായനികുതിയുമാണ് കേന്ദ്രത്തിന്റെ രണ്ടു പ്രധാനനികുതികൾ. ഉൽപ്പാദനത്തിന്മേൽ ചുമത്തുന്നതാണ്. എക്സൈസ് തീരുവ. വിൽപ്പനയിന്മേൽ വിൽപ്പന നികുതി ചുമത്തുന്നു. എക്സൈസ് തീരുവ വിലക്കയറ്റത്തിന് കാരണമാകുന്നു. വിലക്കയറ്റം ഉപഭോക്താക്കളിൽ നിന്ന് ഉൽപ്പാദകരിലേക്ക് വരുമാനം മാറ്റുന്നു. കസ്റ്റംസ് തീരുവയിലെ ഇളവുകൾ ആഗോളവൽക്കരണം സുഗമമാക്കാനുള്ള ഉപാധിയാണ്. കാരണം കസ്റ്റംസ് തീരുവയിലെ വെട്ടിക്കിഴിവുകൾ, വിദേശികൾക്ക് ഇന്ത്യൻകമ്പോളത്തിലെ വിൽപ്പന ലാഭകരമാക്കുന്നു.

ധനകാര്യമന്ത്രിമാരാണ് ബജറ്റ് അവതരിപ്പിക്കുന്നത്. ബജറ്റിന് രണ്ടു ഭാഗങ്ങളുണ്ട്. ബജറ്റ് പ്രസംഗവും നികുതി നിർദേശങ്ങളും. ബജറ്റ് അവതരണത്തിന് മുമ്പ് മുൻവർഷത്തെ സാമ്പത്തിക അവലോകന റിപ്പോർട്ട് സമർപ്പിക്കുന്നു. മുൻവർഷം രാജ്യത്തെ സമ്പദ് വ്യവസ്ഥയിലുണ്ടായ പുരോഗതിയും ദൗർബല്യങ്ങളും മാറ്റങ്ങളും വിലയിരുത്തുന്നതാണ് സാമ്പത്തികാവലോകന റിപ്പോർട്ട്. കേന്ദ്രസർക്കാരിനുവേണ്ടി ധനകാര്യമന്ത്രി പാർലിമെന്റിൽ ഇക്കണോമിക് സർവെയും (Economic Survey), സംസ്ഥാന സർക്കാരുകൾക്കുവേണ്ടി നിയമസഭകളിൽ റിവ്യൂവും (Economic Review) അവതരിപ്പിക്കുന്നു.

മൂന്നു വർഷത്തെ കണക്കുകളാണ് ബജറ്റിൽ ഉണ്ടാവുക. ഉദാഹരണമായി 2009–10 ലേതാണ് ബജറ്റ് എന്നു കരുതുക. 2009–10 ലെ വരവ്-ചെലവു കണക്കുകളുണ്ടാകും. അവ എസ്റ്റിമേറ്റുകളാണ്. നടപ്പുസാമ്പത്തികവർഷത്തെ (2008–09) എസ്റ്റിമേറ്റുകളും പുതുക്കിയ കണക്കുകളുമുണ്ടാകും. മുൻ വർഷത്തെ (2007–08) യഥാർഥ കണക്കുകളുണ്ടാകും.

ബജറ്റ് വർഷം ഏപ്രിൽ ഒന്നുമുതൽ അടുത്ത കലണ്ടർ വർഷം മാർച്ച് 31 വരെയാണ്. ബജറ്റ് അവതരിപ്പിക്കുന്നത് ഫെബ്രുവരിയിലായിരിക്കും. ഏപ്രിൽ 1 ന് മുമ്പ് വിശദമായ ചർച്ചകളും വകുപ്പുകൾ തിരിച്ചുള്ള ചർച്ചകളും ആവശ്യമായതുകൊണ്ടാണ് ഫെബ്രുവരി അവസാനത്തോടെ ബജറ്റ് അവതരിപ്പിക്കുന്നത്.

2008–09 ലെ എസ്റ്റിമേറ്റും പുതുക്കിയ കണക്കും നൽകുമെന്നു പറഞ്ഞുവല്ലൊ. പ്രസ്തുതവർഷത്തെ യഥാർഥകണക്കുകൾ പൂർണമായും ശേഖരിച്ചുകഴിഞ്ഞിരിക്കില്ല. ഡിസംബർ വരെയോ ജനുവരി വരെയോ ഉള്ള വരവു-ചെലവുകണക്കുകളാകും ലഭ്യമായിരിക്കുക. അതുകൊണ്ടാണ് പുതുക്കിയ കണക്കുകൾ നൽകുന്നത്. അതേസമയം മുൻവർഷത്തെ യഥാർഥകണക്കുകൾ നൽകുകയും ചെയ്യും.

സർക്കാർ കണക്കുകൾക്ക് മൂന്നുഭാഗങ്ങളുണ്ട്.

ഭാഗം 1. കൺസോളിഡേറ്റഡ് ഫണ്ട്:

സർക്കാരിന്റെ എല്ലാ നികുതി-നികുതിയേതര വരുമാനങ്ങളും വായ്പകളും, വായ്പകളുടെ തിരിച്ചടവുകളും ഉൾക്കൊള്ളുന്നതാണ് കൺസോളിഡേറ്റഡ് ഫണ്ട്.

പാർലമെന്റിന്റെ അല്ലെങ്കിൽ നിയമസഭകളുടെ അംഗീകാരത്തോടെ മാത്രമേ കൺസോളിഡേറ്റഡ് ഫണ്ടിൽനിന്നും തുക ചെലവാക്കാവൂ.

ഭാഗം 2 – കണ്ടിൻജൻസി ഫണ്ട്:

പാർലമെന്റിന്റെ അല്ലെങ്കിൽ നിയമസഭകളുടെ അംഗീകാരത്തിനു വിധേയമായി അടിയന്തരചെലവുകൾ നടത്തുന്നതിന് പ്രസിഡന്റിൽ/ഗവർണറിൽ നിക്ഷിപ്തമാക്കിയിട്ടുള്ള ഫണ്ടാണിത്. കണ്ടിൻജൻസി ഫണ്ടിൽനിന്നും പിൻവലിച്ച അത്രയും തുക പിന്നീട് കൺസോളിഡേറ്റഡ് ഫണ്ടിൽനിന്നും കണ്ടിൻജൻസി ഫണ്ടിലേക്കു വകമാറ്റണം.

ഭാഗം 3 – പബ്ലിക് അക്കൗണ്ട്:

ചെറുകിട സമ്പാദ്യം, പ്രോവിഡന്റ് ഫണ്ടുകൾ, നിക്ഷേപങ്ങൾ, കരുതൽ ഫണ്ടുകൾ, സസ്പെൻസ് ഫണ്ടുകൾ, ഇതര അടവുകൾ എന്നിവയുൾക്കൊള്ളുന്ന പബ്ലിക് ഫണ്ടിൽനിന്നും തുക ചെലവഴിക്കാൻ പാർലമെന്റിന്റെ/നിയമസഭയുടെ അനുമതി ആവശ്യമില്ല.

കൺസോളിഡേറ്റഡ്ഫണ്ടിന് രണ്ടുപ്രധാന വിഭാഗങ്ങളുണ്ട്: റവന്യു അക്കൗണ്ടും മൂലധന അക്കൗണ്ടും.

റവന്യു അക്കൗണ്ട് രണ്ടായി തിരിച്ചിരിക്കുന്നു. റവന്യുവരുമാനവും റവന്യുചെലവുകളും.

റവന്യുവരുമാനം

തിരിച്ചു നൽകാൻ സർക്കാരിനെ ബാധ്യതപ്പെടുത്താത്തതും, വ്യക്തികൾക്ക് നേരിട്ട് പ്രയോജനം അവകാശപ്പെടാൻ കഴിയാത്തതുമായ സർക്കാർ വരുമാനമാണ് റവന്യുവരുമാനം. ഉദാഹരണം: ആദായനികുതി, അല്ലെങ്കിൽ വിൽപ്പനനികുതി. പ്രസ്തുത നികുതികൾ തിരിച്ചു നൽകാൻ സർക്കാരിനു ബാധ്യതയില്ല. നികുതി കൊടുത്തതുകൊണ്ട് നേരിട്ട് ആനുകൂല്യം വേണമെന്ന് അവകാശപ്പെടാൻ നികുതിദായകനും അവകാശമില്ല. കേന്ദ്രസർക്കാരിന്റെ പ്രധാന റവന്യു വരുമാന സ്രോതസ്സുകളാണ് കമ്പനികളുടെ ലാഭത്തിന്മേലുള്ള കോർപ്പറേഷൻ ടാക്സ്, ആദായനികുതി, ഇറക്കുമതി-കയറ്റുമതിയിന്മേലുള്ള കസ്റ്റംസ് തീരുവ, സാധനങ്ങളുടെ മേലുള്ള എക്സൈസ് തീരുവ, സേവനനികുതി തുടങ്ങിയവ.

സംസ്ഥാനത്തിന്റെ പ്രധാന നികുതികളാണ് വിൽപ്പനനികുതി, വാഹനനികുതി, മദ്യത്തിനുമേലുള്ള എക്സൈസ് തീരുവ, സ്റ്റാമ്പുകളും രജിസ്ട്രേഷനും, ഭൂനികുതി, കാർഷികാദായനികുതി തുടങ്ങിയവ. കേന്ദ്ര ആദായനികുതി, എക്സൈസ് തീരുവ, കസ്റ്റംസ് തീരുവ, സ്വത്തു നികു

തി എന്നിവയിലെ വിഹിതവും ഗ്രാന്റുകളും സംസ്ഥാനങ്ങളുടെ റവന്യൂവരുമാനത്തിന്റെ ഭാഗമാണ്.

റവന്യൂവരുമാനത്തിന്റെ മറ്റൊരു സ്രോതസ്സാണ് നികുതിയേതര വരുമാനങ്ങൾ. പലിശ, പൊതുമേഖലാ സ്ഥാപനങ്ങളുടെ ലാഭം, വിദേശ ഗ്രാന്റുകൾ, വിവിധ ഫീസുകൾ, ഫൈനുകൾ, മറ്റു സ്രോതസ്സുകൾ എന്നിവയാണ് കേന്ദ്രത്തിന്റെ പ്രധാന നികുതിയേതര മാർഗങ്ങൾ.

വനം, ജലസേചനം, പൊതുമരാമത്ത്, പൊതുമേഖലാസ്ഥാപനങ്ങൾ തുടങ്ങിയവയിൽ നിന്നുള്ള വരുമാനം, പലിശ, കോടതി, ജയിൽ, വിദ്യാഭ്യാസം, ആരോഗ്യം, കൃഷി, മൃഗസംരക്ഷണം എന്നിവയിൽനിന്നുള്ള വരുമാനം, സംസ്ഥാന പദ്ധതികൾ, കേന്ദ്രപദ്ധതികൾ, കേന്ദ്രാവിഷ്കൃത പദ്ധതികൾ, പ്രത്യേക പദ്ധതികൾ, പദ്ധതിയേതര പ്രോജക്ടുകൾ എന്നിവയ്ക്കുള്ള കേന്ദ്ര സർക്കാർ ഗ്രാന്റുകൾ തുടങ്ങിയവയാണ് സംസ്ഥാനത്തിന്റെ നികുതിയേതര വരുമാനങ്ങൾ.

നികുതികൾ പൊതുവെ രണ്ടായി തിരിക്കാം. പ്രത്യക്ഷനികുതികളും പരോക്ഷനികുതികളും. വ്യക്തിയുടെയോ കുടുംബത്തിന്റെയോ സ്ഥാപനത്തിന്റെയോ വരുമാനം, ലാഭം, സ്വത്ത്, പലിശ തുടങ്ങിയവയിന്മേൽ ചുമത്തുന്ന നികുതികളാണ് പ്രത്യക്ഷനികുതികൾ. വ്യക്തികളും കുടുംബങ്ങളും സ്ഥാപനങ്ങളും സർക്കാരിന് നികുതി നൽകണം. പ്രസ്തുത നികുതി ഭാരം, മറ്റൊരാളിലേക്കോ സ്ഥാപനത്തിലേക്കോ കൈമാറ്റം ചെയ്യാൻ കഴിയില്ല. എന്നാൽ പരോക്ഷനികുതികളാകട്ടെ, ഉപഭോക്താക്കളിലേക്കു കൈമാറ്റം ചെയ്യപ്പെടും. ഇറക്കുമതി ചുങ്കം നൽകിയ വ്യാപാരി, ചുങ്കത്തിന്റെ തുകകൂടി ചേർത്ത് സാധനവില നിശ്ചയിക്കും. അങ്ങനെ ഉപഭോക്താവിലേക്ക് നികുതിഭാരം കൈമാറും. അതുപോലെ വിൽപ്പന നികുതി നൽകുന്ന കച്ചവടക്കാരൻ നികുതിത്തുകകൂടി ചേർത്ത് വില നിശ്ചയിച്ച് നികുതിഭാരം ഉപഭോക്താക്കളിലേക്കു കൈമാറും. കസ്റ്റംസ് തീരുവ, യൂണിയൻ എക്സൈസ് തീരുവ, വിൽപ്പനനികുതി, സേവന നികുതി തുടങ്ങിയവ ഉദാഹരണങ്ങളാണ്.

റവന്യൂചെലവുകൾ

സർക്കാരിന്റെ പതിവു ചെലവുകളെയാണ് റവന്യൂ ചെലവുകൾ എന്നു വിശേഷിപ്പിക്കുന്നത്. ഭരണപരമായ ചെലവുകൾ, ശമ്പളം, പലിശ, സബ്സിഡികൾ, പെൻഷനുകൾ തുടങ്ങി ആവർത്തന സ്വഭാവമുള്ളതും വരുമാനംനൽകുന്ന ഏതെങ്കിലും ആസ്തി നിർമിക്കാത്തതുമായ ചെലവുകളാണ് റവന്യൂ ചെലവുകൾ. ആസ്തി ഉണ്ടാക്കാത്ത ചെലവുകൾ എന്ന അർഥയിലാണ് റവന്യൂ ചെലവുകൾ എന്നു വിളിക്കുന്നത്. അല്ലാതെ റവന്യൂ വരുമാനത്തിൽ ചെലവിടുന്നതുകൊണ്ടല്ല.

മൂലധനവരുമാനവും മൂലധന ചെലവുകളും

റവന്യൂവരുമാനം കൊണ്ടുമാത്രം സർക്കാരിന്റെ ദൈനംദിന ചെലവുകളും വികസനച്ചെലവുകളും നിർവഹിക്കാൻ കഴിയുകയില്ല. അങ്ങനെ

വരുമ്പോൾ വായ്പകൾ വാങ്ങേണ്ടി വരും. വായ്പകളാണ് മൂലധന വരുമാനം. ആഭ്യന്തര വായ്പകൾ, വിദേശ വായ്പകൾ, വായ്പ തിരിച്ചടവുകൾ, പ്രോവിഡന്റ് ഫണ്ട്, ചെറുകിട സമ്പാദ്യങ്ങൾ തുടങ്ങി, തിരിച്ചു നൽകേണ്ടതായ വരുമാനങ്ങളാണ് മൂലധന വരുമാനം.

റവന്യുചെലവുകൾ ആസ്തികളൊന്നും സൃഷ്ടിക്കുന്നില്ല. എന്നാൽ മൂലധന ചെലവുകൾ ആസ്തികൾ സൃഷ്ടിക്കുന്നു. ഭൂമി, കെട്ടിടങ്ങൾ, യന്ത്രങ്ങൾ, ഫാക്ടറികൾ, റോഡുകൾ, പാലങ്ങൾ, ആശുപത്രികൾ, വിദ്യാലയങ്ങൾ എന്നിവയിലെ നിക്ഷേപം; സംസ്ഥാനങ്ങൾക്കും യൂണിയൻ പ്രദേശങ്ങൾക്കുമുള്ള വായ്പകളും ഗ്രാന്റുകളും, പൊതുമേഖല സ്ഥാപനങ്ങൾക്കുള്ള വായ്പകൾ, നിക്ഷേപങ്ങൾ തുടങ്ങിയവയാണ് മൂലധനചെലവുകൾ.

ആകെ ചെലവുകളെ പദ്ധതിചെലവുകൾ, പദ്ധതിയേതര ചെലവുകൾ എന്നു വിഭജിക്കാവുന്നതാണ്. പുതിയ പദ്ധതി പ്രോജക്ടുകൾക്കുള്ള നിക്ഷേപങ്ങളാണ് പദ്ധതി ചെലവുകളിൽപ്പെടുന്നത്. നേരെമറിച്ച്, ആവർത്തന സ്വഭാവമുള്ള പദ്ധതിചെലവുകളാണ് പദ്ധതിയേതര ചെലവുകൾ. ഒരുവർഷം ഒരു പുതിയ വൈദ്യുതിനിലയം സ്ഥാപിച്ചു എന്നിരിക്കട്ടെ. അത് പദ്ധതിചെലവാണ്. തുടർന്നുള്ള വർഷങ്ങളിൽ വൈദ്യുതിനിലയത്തിലെ ജീവനക്കാരുടെ ശമ്പളം, മെയിന്റനൻസ് ചെലവുകൾ തുടങ്ങിയവ പദ്ധതിയേതര ചെലവുകളാണ്.

റവന്യുകമ്മി, ധനകമ്മി

ആകെ റവന്യുവരുമാനവും റവന്യു ചെലവും തുല്യമാണെങ്കിൽ, ബജറ്റിനെ സന്തുലിത ബജറ്റ് എന്നു പറയുന്നു. റവന്യുചെലവ് റവന്യു വരുമാനത്തേക്കാൾ കൂടുതലാണെങ്കിൽ അത്തരം ബജറ്റിനെ കമ്മിബജറ്റ് എന്നു വിളിക്കുന്നു. മറിച്ച്, റവന്യു വരുമാനം കൂടുതലെങ്കിൽ മിച്ചബജറ്റ് എന്നും വിളിക്കുന്നു.

റവന്യുചെലവ് റവന്യു വരുമാനത്തേക്കാൾ കൂടുതലാണെങ്കിൽ, അധിക ചെലവ് എങ്ങനെയാണ് നേരിടുക? മൂലധനവരുമാനത്തിന്റെ ഒരു ഭാഗം റവന്യുചെലവുകൾ നേരിടാൻ ഉപയോഗിക്കേണ്ടിവരും. എത്രത്തോളം റവന്യുചെലവുകൾ കൂടുതലാണോ, അതായത് റവന്യു കമ്മി കൂടുതലാണോ, അത്രത്തോളം മൂലധനവരുമാനം ഉപയോഗപ്പെടുത്തേണ്ടി വരും. ചില സമവാക്യങ്ങളിൽ എത്തിച്ചേരാം.

1) റവന്യു മിച്ചം/റവന്യു കമ്മി = റവന്യു വരുമാനം – റവന്യു ചെലവ്

2) ധനകമ്മി = [ആകെ ചെലവുകൾ (റവന്യു + മൂലധന ചെലവുകൾ)] –[റവന്യു വരുമാനം + വായ്പ തിരിച്ചടവുകൾ + മറ്റു വരവുകൾ]

ചുരുക്കത്തിൽ,

ധനകമ്മി = ആകെ ചെലവുകൾ – റവന്യുവരുമാനം

3) പ്രാഥമിക കമ്മി = ധനകമ്മി – പലിശച്ചെലവ്

ബജറ്റ്കമ്മി = ആകെ ചെലവ് – ആകെ വരുമാനം

താഴെക്കൊടുക്കുന്ന ചാർട്ട് ഒറ്റനോട്ടത്തിൽ ബജറ്റിന്റെ ഘടന മനസിലാക്കാൻ സഹായിക്കും:

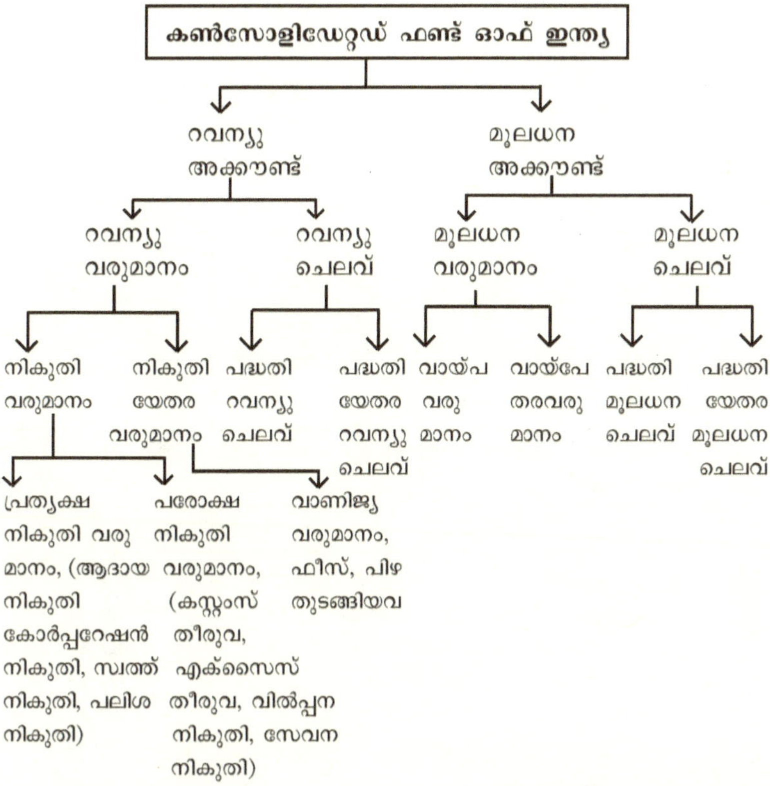

2012–13 വർഷത്തെ കേന്ദ്ര ബജറ്റിന്റെ സംക്ഷിപ്ത രൂപം താഴെ കൊടുക്കുന്നു.

ഇനങ്ങൾ	(കോടി രൂപയിൽ)
1. റവന്യൂ വരുമാനം	**935685**
2. നികുതി വരുമാനം (സംസ്ഥാന വിഹിതം കഴിച്ച്)	771071
3. നികുതിയേതര വരുമാനം	164614
4. മൂലധന വരുമാനം (5 + 6 + 7)	**555241**
5. വായ്പ തിരിച്ചടവ്	11650
6. മറ്റു വരുമാനങ്ങൾ	30000
7. വായ്പകളും മറ്റു ബാധ്യതകളും	513590
8. ആകെ വരുമാനം (1 + 4)	**1490925**

9. പദ്ധതിയേതര ചെലവുകൾ	**969900**
10. പദ്ധതിയേതര റവന്യു ചെലവുകൾ	865596
അതിൽ,	
11. പലിശ ചെലവ്	319759
12. മൂലധന ചെലവ്	104304
13. പദ്ധതി ചെലവുകൾ	**521025**
14. പദ്ധതി റവന്യു ചെലവുകൾ	420513
15. മൂലധന ചെലവുകൾ	100512
16. ആകെ ചെലവുകൾ (9 + 13)	**1490925**
17. റവന്യു ചെലവ് (10 + 14)	1286109
18. ആസ്തിഗ്രാന്റുകൾ	164672
18. മൂലധന ചെലവ് (12 + 15)	204816
19. റവന്യു കമ്മി (17 – 1)	**350424**
20. ധനകമ്മി [16 – (1 + 5 + 6)]	**513590**
21. പ്രാഥമിക കമ്മി (20 – 11)	**193831**

സംസ്ഥാന സർക്കാരിന്റെ 2012–13 ലെ ബജറ്റിന്റെ സംക്ഷിപ്ത രൂപം താഴെ ചേർക്കുന്നു.

ഇനങ്ങൾ	(കോടി രൂപയിൽ)
A. റവന്യു വരുമാനം	**48141.59**
1. സംസ്ഥാന നികുതി വരുമാനം	32122.21
2. സംസ്ഥാന നികുതിയേതര വരുമാനം	3495.41
3. കേന്ദ്ര സർക്കാർ വിഹിതം	12523.97
(i) കേന്ദ്ര നികുതി വിഹിതം	7103.46
(ii) ഗ്രാന്റ് ഇൻ എയിഡ്	5420.51
B. മൂലധന വരുമാനം	**11099.85**
1. വായ്പ തിരിച്ചടവ്	87.81
2. മറ്റു വരുമാനം	20.02
3. വായ്പകളും മറ്റു ബാധ്യതകളും	10992.02
a) പൊതു കടം (തനി)	10815.76
b) പൊതു കണക്ക് (തനി)	176.26
C. ആകെ വരുമാനം (A+B)	**59241.44**
D. പദ്ധതിയേതര ചെലവുകൾ	**47101.62**
1. റവന്യു കണക്കിൽ	43118.18
a) അതിൽ, പലിശ ചെലവ്	7234.33
2. മൂലധന കണക്കിൽ	3679.87
3. വായ്പ നൽകിയത്	303.57

E.	പദ്ധതി ചെലവുകൾ	**11874.59**
	1. റവന്യു കണക്കിൽ	8487.18
	2. മൂലധന കണക്കിൽ	2875.03
	3. വായ്പ നൽകിയത്	512.38
F.	ആകെ ചെലവ് (D + E)	**58976.21**
	1. റവന്യു ചെലവ്	51605.36
	2. മൂലധന ചെലവ്	6554.90
	3. വായ്പകൾ	815.95
G	റവന്യു മിച്ചം/കമ്മി (A - F(1))	**3463.77**
H.	ധനകമ്മി (A + B(1) + B (2) - F)	**10726.79**
I.	പ്രാഥമിക കമ്മി (H) - D (1a)	**3492.46**

സർക്കാരിന്റെ മൊത്തം ചെലവുകളും, ചെലവുകൾ ഏതു മേഖലയിൽ നടത്തപ്പെടുന്നു എന്നതും സമ്പദ്‌വ്യവസ്ഥയിൽ പുതുചലനങ്ങൾ ഉണ്ടാക്കും. അതുപോലെ ആകെവരുമാനവും വരുമാനത്തിന്റെ ഘടനയും സമ്പദ്‌വ്യവസ്ഥയുടെ പ്രവർത്തനത്തെയും പ്രവർത്തനലക്ഷ്യങ്ങളെയും സ്വാധീനിക്കും.

ഒരു രാജ്യത്തെ സംബന്ധിച്ചിടത്തോളം മൂലധനച്ചെലവ് വളരെ പ്രധാനപ്പെട്ടതാണ്. ഭാവിയിൽ വരുമാനം നൽകുന്ന ആസ്തികൾ സൃഷ്ടിക്കുന്നത് മൂലധനച്ചെലവുകളാണ്. അതിൽത്തന്നെ ഏറ്റവും പ്രധാനമാണ് കാർഷികരംഗത്തെ മുതൽമുടക്ക്.

ഇടിയുന്ന കാർഷികനിക്ഷേപം

കൃഷി, ജലസേചനം, പശ്ചാത്തല സൗകര്യവികസനം, ഗവേഷണം തുടങ്ങിയവയിൽ നടത്തുന്ന വർധിച്ച നിക്ഷേപം സാമ്പത്തിക വികാസം ത്വരിതപ്പെടുത്തും. ജനസംഖ്യയിൽ ഭൂരിപക്ഷവും കൃഷിയെ ആശ്രയിച്ചാണ് ഉപജീവനം നടത്തുന്നത്. 2001-ലെ സെൻസസ് പ്രകാരം, ഇന്ത്യയിൽ തൊഴിലെടുക്കുന്നവരിൽ 32 ശതമാനം കൃഷിക്കാരും 27 ശതമാനം കർഷകത്തൊഴിലാളികളുമാണ്. തൊഴിൽ, വരുമാനം, ഭക്ഷ്യവസ്തുക്കളുടെ ഉൽപ്പാദനം, അസംസ്കൃതപദാർഥങ്ങൾ എന്നിവയുടെയെല്ലാം ഉറവിടം കൃഷിയാണ്. കാർഷിക വരുമാനവർധന, ജനങ്ങളുടെ വാങ്ങൽകഴിവ് വർധിപ്പിക്കും. വ്യവസായഉൽപ്പന്നങ്ങൾക്ക് ആവശ്യം വളർത്തും. ഇതാകട്ടെ വ്യവസായനിക്ഷേപം കൂട്ടുകയും ഉൽപ്പാദനം വർധിപ്പിക്കുകയും ചെയ്യും. കൃഷിക്കും ജലസേചനത്തിനും വൻതോതിലുള്ള മുതൽമുടക്കു നടത്തേണ്ടത് അത്യാവശ്യമാണ്. എന്നാൽ പദ്ധതികൾ പിന്നിടുന്തോറും കേന്ദ്രത്തിന്റെ ആകെ മുതൽമുടക്കിൽ കൃഷിയുടെ വിഹിതം കുറയുന്നതായാണ് അനുഭവം. താഴെക്കൊടുക്കുന്ന പട്ടിക കാണുക.

പദ്ധതികൾ	ആകെ മുതൽമുടക്കിൽ കൃഷിക്കും അനുബന്ധ മേഖലകൾക്കും നിക്ഷേപം (ശതമാനത്തിൽ)
1–ാം പദ്ധതി	31
2–ാം പദ്ധതി	20
3–ാം പദ്ധതി	21
4–ാം പദ്ധതി	24
5–ാം പദ്ധതി	22
6–ാം പദ്ധതി	24
7–ാം പദ്ധതി	23
8–ാം പദ്ധതി	21
9–ാം പദ്ധതി	20
10–ാം പദ്ധതി	20
11–ാം പദ്ധതി	18

കൃഷിക്കും അനുബന്ധമേഖലകൾക്കുമുള്ള നിക്ഷേപം ക്രമാനുഗതമായി കുറഞ്ഞുവരുന്നതു കാണാം. ഒന്നാം പദ്ധതിക്കാലത്തു മാത്രമാണ് 31 ശതമാനം നിക്ഷേപം നടന്നത്. രണ്ടാംപദ്ധതി മുതൽ 20 ശതമാനവും അതിനോടടുപ്പിച്ചുമാണ് നിക്ഷേപത്തോത്. പതിനൊന്നാം പദ്ധതിയിൽ (2007–12) നിർദേശിക്കപ്പെട്ടിട്ടുള്ളത് 18 ശതമാനം നിക്ഷേപമാണ്.

കുറയുന്ന കാർഷികവളർച്ച

കാർഷികനിക്ഷേപത്തിലെ വെട്ടിക്കിഴിവ് കാർഷികവളർച്ചയെ സാരമായി കുറച്ചിട്ടുണ്ട്.

വർഷം	പ്രതിവർഷ കാർഷിക വളർച്ചാ നിരക്ക് (ശതമാനം)
1951–61	3.3
1961–71	2.2
1971–81	1.7
1981–91	3.9
1991–01	2.8
2002–07	2.1
2007–08	4.7
2008–09	1.6
2009–10	0.2

ധാന്യങ്ങളുടെയും പയർ വർഗങ്ങളുടെയും (ആഭ്യന്തര ഉൽപ്പാദനവും ഇറക്കുമതിയും ചേർത്ത്) ആളോഹരി പ്രതിദിന ഭക്ഷ്യലഭ്യത നിരന്തരം കുറയുകയാണ്. പട്ടിക കാണുക.

വർഷം	പ്രതിദിന ആളോഹരി ഭക്ഷ്യലഭ്യത
1960–61	468.7
1970–71	468.8
1980–81	454.8
1990–91	510.1
2000–01	416.2
2006–07	444.5

പൊതുമേഖലാ നിക്ഷേപം

ഒന്നാം പഞ്ചവത്സരപദ്ധതി ആരംഭിക്കുമ്പോൾ നാമമാത്രമായ കേന്ദ്ര പൊതുമേഖലാ സ്ഥാപനങ്ങളേ ഉണ്ടായിരുന്നുള്ളൂ. ആകെ അഞ്ചെണ്ണം. മൊത്തം നിക്ഷേപം കേവലം 29 കോടി രൂപയും. ഇന്നു സ്ഥിതി അതല്ല. 2011–12–ലെ കണക്കുപ്രകാരം, കേന്ദ്ര പൊതുമേഖലാസ്ഥാപനങ്ങളുടെ എണ്ണം 248 ആയി വളർന്നു. ആകെ നിക്ഷേപം 6,66,848 കോടി രൂപയും. രണ്ടു രീതികളിലാണ് പൊതുമേഖലാ നിക്ഷേപം നടത്തുന്നത്. പൊതുമേഖലാ സ്ഥാപനങ്ങളുടെ ഓഹരികളിൽ നിക്ഷേപിച്ചും, ദീർഘ കാല വായ്പ നൽകിയും. 2011–12–ൽ കേന്ദ്ര പൊതുമേഖലാ സ്ഥാപന ങ്ങൾ 113770 കോടി രൂപയുടെ അറ്റാദായമുണ്ടാക്കി. 21693 കോടി രൂപയുടെ നഷ്ടം വരുത്തി. 1219 സംസ്ഥാന പൊതുമേഖലാസ്ഥാപനങ്ങളിലായി 2,59,184 കോടി രൂപ (2004–05–ൽ) നിക്ഷേപം നടത്തിയിട്ടുണ്ട്.

പൊതുമേഖലാ സ്ഥാപനങ്ങൾക്കുവേണ്ടി ആദ്യം ശബ്ദമുയർത്തി യത് രാജ്യത്തെ കുത്തകവ്യവസായികളാണ്. ഇതൊരു വൈരുധ്യമായി ത്തോന്നാം. സർക്കാർ മേഖലയെ ഒഴിച്ചുനിർത്താനാണല്ലോ കുത്തക വ്യവസായികൾ ആഗ്രഹിക്കുക. 1991–ൽ പുത്തൻ സാമ്പത്തികനയം സ്വീകരിക്കപ്പെട്ടശേഷം പൊതുമേഖലാ സ്ഥാപനങ്ങളെ ഏറ്റെടുക്കാൻ സ്വകാര്യമേഖല ശ്രമിക്കുന്ന കാഴ്ചയാണ് നാം കാണുന്നത്. എന്നാൽ 1951–1990 കാലത്ത് ആ പ്രവണതയല്ല ദൃശ്യമായിരുന്നത്. പൊതുമേഖല യുടെ ആവശ്യകതയ്ക്കു അടിവരയിടുന്ന സമീപനമാണ് കുത്തക മുത ലാളികൾ സ്വീകരിച്ചത്. 1948–ൽ ബോംബെയിൽ സമ്മേളിച്ച എട്ടു വൻകിട വ്യവസായികളുടെ സമ്മേളനം ഇന്ത്യക്കു ഒരു ആസൂത്രണപദ്ധതി നിർ ദേശിച്ചു. ടാറ്റയും ബിർളയുമായിരുന്നു അതിനു മുൻകയ്യെടുത്തത്. അതു കൊണ്ട് അവർ തയാറാക്കിയ പദ്ധതി ബോംബെ പ്ലാനെന്നും ടാറ്റ–ബിർള പ്ലാനെന്നും അറിയപ്പെട്ടു. ഇരുമ്പ്, ഉരുക്ക്, വൈദ്യുതി, കൽക്കരി, രാസവളം, ജലസേചനം, രാസവസ്തുക്കൾ, ഘനയന്ത്രസാമഗ്രികൾ തുട ങ്ങിയവയിൽ വൻതോതിൽ സർക്കാർ നിക്ഷേപം നടത്തണമെന്ന് അവർ നിർദേശിച്ചു. അതിന് മുഖ്യമായും നാലു കാരണങ്ങളുണ്ടായിരുന്നു.

1. സാമ്പത്തികവികസനത്തിന്റെ അടിസ്ഥാനശിലകളാണ് ഘന വ്യവസായങ്ങൾ. അവ വികസനത്തിനുള്ള പശ്ചാത്തലമൊരുക്കുന്നു. ഇരുമ്പ്, ഉരുക്ക്, വൈദ്യുതി, കൽക്കരി, യന്ത്രങ്ങൾ തുടങ്ങിയവ ആഭ്യന്തരമായി ഉൽപ്പാദിപ്പിക്കുന്നില്ലെങ്കിൽ, അവ ഇറക്കുമതി ചെയ്യേണ്ടിവരും. ഇറക്കുമതി (എ) വിദേശനാണ്യം ആവശ്യമാക്കും, (ബി) വിദേശ രാജ്യങ്ങളിന്മേലുള്ള ആശ്രിതത്വം വർധിപ്പിക്കും, (സി) ഏതെങ്കിലും പദാർഥത്തിന്റെ ഇറക്കുമതി തടസ്സപ്പെട്ടാൽ, ഉൽപ്പാദനം സ്തംഭിക്കും. അതുകൊണ്ട് പശ്ചാത്തല സൗകര്യ വികസനത്തിന് സർക്കാർ മുതൽമുടക്കണം.
2. ഇന്നത്തേതുപോലെ സ്വകാര്യമേഖല ഭീമമായ മുതൽമുടക്കു നടത്താൻ കഴിയുംവിധം ശക്തമായിരുന്നില്ല. (1951–നുശേഷം അവ ഒന്നിനൊന്നു ശക്തിപ്പെട്ടു, പൊതുമേഖലയെ ഏറ്റെടുക്കാവുന്ന നിലയിലേക്കു വളർന്നു). സ്വകാര്യ മുതൽമുടക്കിന്റെ അഭാവത്തിൽ, അക്കാര്യം സർക്കാർ നടത്തണമെന്ന് ബോംബെ പ്ലാൻ നിർദേശിച്ചു.
3. കുടിവെള്ളം, ജലസേചനം, ആശുപത്രികൾ, വിദ്യാലയങ്ങൾ, വൈദ്യുതി ഉൽപ്പാദനം, കൽക്കരി, രാസവളം, യന്ത്രസാമഗ്രികളുടെ ഉൽപ്പാദനം എന്നിവ ലാഭക്കുറവും നഷ്ടസാധ്യതയുള്ളവയുമാണ്. ലാഭക്കുറവും നഷ്ടവും സഹിക്കാൻ സ്വകാര്യമേഖല സന്നദ്ധമല്ലായിരുന്നു.
4. അടിസ്ഥാന വ്യവസായങ്ങളിലെ നിക്ഷേപവും ഉൽപ്പാദനവും തമ്മിലെ സമയദൈർഘ്യം കൂടുതലാണ്. ഏഴു മുതൽ 10 വർഷം വരെ ഉൽപ്പാദനം ആരംഭിക്കാൻ സമയം വേണ്ടിവരും. അത്രയും ദീർഘമായ കാലയളവിലേക്ക് മൂലധനം മുടക്കാൻ സ്വകാര്യമേഖല സന്നദ്ധമല്ലായിരുന്നു.
5. അടിസ്ഥാനവ്യവസായങ്ങൾ പൊതുമേഖലയിൽ ആരംഭിക്കുമ്പോൾ, ഉപഭോക്തൃ വസ്തുക്കളുടെ ഉൽപ്പാദനമുൾപ്പെടെയുള്ളവ സ്വകാര്യ മേഖലയിൽ നിലനിർത്തണമെന്നായിരുന്നു ബോംബെ പ്ലാൻ നിർദേശം. രണ്ടു നേട്ടങ്ങളാണ് സ്വകാര്യമേഖല ഉന്നംവെച്ചത്.

എ. അടിസ്ഥാനവ്യവസായങ്ങളുടെ ഉൽപ്പന്നങ്ങൾ സബ്സിഡി നിരക്കിൽ തങ്ങൾക്കു ലഭ്യമാക്കുക. ഒപ്പം പൊതുമേഖലാ ധനകാര്യ സ്ഥാപനങ്ങളിൽനിന്ന് കുറഞ്ഞ പലിശനിരക്കിൽ ദീർഘകാല വായ്പകൾ ലഭ്യമാക്കുക. രണ്ടും ഉൽപ്പാദനച്ചെലവു ചുരുക്കാൻ സഹായകമാകുമെന്ന് സ്വകാര്യമേഖല ന്യായമായും കണക്കുകൂട്ടി.

ബി. വൻതോതിലുള്ള സർക്കാർ നിക്ഷേപം, ഒരു വിഭാഗം ജനങ്ങളുടെ വാങ്ങൽകഴിവ് ഉയർത്തുമെന്നും തങ്ങളുടെ ഉൽപ്പന്നങ്ങൾക്ക് ആവശ്യം വളർത്തുമെന്നും സ്വകാര്യമേഖല കണക്കുകൂട്ടി. കൃഷിക്കാരെയും കർഷകത്തൊഴിലാളികളെയും ഒഴിവാക്കി, വരുമാന വർധന കൈവന്ന ഒരു മധ്യവർത്തിവിഭാഗം ഉയർന്നുവരുമെന്നും അവർ കരുതി.

പൊതുമേഖലാ നിക്ഷേപം ഉൾപ്പെടെയുള്ള സർക്കാർ ചെലവുകൾ നടത്താൻ ആറ് മാർഗങ്ങളാണ് ലഭ്യമാകുന്നത്:

1. റവന്യൂമിച്ചം.
2. പൊതുമേഖലാ സ്ഥാപനങ്ങളിൽനിന്നുള്ള ആദായം.
3. ആഭ്യന്തരവായ്പകൾ, ചെറുകിട സമ്പാദ്യങ്ങൾ, പ്രോവിഡന്റ് ഫണ്ടുകൾ തുടങ്ങിയവ.
4. അധിക നികുതിവരുമാനം.
5. വിദേശ സർക്കാരുകൾ, അന്താരാഷ്ട്ര ധനകാര്യസ്ഥാപനങ്ങൾ, വിദേശ മൂലധനവിപണികൾ എന്നിവയിൽനിന്നുള്ള വായ്പകളും ഗ്രാന്റുകളും.
6. റിസർവ് ബാങ്കിൽനിന്നും വായ്പയെടുക്കുക (അതായത് കമ്മിപ്പണ മടിച്ചിറക്കുക).

ആദായനികുതി, കോർപ്പറേഷൻ ടാക്സ്, സ്വത്തു നികുതി തുടങ്ങിയവ ധനികർ നൽകേണ്ടതാണ്. അത്തരം നികുതി നിരക്കുകൾ വർധിപ്പിക്കാതിരിക്കാനും, ഒഴിവാക്കലുകൾ അനുവദിക്കാനും സർക്കാർ ശ്രദ്ധിച്ചുപോരുന്നു. മറിച്ച് യൂണിയൻ എക്സൈസ് തീരുവ, സേവന നികുതി (അവ ഉപഭോക്താക്കളുടെമേൽ പതിക്കുന്നവയാണ്) തുടങ്ങിയ പരോക്ഷ നികുതികൾ വർധിപ്പിച്ചുകൊണ്ടുമിരുന്നു. അനുസ്യൂതം ഉയർന്ന സർക്കാർ ചെലവുകൾ നേരിടാൻ, ആഭ്യന്തര–വിദേശ വായ്പകളെയും കമ്മിപ്പണത്തെയും ആശ്രയിക്കുന്ന വിഭവസമാഹരണ തന്ത്രമാണ് സർക്കാർ കൈക്കൊണ്ടത്.

പ്രത്യക്ഷ നികുതിനിരക്കുകൾ വർധിപ്പിച്ചിരുന്നുവെങ്കിൽ രണ്ടു ലക്ഷ്യങ്ങൾ ഒരേസമയം കൈവരിക്കാമായിരുന്നു.

1. സമൂഹത്തിലെ സാമ്പത്തികാസമത്വം കുറയ്ക്കാമായിരുന്നു. അതിനുവേണ്ടത് ധനികരെ കൂടുതൽ നികുതികൾക്കു വിധേയരാക്കുകയാണ്.
2. പ്രത്യക്ഷനികുതി വർധനയിലൂടെ കൈവരുന്ന പണം വികസനച്ചെലവുകൾക്ക് ഉപയോഗപ്പെടുത്താമായിരുന്നു. സാമ്പത്തിക വികസനത്തെ സഹായിക്കുമെന്നുമാത്രമല്ല, റവന്യൂകമ്മി കുറയ്ക്കാനും (റവന്യൂ വരുമാനവും റവന്യൂ ചെലവുകളും തമ്മിലെ അന്തരം) സഹായിക്കുമായിരുന്നു. റവന്യൂ കമ്മിയിലെ ചുരുക്കം, ആഭ്യന്തര–വിദേശ വായ്പകൾ ചുരുക്കുമായിരുന്നു. അതിലൂടെ ധനക്കമ്മിയും കുറയുമായിരുന്നു.

സർക്കാർ സ്വീകരിച്ചത് ആ മാർഗമല്ല. ധനികർക്കു നികുതിയിളവു നൽകുന്ന നയമാണ് കൈക്കൊണ്ടത്. അതിന്റെ അടിസ്ഥാനം മുതലാളിത്ത പ്രീണനമാണ്. ലളിതമായി അതിങ്ങനെ വിശദീകരിക്കാം:

എ) വികസനമെന്നാൽ ദേശീയവരുമാന വർധനയാണ്.
ബി) ദേശീയവരുമാനം ഉയരണമെങ്കിൽ ഉൽപ്പാദനം വർധിക്കണം.
സി) ഉൽപ്പാദനവർധനയ്ക്ക് അടിസ്ഥാനം നിക്ഷേപ വളർച്ചയാണ്.

ഡി) നിക്ഷേപത്തിന്റെ ഉറവിടം സമ്പാദ്യമാണ്.
ഇ) സമ്പന്നർക്കാണ് നിക്ഷേപിക്കാൻ കഴിവുള്ളത്.
എഫ്) അതുകൊണ്ട്, സമ്പന്നരുടെ വരുമാന വർധനയും സമ്പാദ്യവും വളർത്തുകയാണ് നിക്ഷേപ വർധനയ്ക്കും ദേശീയവരുമാന വളർച്ചയ്ക്കും ആവശ്യം.

സമൂഹത്തിൽ ധനിക-ദരിദ്ര വ്യത്യാസം വളർത്തുകയാണ് ദേശീയ വരുമാനവർധനയ്ക്ക് ആവശ്യം എന്നു സാരം.

ട്രിക്കിൾ ഡൗൺ സിദ്ധാന്തം

അപ്പോൾ ദരിദ്രരുടെ സംരക്ഷണം എങ്ങനെ ഉറപ്പാക്കും എന്ന ചോദ്യമുണ്ട്. അതിനും മുതലാളിത്തത്തിന് ഉത്തരമുണ്ട്. സമ്പന്ന താൽപ്പര്യം പരിരക്ഷിച്ചുകൊണ്ടുള്ള ഉത്തരമാണത്. ദേശീയവരുമാനം വർധിക്കുമ്പോൾ അതിന്റെ പ്രയോജനം ദരിദ്രർക്കും ലഭിക്കും എന്നാണ് സിദ്ധാന്തം. വലിയ പാത്രത്തിൽ വെള്ളംനിറയുമ്പോൾ, കുറെ വെള്ളം തുളുമ്പി ഭൂമിയിൽ പതിക്കും; മണ്ണിലേക്കു കുറെയൊക്കെ കിനിഞ്ഞിറങ്ങും. അതുപോലെ സാമ്പത്തികവികസനത്തിന്റെ ഗുണഫലം ദരിദ്ര വിഭാഗങ്ങളിലേക്കു കിനിഞ്ഞിറങ്ങും. 'ട്രിക്കിൾ ഡൗൺ തിയറി' (Trickle down theory) എന്നാണ് ഇതിനെ വിശേഷിപ്പിക്കുന്നത്. ട്രിക്കിൾ ഡൗൺ എന്നാൽ ഇറ്റിറ്റു താഴേക്കു പതിക്കുക എന്നാണ് അർഥം.

പക്ഷേ ട്രിക്കിൾ ഡൗൺ സംഭവിച്ചില്ല. സാമ്പത്തിക വികസനത്തിന്റെ പ്രയോജനം സമ്പന്നർ കയ്യടക്കി. ദരിദ്രർ കൂടുതൽ ദരിദ്രരായി. ദരിദ്രരുടെ എണ്ണം കൂടി. ലോകബാങ്ക് കണക്കുപ്രകാരം 48 ശതമാനം ജനങ്ങൾ ദാരിദ്ര്യരേഖയ്ക്കു താഴെയാണ്. പ്ലാനിങ്കമീഷൻ ഇതിനേക്കാൾ താഴ്ന്ന കണക്കാണ് നൽകുന്നത്. 29.8 ശതമാനം (2009-10-ലെ കണക്ക്). കേന്ദ്ര സർക്കാർ നിയമിച്ച വിദഗ്ധസമിതിയുടെ റിപ്പോർട്ടുപ്രകാരം (സുരേഷ് ടെണ്ടുൽക്കർ കമ്മിറ്റി) 37.2 ശതമാനം ദാരിദ്ര്യരേഖയ്ക്കു താഴെയാണ്. ഗ്രാമങ്ങളിൽ ഇത് 41.8 ശതമാനമാണ്. പട്ടണങ്ങളിൽ 25.7 ശതമാനവും.

സാമ്പത്തിക നയത്തിലും ബജറ്റിലും സ്വീകരിച്ച സമ്പന്നപക്ഷപാതിത്വം മൂലമാണ് ദാരിദ്ര്യനിർമാർജനത്തിനുവേണ്ടി പ്രത്യേക കർമപരിപാടി ആവിഷ്കരിക്കേണ്ട സ്ഥിതിയുണ്ടാക്കിയത്. ദേശീയവരുമാന വർധന, ദാരിദ്ര്യം പരിഹരിച്ചില്ല.

നാലു ലക്ഷ്യങ്ങളാണ് ആസൂത്രണപ്രക്രിയയിലൂടെ നേടാൻ ലക്ഷ്യമിട്ടത്. ദ്രുതഗതിയിലുള്ള സാമ്പത്തികവളർച്ച, തൊഴിലവസരങ്ങളുടെ വർധന, സ്വത്തിന്റെയും വരുമാനത്തിന്റെയും വിതരണത്തിലെ അസമത്വം കുറയ്ക്കൽ, സോഷ്യലിസം അടിസ്ഥാനമാക്കിയ സാമൂഹ്യവ്യവസ്ഥ സൃഷ്ടിക്കൽ. ലക്ഷ്യങ്ങളൊന്നും നേടാതെയാണ് ഏതാണ്ട് ആറു പതിറ്റാണ്ടുകാലത്തെ ആസൂത്രണം അവസാനഘട്ടത്തോടടുക്കുന്നത്.

അടിസ്ഥാന വ്യവസായങ്ങൾ സാമ്പത്തിക വികസനത്തിനുവേണ്ട പശ്ചാത്തല സൗകര്യമൊരുക്കി എന്നകാര്യം തർക്കമറ്റതാണ്. പൊതു

മേഖലാവ്യവസായങ്ങളും സേവനങ്ങളും സ്വകാര്യമേഖലയുടെ വളർച്ച യ്ക്കു കരുത്തുപകർന്നു എന്നതും ശരിയാണ്. ഇന്ത്യയിലെ പൊതു മേഖല വളരെ പ്രധാനപ്പെട്ട പങ്കാണ് രാജ്യത്തിന്റെ വികസനത്തിൽ നിർ വഹിച്ചുപോരുന്നത്. വിദേശ ആശ്രിതത്വം വലിയൊരു പരിധിവരെ കുറയ് ക്കുന്നതിനും വ്യവസായവളർച്ചയ്ക്ക് അടിത്തറയൊരുക്കുന്നതിനും പൊതുമേഖല പ്രധാന പങ്കാണ് വഹിക്കുന്നത്.

പൊതുമേഖലാ സ്ഥാപനങ്ങൾ പൊതുമേഖലയിൽ നിർത്തപ്പെടുക യില്ല എന്നു കൂടുതൽ വ്യക്തമാവുകയാണ്.

സർക്കാരിന്റെ വർധിച്ചുവരുന്ന റവന്യുക്കമ്മിയും ധനക്കമ്മിയും നേരി ടാൻ പൊതുമേഖല ഓഹരിവിൽപ്പനയാണ് മുഖ്യ വരുമാനസ്രോതസായി പരിഗണിക്കപ്പെടുന്നത്. 1990–91–ൽ കേന്ദ്ര സർക്കാരിന്റെ മൊത്തം റവന്യു കമ്മി 18,560 കോടി രൂപയായിരുന്നു. 2011–12–ലെ പുതുക്കിയ എസ്റ്റിമേറ്റ് അനുസരിച്ച് കമ്മി 394951 കോടി രൂപയായി വളർന്നു. അതായത് ദേശീയവരുമാനത്തിന്റെ 4.4 ശതമാനം. ധനക്കമ്മിയാകട്ടെ ഇതേകാലയള വിൽ 44,650 കോടി രൂപയിൽനിന്നും 521980 കോടി രൂപയിലേക്കു ഉയർ ന്നു. ദേശീയവരുമാനത്തിന്റെ 5.9 ശതമാനം. പുതിയ സാമ്പത്തിക നയ ത്തിന്റെ ലക്ഷ്യങ്ങളിലൊന്നാണ് കമ്മി ഒഴിവാക്കുക എന്നത്. രണ്ടുവിധ ത്തിൽ ആ ലക്ഷ്യം നേടാം. നികുതി വരുമാനം ഉയർത്തി, അല്ലെങ്കിൽ ചെലവുകൾ കുറച്ച്, അല്ലെങ്കിൽ രണ്ടു മാർഗങ്ങളും ഒന്നിച്ചു സ്വീകരിച്ച്. ഗവൺമെന്റ് സ്വീകരിച്ചിട്ടുള്ളത് നികുതി വർധനയല്ല. സമ്പന്നരെ നികുതി വർധനയിൽനിന്ന് ഒഴിവാക്കുന്നു. പകരം ചെലവുകുറച്ചും പൊതുമേഖലാ സ്ഥാപനങ്ങളുടെ ഓഹരികൾ വിറ്റഴിച്ചും വായ്പവാങ്ങിയും കമ്മികുറയ് ക്കുന്ന മാർഗമാണ് സ്വീകരിക്കപ്പെടുന്നത്.

2003 ൽ അംഗീകരിച്ച ധന ഉത്തരവാദിത്ത നിയമം (Fiscal Responsibility and Budget Management Act). 2008–09 ൽ റവന്യുകമ്മി പൂജ്യത്തിലെത്തിക്കാനും ധനകമ്മി 3 ശതമാനമാക്കാനും വ്യവസ്ഥ ചെയ്യുന്നു.

8

അന്തർദേശീയ വ്യാപാരം (International Trade)

രാജ്യങ്ങൾ തമ്മിലെ വ്യാപാരമാണ് അന്തർദേശീയ വ്യാപാരം. ഒരു രാജ്യത്തുനിന്ന് മറ്റൊരു രാജ്യത്തേക്കോ രാജ്യങ്ങളിലേക്കോ ചരക്കുകൾ വിൽക്കുന്നതിനെ കയറ്റുമതിയെന്നും വാങ്ങുന്നതിനെ ഇറക്കുമതിയെന്നും പറയുന്നു. ഒരാണ്ടിൽ കയറ്റുമതിയും ഇറക്കുമതിയും തുല്യമായേക്കാം. കൂടുതൽ സാധ്യത സമമാകാതിരിക്കാനാണ്. ഒന്നുകിൽ കയറ്റുമതി അല്ലെങ്കിൽ ഇറക്കുമതി ഇവയിലേതെങ്കിലുമൊന്ന് കൂടുതലോ കുറവോ ആവുകയാണ് പൊതുസ്ഥിതി. കയറ്റുമതി കൂടുതലാണെങ്കിൽ അനുകൂല വ്യാപാരശിഷ്ടം (Favourable Balance of Trade) എന്നും ഇറക്കുമതി കൂടുതലാണെങ്കിൽ പ്രതികൂല വ്യാപാര ശിഷ്ടം (Unfavourable Balance of Trade) എന്നും പറയുന്നു.

ഇന്ത്യയുടെ കയറ്റുമതിയുടെയും ഇറക്കുമതിയുടെയും വ്യാപാരശിഷ്ടത്തിന്റെയും കണക്കുകൾ ഉദാഹരണമായി താഴെ ചേർക്കുന്നു:

വർഷം	(കോടിരൂപ)		
	കയറ്റുമതി	ഇറക്കുമതി	വ്യാപാരശിഷ്ടം
1950–51	647	650	–3
1960–61	631	1106	–475
1970–71	1535	1634	–99
1980–81	6711	12549	–5838
1990–91	31558	43193	–10635
2000–01	203571	230873	–27302
2003–04	293367	359108	–65741
2004–05	375340	501065	–125725

2005–06	456418	660409	–203991
2006–07	571779	840506	–268727
2007–08	655864	1012312	–356448
2008–09	840755	1374436	–533681
2009–10	840755	1363736	–533681
2010–11	1142649	1683467	–540818
2011–12 April-Dec.	1024707	1661240	–626533

ഒന്നാം പഞ്ചവത്സര പദ്ധതി തുടങ്ങുന്ന കാലത്ത് ആകെ കയറ്റുമതി ചെയ്തിരുന്നത് 647 കോടി രൂപയുടെയും ഇറക്കുമതി ചെയ്തിരുന്നത് 650 കോടി രൂപയുടെയും ചരക്കുകളാണ്. പ്രതികൂല വ്യാപാരശിഷ്ടം മൂന്നുകോടി രൂപ. അവിടന്ന് ആരംഭിച്ച് രണ്ടു വർഷങ്ങളിലെ നാമമാത്രമായ അനുകൂല വ്യാപാരശിഷ്ടമൊഴിച്ചുനിർത്തിയാൽ എല്ലാ ആണ്ടിലും വ്യാപാരശിഷ്ടം പ്രതികൂലമായിരുന്നു. 2011–12–ൽ വ്യാപാര ശിഷ്ടം 626,533 കോടി രൂപയുടെതാണ്. അക്കൊല്ലത്തെ കയറ്റുമതി 1024707 കോടി രൂപയുടെയും ഇറക്കുമതി 1661240 കോടി രൂപയുടേതു മാണ്. രണ്ടു നിഗമനങ്ങളിലെത്തിച്ചേരാം: ഇന്ത്യയുടെ കയറ്റുമതിയും ഇറക്കുമതിയും കൂടുകയാണ്. വ്യാപാരശിഷ്ടം പെരുകുകയുമാണ്.

ഇന്ത്യയുടെ പ്രധാനപ്പെട്ട കയറ്റുമതി ചരക്കുകൾ ഏവയെന്ന് താഴെക്കൊടുക്കുന്ന പട്ടിക വിശദമാക്കും:

പ്രധാനപ്പെട്ട കയറ്റുമതി ചരക്കുകൾ

ചരക്കിന്റെ പേര്	(ദശലക്ഷം ഡോളർ) 2008–09 ഏപ്രിൽ–ഫെബ്രുവരി
I. പ്രാഥമിക ഉൽപ്പന്നങ്ങൾ	23210.8
(എ) കാർഷികോൽപ്പന്നങ്ങളും അനുബന്ധ ഉൽപ്പന്നങ്ങളും	15968.5
(ബി) അയിരുകളും മിനറലുകളും	7242.4
II. നിർമിത ഉൽപ്പന്നങ്ങൾ	10090.9
(എ) തുകലും തുകൽ സാധനങ്ങളും	3298.0
(ബി) രാസവസ്തുക്കളും ബന്ധപ്പെട്ട ഉൽപ്പന്നങ്ങളും	20532.6
(സി) എഞ്ചിനീയറിങ് ഉൽപ്പന്നങ്ങൾ	40701.7
(ഡി) തുണിയും തുണി ഉൽപ്പന്നങ്ങളും	17689.5
(ഇ) രത്നവും സ്വർണ ഉരുപ്പടികളും	17193.5
(എഫ്) കരകൗശലവസ്തുക്കൾ	279.7
III. പെട്രോളിയം ഉൽപ്പന്നങ്ങൾ	24885.1
IV. മറ്റുള്ളവ	4013.2
ആകെ	153018.2

കയറ്റുമതി ചെയ്യപ്പെടുന്ന പ്രമുഖ രാജ്യങ്ങളുടെ പട്ടിക താഴെ കൊടുക്കുന്നു:

രാജ്യം	(ദശലക്ഷം ഡോളർ) കയറ്റുമതി 2008–09 ഏപ്രിൽ–ഫെബ്രുവരി
I. ഒ ഇ സി ഡി രാജ്യങ്ങൾ	60091.6
(എ) യൂറോപ്യൻ യൂണിയൻ	34111.5
(ബി) വടക്കേ അമേരിക്ക	19657.5
കാനഡ	1246.2
യു എസ് എ	18411.3
(സി) ഏഷ്യ	4103.2
(ഡി) മറ്റു ഒ ഇ സി ഡി രാജ്യങ്ങൾ	2219.4
II. ഒപ്പെക് രാജ്യങ്ങൾ	29632.5
യു എ ഇ	16557.9
III. കിഴക്കൻ യൂറോപ്പ്	1781.0
IV. വികസ്വര രാജ്യങ്ങൾ	60180.8
(എ) ഏഷ്യ	44505.7
(i) സാർക്ക്	7693.8
(ii) മറ്റു ഏഷ്യൻ രാജ്യങ്ങൾ	36811.9
ചൈന	7747.1
(ബി) ആഫ്രിക്ക	10344.9
(സി) ലാറ്റിൻ അമേരിക്ക	5330.2
V. മറ്റുള്ളവ	473.7
VI. വേർതിരിക്കാത്തവ	858.6
ആകെ	153018.2

താഴെ പറയുന്ന രാജ്യങ്ങളിൽനിന്നാണ് ഇന്ത്യ മുഖ്യമായും ഇറക്കുമതി നടത്തുന്നത്.

രാജ്യം	2008–09 ഏപ്രിൽ–ഫെബ്രുവരി (ദശലക്ഷം ഡോളർ)
I. ഒ ഇ സി ഡി രാജ്യങ്ങൾ	82394.0
(എ) യൂറോപ്യൻ യൂണിയൻ	35501.4
ഇംഗ്ലണ്ട്	5450.6
(ബി) വടക്കേ അമേരിക്ക	17756.9
യു എസ് എ	15719.2
(സി) ഏഷ്യ	15489.4
(ഡി) മറ്റു ഒ ഇ സി ഡി രാജ്യങ്ങൾ	13646.3

II. ഒപ്പെക്ക്	87516.0
സൗദി അറേബ്യ	18663.8
III. കിഴക്കൻ യൂറോപ്പ്	6348.8
IV. വികസ്വര രാജ്യങ്ങൾ	85952.1
(എ) ഏഷ്യ	69399.9
സാർക്ക്	1650.6
(ബി) മറ്റു വികസ്വര ഏഷ്യൻ രാജ്യങ്ങൾ	67749.3
ചൈന	28107.8
(സി) ആഫ്രിക്ക	11564.0
(ഡി) ലാറ്റിൻ അമേരിക്ക	4988.2
V. മറ്റുള്ളവ	59.4
VI. ഇനം തിരിക്കാത്തവ	1005.4
ആകെ ഇറക്കുമതി	263275.7

ഇന്ത്യ ഇറക്കുമതി ചെയ്യുന്ന മുഖ്യഉൽപ്പന്നങ്ങളുടെ പട്ടിക താഴെ ചേർക്കുന്നു:

ചരക്ക്	2008–09 ഏപ്രിൽ–ഫെബ്രുവരി (ദശലക്ഷം ഡോളർ)
I. ബൾക്ക് ഇനങ്ങൾ	126715.0
(എ) പെട്രോളിയം ഉൽപ്പന്നങ്ങൾ	86357.6
(ബി) ഗോതമ്പ്, ധാന്യങ്ങൾ, പാചക എണ്ണ, പയർ, പഞ്ചസാര	4491.1
(സി) രാസവളം, നിർമിത വസ്തുക്കൾ, ഇരുമ്പ്, ഉരുക്ക് അയിരുകൾ	35866.3
II. ബൾക്ക് അല്ലാത്തവ	136560.7
(എ) യന്ത്രങ്ങൾ, ലോഹ ഉൽപ്പന്നങ്ങൾ, ഇലക്ട്രിക്കൽ ഉൽപ്പന്നങ്ങൾ, കംപ്യൂട്ടർ, വാഹനങ്ങൾ തുടങ്ങിയ മൂലധനസാമഗ്രികൾ	58037.3
(ബി) കയറ്റുമതിക്കുവേണ്ടി വരുന്ന മുത്തുകൾ, വൈരക്കല്ലുകൾ, കശുവണ്ടി തുടങ്ങിയവ	26990.9
(സി) മറ്റുള്ളവ	51532.5
ആകെ	263275.7

പട്ടികകൾ സൂചിപ്പിക്കുന്നതുപോലെ രാസവസ്തുക്കൾ, എഞ്ചിനീയറിങ് ഉൽപ്പന്നങ്ങൾ, തുണിത്തരങ്ങൾ, രത്നങ്ങളും ആഭരണങ്ങളും, കാർ

ഷികോൽപ്പന്നങ്ങൾ, പെട്രോളിയം ഉൽപ്പന്നങ്ങൾ തുടങ്ങിയവയാണ് ഇന്ത്യയിൽനിന്ന് മുഖ്യമായും കയറ്റുമതി ചെയ്യപ്പെടുന്നത്. ആകെ കയറ്റുമതിയുടെ 15.2 ശതമാനം കാർഷികോൽപ്പന്നങ്ങളും 65.9 ശതമാനം നിർമിത ഉൽപ്പന്നങ്ങളും 16.3 ശതമാനം പെട്രോളിയം വസ്തുക്കളുമാണ്. പെട്രോളിയവും പെട്രോളിയം ഉൽപ്പന്നങ്ങളും (ആകെയുടെ 32.8 ശതമാനം) യന്ത്രങ്ങൾ തുടങ്ങിയ മൂലധനസാമഗ്രികൾ (51.9 ശതമാനം) തുടങ്ങിയവയാണ് പ്രമുഖ ഇറക്കുമതി വസ്തുക്കൾ.

വ്യാപാരശിഷ്ടം, അനുകൂലമോ പ്രതികൂലമോ ആകുന്നത് സമ്പദ്‌വ്യവസ്ഥയുടെ ശക്തിയുടെയോ ദൗർബല്യത്തിന്റെയോ സൂചനകളല്ല. വർഷങ്ങളായി പ്രതികൂല വ്യാപാരശിഷ്ടമുള്ള രാജ്യമാണ് അമേരിക്ക. അമേരിക്ക പിന്നോക്ക രാജ്യമാണെന്നല്ല അതിന് അർഥം. രണ്ടാം ലോകയുദ്ധംവരെ ഇന്ത്യ തുടർച്ചയായി കയറ്റുമതിമിച്ച (അനുകൂല വ്യാപാരശിഷ്ട) രാജ്യമായിരുന്നു. പക്ഷേ ഇന്ത്യ കടുത്ത പിന്നോക്കാവസ്ഥയിൽ തുടർന്നു. അതേകാലയളവിൽ ഇംഗ്ലണ്ട് പ്രതികൂല വ്യാപാര അടവുശിഷ്ടത്തിലായിരുന്നു. പക്ഷേ ഇംഗ്ലണ്ട് സാമ്പത്തിക വികസനത്തിന്റെ പാതയിലായിരുന്നു.

പിന്നോക്കാവസ്ഥയിലുള്ള ഒരു രാജ്യത്തിന് ത്വരിതഗതിയിലുള്ള വികസനം കരസ്ഥമാക്കാൻ യന്ത്രങ്ങളും അസംസ്കൃത വസ്തുക്കളും സാങ്കേതികവിദ്യകളും ഇറക്കുമതി ചെയ്യേണ്ടിവരും. ഇറക്കുമതി വർധിക്കും. പ്രതികൂല വ്യാപാര അടവു ശിഷ്ടമുണ്ടാകും. ക്രമംവിട്ട ഇറക്കുമതിയ്ക്കുള്ള ന്യായീകരണമല്ല മേൽ ഉന്നയിച്ചത്. കാരണം രാജ്യത്തിന് ഉൾക്കൊള്ളാൻ കഴിയുന്നതിനപ്പുറമുള്ള ഇറക്കുമതി രാജ്യത്തെ ഗുരുതരമായ പ്രതികൂല വ്യാപാരശിഷ്ടത്തിലേക്കു നയിക്കും. ഉദാഹരണമായി, രാജീവ് ഗാന്ധി പ്രധാനമന്ത്രിയായിരിക്കെ സ്വീകരിച്ച വ്യാപാരനയമാണ് രാജ്യത്തെ ഗുരുതരമായ വിദേശവിനിമയ പ്രതിസന്ധിയിലെത്തിച്ചത്. ഇന്ത്യയുടെ കയറ്റുമതി വർധിപ്പിക്കാൻ, കയറ്റുമതി ഉൽപ്പന്നങ്ങൾക്ക് ആവശ്യമായ ഇറക്കുമതി സാധനങ്ങൾ നിർലോപം ഇറക്കുമതി ചെയ്യാൻ അനുവാദം നൽകി. ഇലക്ട്രോണിക് ഉൽപ്പന്നങ്ങളുടെ കയറ്റുമതി ഉയർത്താൻ ഇലക്ട്രോണിക് സാങ്കേതികവിദ്യകളും സ്പെയർപാർട്ടുകളും നിയന്ത്രണമില്ലാതെ ഇറക്കുമതി ചെയ്തത് ഒരു ഉദാഹരണമാണ്. 1991 ആയപ്പോഴേക്കും രാജ്യം കടുത്ത വിദേശവിനിമയ കമ്മിയിൽ അകപ്പെട്ടു. അന്നത്തെ തോതിലുള്ള ഇറക്കുമതി നിലനിർത്തണമെങ്കിൽ ഐ എം എഫ് വായ്പ സ്വീകരിക്കുകയും വ്യവസ്ഥകൾക്കു തലകുനിക്കുകയുമല്ലാതെ മാർഗമില്ലെന്ന സ്ഥിതി അങ്ങനെയാണ് സംജാതമായത്.

കയറ്റുമതി പല ഘടകങ്ങളെയും ആശ്രയിച്ചിരിക്കുന്നു. കാലാവസ്ഥ, ഭൂപ്രകൃതി, പ്രകൃതി വിഭവങ്ങളുടെ ലഭ്യത, വായ്പയുടെയും വെള്ളത്തിന്റെയും ലഭ്യത തുടങ്ങി നിരവധി ഘടകങ്ങളുണ്ട്. എണ്ണപ്പന നന്നായി വളരുന്ന രാജ്യങ്ങളാണ് ഇന്തോനേഷ്യയും മലേഷ്യയും. കുറഞ്ഞ ചെലവിൽ പാമോയിൽ ഉൽപ്പാദിപ്പിക്കാൻ ആ രാജ്യങ്ങൾക്ക്

അതുകൊണ്ട് കഴിയും. റബർ കുറഞ്ഞ ചെലവിൽ ഉൽപ്പാദിപ്പിക്കാൻ കഴിയുന്ന രാജ്യമാണ് തായ്ലാൻഡ്. ചണം ഉൽപ്പാദിപ്പിക്കാൻ കഴിയുന്ന രാജ്യമാണ് ഇന്ത്യ. അതായത് ഇതര രാജ്യങ്ങളെ അപേക്ഷിച്ച്, കുറഞ്ഞ ഉൽപ്പാദനച്ചെലവിലും കൂടിയ അളവിലും അതാതു രാജ്യങ്ങൾക്ക് അതാത് ഉൽപ്പന്നങ്ങൾ ഉണ്ടാക്കാൻ കഴിയും. അവ കയറ്റുമതി ചെയ്യാനും അവയ്ക്ക് കഴിയും. കുറഞ്ഞചെലവിൽ കളിപ്പാട്ടങ്ങളുണ്ടാക്കാൻ ചൈനയ്ക്കും, വാച്ചുകളുണ്ടാക്കാൻ സ്വിറ്റ്സർലാൻഡിനും, ഇലക്ട്രോണിക് ഉപകരണങ്ങളുണ്ടാക്കാൻ ദക്ഷിണകൊറിയയ്ക്കും ഫിലിപ്പീൻസിനും കഴിയുന്നത് മറ്റുദാഹരണങ്ങളാണ്.

കയറ്റുമതി അനിവാര്യമാകുന്ന മറ്റൊരു സാഹചര്യമുണ്ട്. രാജ്യത്തുണ്ടാക്കപ്പെടുന്ന ഉൽപ്പന്നങ്ങൾ അവിടെത്തന്നെ വിറ്റഴിക്കാൻ കഴിയാതെ വരുന്ന പരിതസ്ഥിതിയാണത്. ഭൂരിപക്ഷം ജനങ്ങളും ദരിദ്രരും വാങ്ങൽ ശേഷി കുറഞ്ഞവരുമാകുന്നതുകൊണ്ടാണ് ഉൽപ്പന്നങ്ങൾ വിൽക്കപ്പെടാതെ വരുന്നത്. അധിക ഉൽപ്പന്നം കയറ്റുമതി ചെയ്യാൻ ഉൽപ്പാദകർ നിർബന്ധിതരാകുന്നു. ആഭ്യന്തര ആവശ്യം നിറവേറ്റി മിച്ചംവന്നതുകൊണ്ടല്ല അത്. മറിച്ച്, ബഹുഭൂരിപക്ഷത്തിനും വാങ്ങൽശേഷി കുറഞ്ഞതുകൊണ്ടാണ്. ഇന്ത്യയുടെയാണ് മികച്ച ഉദാഹരണം.

വികസിത മുതലാളിത്ത രാജ്യങ്ങളെ സംബന്ധിച്ചിടത്തോളം കയറ്റുമതി അവയുടെ സമ്പദ്വ്യവസ്ഥയുടെ സുസ്ഥിരതയ്ക്ക് അനിവാര്യമാണ്. ധാരാളമായി ചരക്കുൽപ്പാദനം നടത്തുന്നവയാണ് വികസിത മുതലാളിത്ത രാജ്യങ്ങൾ. ഉൽപ്പാദിപ്പിക്കപ്പെട്ട ചരക്കുകൾ വിറ്റഴിയുന്നില്ലെങ്കിൽ അവ കടുത്ത പ്രതിസന്ധിയിലാകും. അതുകൊണ്ട് ചരക്കുകൾക്ക് പുറം വിപണി തേടാൻ അവ നിർബന്ധിതമാകുന്നു. പുറം വിപണികളിലെ വ്യാപാര തടസ്സങ്ങൾ ഒഴിവാക്കപ്പെടേണ്ടത് ആവശ്യമായി വരുന്നു. ഉദാരവൽക്കരണം ചരക്കു വിപണിയിലേക്കുള്ള വഴി തുറക്കലാണ്.

അടവുശിഷ്ടം

ഇതുവരെ വിശദീകരിച്ചത് ചരക്കുവ്യാപാരം സംബന്ധിച്ചാണ്. ചരക്കുകളുടെ കയറ്റുമതിയും ഇറക്കുമതിയും കപ്പൽ വഴിയോ വിമാനങ്ങൾ വഴിയോ ആകുമല്ലൊ. ചരക്കുകളുടെ അളവ്, വില തുടങ്ങിയ കാര്യങ്ങൾ കസ്റ്റംസ് ഹൗസുകളിൽ രേഖപ്പെടുത്തപ്പെടും. കാണുകയും അളക്കുകയും വില നിശ്ചയിക്കുകയും ചെയ്യാൻ കഴിയുന്നവയാണ് ഇറക്കുമതി–കയറ്റുമതി ചരക്കുകൾ. കാണാൻ കഴിയുന്നത് എന്ന അർഥത്തിൽ അവയെ പൊതുവിൽ വിസിബിൾ ഗുഡ്സ് (Visible goods) എന്നു വിളിക്കുന്നു. മറ്റൊരു പേരാണ് Merchandise. വ്യാപാരശിഷ്ടക്കണക്കിൽ Visible goods മാത്രമാണ് പരിഗണിക്കപ്പെടുന്നത്.

പക്ഷേ, രാജ്യങ്ങൾ തമ്മിൽ ചരക്കുവ്യാപാരം മാത്രമല്ല ഉള്ളത്. മൂലധന നിക്ഷേപമുണ്ട്. സാമ്പത്തിക സഹായമുണ്ട്. കപ്പൽ, വിമാനം, ഇൻഷുറൻസ്, ബാങ്കിങ് എന്നീ സേവനങ്ങൾക്കുള്ള ചാർജുകൾ നൽക

പ്പെടുന്നുണ്ട്. വ്യാപാര പ്രതിനിധി സംഘങ്ങളുടെ യാത്ര-കോൺഫറൻസ് ചെലവുകൾ, വിദേശ എംബസി ചെലവുകൾ, എഞ്ചിനീയർമാരുടെയും ഡോക്ടർമാരുടെയും നഴ്സുമാരുടെയും സേവനം, ഓഹരികളുടെയും സെക്യൂരിറ്റികളുടെയും വിൽപ്പന തുടങ്ങി അദൃശ്യങ്ങളായ (invisible) അനവധി സേവനങ്ങൾ രാജ്യങ്ങൾ തമ്മിൽ കൈമാറുന്നുണ്ട്. ഓരോ വർഷവും പ്രസ്തുത സേവനങ്ങളിൽനിന്നുള്ള വരവുകളും സേവനങ്ങൾക്കുള്ള ചെലവുകളും അന്തർദേശീയ വ്യാപാരത്തിന്റെ ഭാഗമാണ്. അവകൂടി ഉൾപ്പെടെയുള്ള ആകെ കയറ്റുമതി-ഇറക്കുമതി വ്യത്യാസത്തെയാണ് അടവുശിഷ്ടം (Balance of Payments) എന്നു പറയുന്നത്. അടവുശിഷ്ടത്തിൽ ചരക്കുവ്യാപാരവും ഉൾപ്പെടുന്നുണ്ട്.

അടവുശിഷ്ടം പ്രതികൂലമാകാം, അനുകൂലമാകാം. ചരക്കുകളുടെയും സേവനങ്ങളുടെയും കയറ്റുമതി വരുമാനം, ഇറക്കുമതി വരുമാനത്തെക്കാൾ കൂടുതലാണെങ്കിൽ അനുകൂല അടവുശിഷ്ടവും, കുറവാണെങ്കിൽ പ്രതികൂല അടവുശിഷ്ടവുമാണ്.

അടവുശിഷ്ടക്കണക്കുകൾ ക്രെഡിറ്റ്, ഡെബിറ്റ് എന്നീ വിഭാഗങ്ങളായാണ് രേഖപ്പെടുത്തുക. ക്രെഡിറ്റ് ലഭിക്കാനുള്ളതും ഡെബിറ്റ് കൊടുക്കാനുള്ളതുമാണ്. ബാങ്കിന്റെ ബാലൻഷീറ്റ് പോലെയാണ് അടവുശിഷ്ട കണക്ക് തയാറാക്കുന്നത്.

ഒരു ബജറ്റിലെന്നപോലെ അടവുശിഷ്ട കണക്ക് കറന്റ് അക്കൗണ്ട് എന്നും ക്യാപിറ്റൽ അക്കൗണ്ട് എന്നും രണ്ടായി തിരിക്കുന്നു. വിദേശ നിക്ഷേപങ്ങളും വിദേശവായ്പകളും അടങ്ങുന്നതാണ് ക്യാപ്പിറ്റൽ അഥവാ മൂലധന അക്കൗണ്ട്. ചരക്കുകളും സേവനങ്ങളും ഉൾക്കൊള്ളുന്നതാണ് കറന്റ് അക്കൗണ്ട്.

2008–09–ലെ ഇന്ത്യയുടെ അടവുശിഷ്ട കണക്ക് (Balance of payments) ഉദാഹരണമായി ചേർക്കുന്നു:

ഇന്ത്യയുടെ അടവുശിഷ്ട കണക്ക് (മാതൃക).

A. കറന്റ് അക്കൗണ്ട് ഇനം

I. ചരക്കുകൾ (Merchandise)

II. ഇൻവിസിബിൾസ് (a + b + c)

a) സേവനങ്ങൾ

i) യാത്ര, ii) ചരക്ക് കടത്ത്, iii) ഇൻഷുറൻസ്, iv) മറ്റിടത്തു ചേർക്കാത്ത ഗവ. കണക്ക്

b) കൈമാറ്റങ്ങൾ (Transfers)

i) ഔദ്യോഗികം, ii) സ്വകാര്യം

c) വരുമാനം

i) നിക്ഷേപ വരുമാനം, ii) വേതനം

കറന്റ് അക്കൗണ്ട് ആകെ

B. മൂലധന അക്കൗണ്ട്

1. വിദേശ നിക്ഷേപം (a + b)
   a) പ്രത്യക്ഷ വിദേശനിക്ഷേപം (i + ii)
   i) ഇന്ത്യയിൽ ഓഹരികൾ ലാഭപുനർനിക്ഷേപം, മറ്റു മൂലധനം,
   ii) വിദേശത്ത് ഓഹരികൾ, ലാഭപുനർനിക്ഷേപം, മറ്റു മൂലധനം
   b) ഓഹരി മൂലധന നിക്ഷേപം
   i) ഇന്ത്യയിൽ വിദേശ നിക്ഷേപ സ്ഥാപനങ്ങൾ, ഗ്ലോബൽ ഡെപ്പോസിറ്ററി, ii) വിദേശത്ത്
2. വായ്പകൾ (a + b + c)
   a) വിദേശസഹായം
   i) ഇന്ത്യയുടെ, ii) ഇന്ത്യയ്ക്ക്
   b) വാണിജ്യ വായ്പകൾ
   i) ഇന്ത്യയുടെ, ii) ഇന്ത്യയ്ക്ക്
   c) ഹ്രസ്വകാല വായ്പകൾ
   ഇന്ത്യയ്ക്ക്
3. ബാങ്ക് മൂലധനം (a + b)
   a) കമേർഷ്യൽ ബാങ്കുകൾ
   i) ആസ്തികൾ, ii) ബാധ്യതകൾ
   b) മറ്റുള്ളവ
4. ഉറുപ്പിക ഡെബ്റ്റ് സർവീസ്
5. മറ്റു മൂലധനം

ആകെ മൂലധനം (1–5)

C. തെറ്റുകളും ഒഴിവാക്കലുകളും

D. ആകെ അടവുശിഷ്ടം (A + B + C)

E. പണത്തിന്റെ ഗതിമാറ്റം (i + ii)

i) ഐ എം എഫ്

ii) വിദേശ വിനിമയ ശേഖരം

അടവുശിഷ്ടം പ്രതികൂലമാകുന്നതിനും മൂർച്ഛിക്കുന്നതിനും പല കാരണങ്ങളുമുണ്ട്. കയറ്റുമതി കുറയുകയോ ഇറക്കുമതി കൂടുകയോ ചെയ്യുമ്പോൾ അടവുശിഷ്ടം പ്രതികൂലമാകും. സാധനങ്ങൾക്കും സേവനങ്ങൾക്കും വിദേശരാജ്യങ്ങളിൽനിന്നും ആവശ്യം കുറയുമ്പോൾ സ്വാഭാവികമായും കയറ്റുമതി കുറയും. അടുത്തകാലത്ത് മുതലാളിത്തരാജ്യങ്ങളെയാകെ ബാധിച്ച ആഗോള സാമ്പത്തിക പ്രതിസന്ധി ഉദാഹരണമാണ്. ഓഹരിക്കമ്പോളവും ബാങ്കുകളും തകർന്നതോടെ, ആ രാജ്യങ്ങളിലെ ജനങ്ങളുടെ വാങ്ങൽക്കഴിവ് ശോഷിച്ചു. സ്വകാര്യ ഉപഭോഗം ഇടിഞ്ഞു. പ്രസ്തുത രാജ്യങ്ങളിലേക്കുള്ള കയറ്റുമതിയും കുറഞ്ഞു.

വിലക്കയറ്റം കയറ്റുമതിയെ സാരമായി ബാധിക്കും. ഉയർന്ന വിലയ്ക്ക് കുറച്ചുമാത്രം ചരക്കുകളേ ആവശ്യപ്പെടൂ. അത് കയറ്റുമതിയെ തളർത്തും.

കറൻസിയുടെ മൂല്യത്തിലുണ്ടാകുന്ന വർധന കയറ്റുമതി ചുരുക്കും. ഉദാഹരണമായി ഡോളറും രൂപയും തമ്മിലെ വിനിമയ നിരക്ക് ഒരു

ഡോളർ = 46 രൂപ എന്നു കരുതുക. ഇന്ത്യൻ രൂപയുടെ മൂല്യം വർധിക്കുന്നു എന്നു സങ്കൽപ്പിക്കുക. ഒരു ഡോളർ = 44 രൂപയാണ് മാറിയ വിനിമയനിരക്ക് എന്ന് സങ്കൽപ്പിക്കാം (നേരത്തെ 46 രൂപ നൽകിയാൽ ഒരു ഡോളർ കിട്ടുമായിരുന്നു. ഇപ്പോൾ ഒരു ഡോളർ വാങ്ങാൻ 44 രൂപ കൊടുത്താൽ മതി. അതായത് രൂപയുടെ മൂല്യം കൂടി). ഇന്ത്യയിൽനിന്നും ചരക്കു വാങ്ങുന്ന അമേരിക്കൻ വ്യാപാരി എങ്ങനെ പ്രതികരിക്കും? ഒരു ഡോളർ കൊടുത്താൽ അയാൾക്ക് 46 രൂപയ്ക്കുള്ള ചരക്ക് കിട്ടിയിരുന്ന സ്ഥാനത്ത് 44 രൂപയ്ക്കുള്ളതേ കിട്ടൂ. അയാൾ ചരക്കുവാങ്ങൽ കുറയ്ക്കും. അമേരിക്കയിലേക്കുള്ള ഇറക്കുമതി ഇടിയും. ഇന്ത്യയുടെ കയറ്റുമതി കുറയും.

സ്വതന്ത്ര വിനിമയം

സർക്കാർ മുൻകയ്യെടുത്ത് രൂപയുടെ മൂല്യം കൂട്ടുകയോ അല്ലെങ്കിൽ അമേരിക്കൻ സർക്കാർ മുൻകയ്യെടുത്ത് ഡോളറിന്റെ മൂല്യം ഇടിക്കുകയോ ചെയ്താൽ ഇന്ത്യയുടെ കയറ്റുമതിയെ അതു ബാധിക്കും. രൂപയ്ക്കുള്ള ആവശ്യം ഉയർന്നാലും രൂപയുടെ മൂല്യം ഉയരും. ഇന്ത്യൻ ഓഹരിക്കമ്പോളത്തിലെ വിദേശ നിക്ഷേപകസ്ഥാപനങ്ങൾ 2007ൽ നവംബർ 18 വരെ നടത്തിയത് 71,486 കോടി രൂപയുടെ നിക്ഷേപമാണ്. 2009 നവംബർ 18 വരെ നടത്തിയത് 71,900 കോടി രൂപയുടെയും (ഏകദേശം 15 ദശലക്ഷം ഡോളർ). രൂപയും വിദേശകറൻസികളും തമ്മിൽ സ്വതന്ത്ര വിനിമയം (Free convertibility) ഇല്ലല്ലൊ. അതായത് ഇന്ത്യയ്ക്കകത്ത് രൂപ ഉപയോഗിക്കുന്നത്ര സുഗമമായും സ്വതന്ത്രമായും ഡോളർ വിനിമയ ആവശ്യങ്ങൾക്ക് ഉപയോഗിക്കാൻ കഴിയില്ല. ഇപ്പോഴത്തെ വിനിമയ നിരക്കനുസരിച്ച് ഒരു ഡോളർ നിക്ഷേപിക്കുമ്പോൾ 46 രൂപ 21 പൈസയ്ക്ക് ആവശ്യമുയരും. 100 ഡോളർ നിക്ഷേപിക്കുമ്പോൾ 4621 രൂപയ്ക്ക് ആവശ്യമുണ്ടാകും. 15 ദശലക്ഷം ഡോളർ നിക്ഷേപിക്കുമ്പോൾ 71,900 കോടി രൂപ ആവശ്യമായി വരും. രൂപയ്ക്കുള്ള ആവശ്യം വർധിക്കുമ്പോൾ, രൂപയുടെ മൂല്യം ഉയരും. നേരത്തെ വിശദീകരിച്ചതുപോലെ, കയറ്റുമതിഇടിവിന് അതു കാരണമാകും.

കയറ്റുമതി കുറയുന്നതിനുള്ള പ്രധാന കാരണങ്ങളാണ് മേൽവിവരിച്ചത്. ഇറക്കുമതി കൂടാനുള്ള കാരണങ്ങളായും അവയെ കരുതാം. മറ്റു കാരണങ്ങളുമുണ്ട്. സാമ്പത്തികവികസനം ത്വരിതപ്പെടുത്തുന്നതിന് വിദേശത്തുനിന്ന് സാങ്കേതികവിദ്യകളും യന്ത്രങ്ങളും അസംസ്കൃതവസ്തുക്കളും മറ്റും ഇറക്കുമതി ചെയ്യേണ്ടി വരും. എന്നാൽ ഇന്ത്യയുടെ ആസൂത്രിതവികസനത്തിന്റെ ആദ്യഘട്ടത്തിൽ ഇന്ത്യ സ്വീകരിച്ചത് പൂർണമായും ഇറക്കുമതിയിൽ ഊന്നിയ നയമല്ല. ഇറക്കുമതി ബദൽ നയമാണ് കൈക്കൊണ്ടത്. ഇറക്കുമതിക്കുപകരം അതേ ഉൽപ്പന്നങ്ങൾ രാജ്യത്തുതന്നെ നിർമിക്കുക എന്നതായിരുന്നു ബദൽ നയത്തിന്റെ കാതൽ. ഇരുമ്പും ഉരുക്കും കൽക്കരിയും വൈദ്യുതിയും മറ്റും ഉൽപ്പാദി

പ്പിക്കുന്നതിന് ഊന്നൽ നൽകി വൻതോതിൽ മുതൽമുടക്കും നടത്തപ്പെട്ടു. സ്വാശ്രയത്വത്തിന്റെ പേരിൽ സ്വീകരിക്കപ്പെട്ട പ്രസ്തുത സമീപനത്തിന്റെ യഥാർഥ പ്രയോക്താക്കൾ രാജ്യത്തെ കുത്തകവ്യവസായികളായിരുന്നു. വൻതോതിൽ മുതൽമുടക്കാനുള്ള അവരുടെ കഴിവുകുറവും വൈമുഖ്യവുമാണ് പശ്ചാത്തല സൗകര്യ വികസനം പൊതുമേഖലയിൽ എന്ന ആവശ്യത്തിനു പിന്നിലെ ഘടകം. പക്ഷേ പൊതുമേഖലയെ ഏറ്റെടുക്കാൻ തക്കവിധം കുത്തകകൾ വളർച്ച പ്രാപിക്കുകയും നവഉദാരവൽക്കരണ നടപടികൾ ശക്തിപ്പെടുകയും ചെയ്തതോടെ, ഇറക്കുമതി ബദൽ നയം ഉപേക്ഷിക്കപ്പെട്ടു.

പലിശയിലുണ്ടാകുന്ന ഏറ്റക്കുറച്ചിലുകളുടെയും കറൻസിയുടെ മൂല്യത്തിലുണ്ടാകുന്ന മാറ്റങ്ങളുടെയും അടിസ്ഥാനത്തിൽ നടക്കുന്ന ഊഹക്കച്ചവടം കറൻസിയുടെ ആവശ്യത്തെ സ്വാധീനിക്കും. ഉദാഹരണമായി, അമേരിക്കയിലെ പലിശനിരക്ക് വർധിക്കുന്നു എന്നോ വർധിക്കാൻ സാധ്യതയുണ്ടെന്നോ കരുതുക. അമേരിക്കൻ ബാങ്കുകളിലേക്ക് പണമൊഴുകും. കൂടുതൽ ഡോളർ ആവശ്യമായി വരും. ഡോളറിന്റെ മൂല്യമുയരും. അതെപോലെ ഒരു രാജ്യത്തെ കറൻസിയുടെ മൂല്യമുയരുമ്പോൾ പ്രസ്തുത കറൻസികൾക്ക് ആവശ്യമുയരും.

അടവുശിഷ്ട പ്രതിസന്ധി പരിഹരിക്കാൻ റിസർവ് ബാങ്കിന്റെ ഇടപെടൽ നടപടികളിൽ ഒന്നാണ് ചരക്കുകളുടെ വില കുറയ്ക്കൽ. അതിന്റെ പേരാണ് ഡിഫ്ളേഷൻ (Deflation). കരുതൽ ധനാനുപാതം ഉയർത്തിയും ബാങ്ക് റേറ്റ് വർധിപ്പിച്ചും എസ് എൽ ആർ കൂട്ടിയും സർക്കാർ സെക്യൂരിറ്റികൾ വിറ്റും പണത്തിന്റെ ലഭ്യത കുറയ്ക്കുകയാണ് മാർഗം, പണലഭ്യത കുറയുമ്പോൾ വിലകൾ താഴും, കയറ്റുമതി ഉയരും. മാത്രവുമല്ല, പണച്ചുരുക്കം ആഭ്യന്തര ഉപഭോഗം താഴ്ത്തുകയും കയറ്റുമതിയെ പ്രോത്സാഹിപ്പിക്കുകയും ചെയ്യും.

കറൻസിയുടെ മൂല്യശോഷണം

കറൻസിയുടെ മൂല്യശോഷണം (Devaluation) അടവുശിഷ്ട പ്രതിസന്ധി പരിഹരിക്കുന്നതിനു കൈക്കൊള്ളുന്ന മറ്റൊരു മാർഗമാണ്. ബ്രിട്ടീഷ് കറൻസിയായ പൗണ്ട് സ്റ്റെർലിങ്ങുമായാണ് ഇന്ത്യൻ കറൻസിയുടെ നിരക്ക് നിശ്ചയിക്കപ്പെട്ടിരുന്നത്. 1927–ൽ ഒരു രൂപയുടെ മൂല്യം ഒരു ഷില്ലിങ് ആറുപെൻസ് ആയി നിശ്ചയിക്കപ്പെട്ടു. ഐ എം എഫ് രൂപവൽക്കരിച്ചതോടെ, ഇന്ത്യൻ കറൻസിയുടെ വിനിമയനിരക്ക് ഡോളറുമായോ സ്വർണവുമായോ ബന്ധപ്പെടുത്തി പ്രകടിപ്പിക്കാൻ തുടങ്ങി. 1975–ൽ നിശ്ചിത വിനിമയനിരക്ക് സമ്പ്രദായം (Fixed Exchange rate system) അവസാനിപ്പിച്ചു. നിശ്ചിത നിരക്ക് സമ്പ്രദായത്തിനു കീഴിലാണ് സർക്കാർ ഇടപെട്ട് കറൻസിയുടെ മൂല്യശോഷണം കൈക്കൊള്ളുന്നത്. സ്വതന്ത്ര വിനിമയനിരക്ക് സമ്പ്രദായത്തിൽ കറൻസികളുടെ മൂല്യം അവയുടെ ആവശ്യവും ലഭ്യതയും അനുസരിച്ചാണ് നിർണയിക്കപ്പെടുക.

നിശ്ചിത വിനിമയനിരക്കിൽ ഒരു ഡോളർ = 15 രൂപ എന്നു കരുതുക. മൂല്യശോഷണത്തെത്തുടർന്ന് ഒരു ഡോളർ = 17 രൂപയായി. നേരത്തെ ഒരു ഡോളറിന് ഇന്ത്യയിൽനിന്ന് ചരക്കു വാങ്ങിയ അമേരിക്കൻ വ്യാപാരിക്ക് 15 രൂപയുടെ ചരക്കു ലഭിച്ചിരുന്നപ്പോൾ, മൂല്യശോഷണത്തിനുശേഷം ഒരു ഡോളർ ചെലവാക്കിയാൽ 17 രൂപയുടെ ചരക്കു കിട്ടും. ഇത് അമേരിക്കയിലേക്കുള്ള കയറ്റുമതി ഉയർത്തും. മറിച്ച് 15 രൂപയ്ക്ക് ഒരു ഡോളറിന്റെ അമേരിക്കൻ ചരക്ക് വാങ്ങിയ ഇന്ത്യൻ വ്യാപാരി ഇപ്പോൾ 17 രൂപ ചെലവാക്കണം ഒരു ഡോളറിന്റെ ചരക്കുവാങ്ങാൻ. ഇത് ഇറക്കുമതി കുറയ്ക്കും.

രണ്ടുതരം വിനിമയനിരക്കുകളെക്കുറിച്ച് മുമ്പ് വിശദീകരിച്ചു. നിശ്ചിത വിനിമയനിരക്കും (Fixed Exchange Rate), സ്വതന്ത്ര വിനിമയ നിരക്കും (Free or Floating Exchange Rate). ഒരു ഡോളറിനുപകരം എത്ര രൂപ എന്നു നിശ്ചയിക്കുന്നത് റിസർവ് ബാങ്കാണ്. എന്നാൽ നിശ്ചിത വിനിമയനിരക്കു രീതി ഇപ്പോൾ നിലവിലില്ല. സ്വതന്ത്ര വിനിമയ നിരക്കു സമ്പ്രദായമാണ് നിലവിലുള്ളത്. കറൻസിയ്ക്കുള്ള ആവശ്യവും ലഭ്യതയും അനുസരിച്ച് വിനിമയ കമ്പോളത്തിൽ (Foreign Exchange Market) വിനിമയനിരക്ക് നിർണയിക്കപ്പെടുന്ന രീതിയാണിത്. ഉദാഹരണമായി, ഇന്ത്യ അമേരിക്കയിൽനിന്ന് ധാരാളം ചരക്കുകൾ വാങ്ങുന്നു എന്നു കരുതുക. കൂടുതൽ ഡോളർ ആവശ്യമാകും. ഡോളറിന് ആവശ്യമുയരുമ്പോൾ ഡോളറിന്റെ മൂല്യമുയരും. കൂടുതൽ രൂപകൊടുത്താലേ ഡോളർ കിട്ടു എന്നു വരും. രൂപയുടെ മൂല്യം ഇടിയും.

ഇറക്കുമതി ചുരുക്കി അടവുശിഷ്ട പ്രതിസന്ധിയുടെ ആഴം കുറയ്ക്കുന്നതിനുള്ള മാർഗങ്ങളാണ് ഇറക്കുമതിയിന്മേൽ അളവുപരമായ നിയന്ത്രണമേർപ്പെടുത്തുന്നതും (Quota system), ഇറക്കുമതി ചുങ്കം (Tariffs) ഏർപ്പെടുത്തുന്നതും. ചില ചരക്കുകളുടെ ഇറക്കുമതി പൂർണമായും നിരോധിക്കുന്നതു (Prevented List) മറ്റൊരു മാർഗമാണ്.

താരിഫുകൾ

ഏതെങ്കിലും ചരക്കിന്റെ ഇറക്കുമതി ഒരാണ്ടിൽ നിശ്ചിത അളവിൽ കൂടരുതെന്ന നിബന്ധനയാണ് ക്വോട്ട സമ്പ്രദായം. അത് അളവുപരമായ നിയന്ത്രണമാണ്. ഇറക്കുമതിയിന്മേൽ ചുമത്തുന്ന ചുങ്കമാണ് താരിഫ്. താരിഫ് ഇറക്കുമതി ഉൽപ്പന്നങ്ങളുടെ വില ഉയർത്തും. വിലക്കൂടുതൽ ഇറക്കുമതി കുറയ്ക്കും. താരിഫ് ചരക്കിന്റെ വിലയുടെ നിശ്ചിത ശതമാനം എന്നാകാം. അതിന്റെ പേരാണ് അഡ്‌വലോറം നികുതി (Ad valorem tax) അല്ലെങ്കിൽ, ചരക്കിന്റെ തൂക്കമോ മറ്റ് അളവുകളുടെയോ അടിസ്ഥാനത്തിലാകാം. അതാണ് സ്പെസിഫിക് താരിഫ് (Specific). രണ്ടിനെയും സംയോജിപ്പിച്ച താരിഫും ചുമത്തപ്പെടും. ചരക്കിന്റെ വിലയിലെ മാറ്റങ്ങൾക്കനുസരിച്ച് വ്യത്യാസപ്പെടുന്ന താരിഫ് ആണ് സ്ലൈഡിങ് താരിഫ് (Sliding Tariff).

താരിഫും ക്വോട്ട സമ്പ്രദായവും ഇന്ത്യ ഫലപ്രദമായി ഉപയോഗിച്ചിരുന്നു. ഇന്ത്യൻ വ്യവസായങ്ങളെ വിദേശ മത്സരത്തിൽനിന്നും സംരക്ഷിച്ച് വളർത്തിയെടുക്കുന്നതിന് അത്തരം നടപടികൾ ഉപയോഗിക്കപ്പെട്ടു. എന്നാൽ, നാലു സംഭവങ്ങളുടെ സംയോഗം സ്ഥിതിഗതിയിലാകെ മാറ്റം വരുത്തി. ഒന്ന്, ചരക്കുൽപ്പാദനത്തിലും മൂലധനസമാഹരണത്തിലും വികസിത മുതലാളിത്ത രാജ്യങ്ങൾ കൈവരിച്ച മുൻകൈ, ചരക്കുകൾക്കും മൂലധനത്തിനും വിപണികൾ തേടാൻ അവയെ നിർബന്ധിതമാക്കി. വിപണിയുടെ അഭാവം വികസിത മുതലാളിത്തരാജ്യങ്ങളെ പ്രതിസന്ധിയിലാഴ്ത്തുമെന്ന സ്ഥിതി സംജാതമായി. വിദേശക്കമ്പോളം ഉറപ്പുവരുത്തുന്നതിലെ മുഖ്യതടസ്സം ഇന്ത്യയെപ്പോലുള്ള വിവിധ രാജ്യങ്ങൾ ഏർപ്പെടുത്തിയിരുന്ന ഇറക്കുമതി നിയന്ത്രണങ്ങളായിരുന്നു. അവ നീക്കി വ്യാപാരം സ്വതന്ത്രമാക്കേണ്ടത് വികസിത മുതലാളിത്തരാജ്യങ്ങൾക്ക് അനിവാര്യമായിത്തീർന്നു. രണ്ട്, സോഷ്യലിസ്റ്റ്ചേരിയുടെ തകർച്ച, മുതലാളിത്ത രാജ്യങ്ങൾക്കു ബലം പകർന്നു. ലോകശാക്തിക ബലാബലം മുതലാളിത്തചേരിക്ക് അനുകൂലമായി. തങ്ങളുടെ മോഹങ്ങൾക്കൊത്തു നീങ്ങുവാൻ വികസ്വരരാജ്യങ്ങളെ നിർബന്ധിക്കുന്നതിന് അത് കരുത്തു നൽകി. മൂന്ന്, ഉയർന്ന ഇറക്കുമതി ചുങ്കത്തിന്റെ തണലിൽ അതിവേഗം വളർന്നുതടിച്ച ഇന്ത്യയിലെ വൻകിട മുതലാളികൾ, അവരുടെ ചരക്കുകൾ വിൽക്കാനും മൂലധനം ലാഭകരമായി നിക്ഷേപിക്കാനും തടസ്സങ്ങൾ ഒഴിവാക്കാൻ ആഗ്രഹിച്ചു. നാല്, 1990കളിൽ ഇന്ത്യ അഭിമുഖീകരിച്ച രൂക്ഷമായ അടവുശിഷ്ട പ്രതിസന്ധി തരണംചെയ്യാൻ ഇന്ത്യ ഐ എം എഫിനെയും ലോകബാങ്കിനെയും സമീപിച്ചു. പ്രസ്തുത സ്ഥാപനങ്ങളെ ഉപകരണങ്ങളാക്കി താരിഫ് കുറപ്പിക്കുന്നതിന് വികസിത മുതലാളിത്ത രാജ്യങ്ങൾക്ക് അവസരമേകി. 1979–80–ൽ ഏഴു ശതകോടി ഡോളർ വിദേശനാണയ കരുതൽശേഖരമുണ്ടായിരുന്ന സ്ഥാനത്ത് 1991–ൽ അത് 750 ദശലക്ഷം ഡോളറായി ചുരുങ്ങി. കഷ്ടി രണ്ടാഴ്ചയിലേക്കുള്ള വിദേശവിനിമയം മാത്രമാണ് 1991 മാർച്ച് ആദ്യം ഇന്ത്യയുടെ പക്കൽ ഉണ്ടായിരുന്നത്. 1979–80–ൽ 18 ശതകോടി ഡോളറായിരുന്ന ഇന്ത്യയുടെ വിദേശ കടബാധ്യത 1991–ൽ 90 ശതകോടി ഡോളറായി വളർന്നു. അനുദിനം ശോഷിക്കുന്ന വിദേശനാണയശേഖരവും അനുദിനം വർധിക്കുന്ന വിദേശകടങ്ങളും രാജ്യത്തെ മുതലാളിത്ത സംഘടനകളായ ഐ എം എഫിന്റെയും ലോകബാങ്കിന്റെയും പടിക്കലെത്തിച്ചു. ഈ സാഹചര്യമാണ് ഗാട്ടിനെ (General Agreement on Trade and Tariffs) സമ്മർദത്തിന്റെയും സ്വാധീനിക്കലിന്റെയും ഉപകരണമായി മാറ്റുവാൻ അവസരമൊരുങ്ങിയത്. 1986–ൽ ഉറുഗ്വേയിൽ തുടക്കം കുറിച്ച ഗാട്ടു ചർച്ചകൾ 1994 ഏപ്രിലിൽ ലോക വ്യാപാരസംഘടന (World Trade Organisation - WTO) യുടെ രൂപീകരണത്തോടെ ഒരു ഘട്ടം പൂർത്തിയാക്കി. ചുങ്കരഹിതമായ ആഗോള വ്യാപാര സമ്പ്രദായമാണ് ഡബ്ലിയു ടി ഒ യുടെ ലക്ഷ്യം. ലോക വ്യാപാര കരാറിൽ ഒപ്പിട്ടതോടെ സ്വന്തമായ

വ്യാപാര നയം ആവിഷ്കരിക്കാനുള്ള സ്വാതന്ത്ര്യം ഇന്ത്യക്കു നഷ്ടമായി. ക്വോട്ട സമ്പ്രദായം ഉപേക്ഷിക്കാനും താരിഫ് വെട്ടിക്കുറയ്ക്കാനും രാജ്യം നിർബന്ധിതമായി.

ഡബ്ലിയു ടി ഒ കരാറിന്റെ ലക്ഷ്യം, ലോകത്തെ ഒരൊറ്റ കമ്പോള മായി പരിവർത്തിപ്പിക്കുക എന്നതാണ്. രാജ്യങ്ങൾ തമ്മിലുള്ള എല്ലാ ത്തരം സാമ്പത്തിക നിയന്ത്രണങ്ങളും ഇല്ലായ്മ ചെയ്യുകയാണ് അതി നുള്ള മാർഗം. ഡബ്ലിയു ടി ഒ കരാറിന്റെ ഭാഗമാണ് ഇന്ത്യ, പത്തു ആസി യൻ രാജ്യങ്ങളുമായി (Association of South East Asian Nations - ASEAN) ഒപ്പിട്ട സ്വതന്ത്രവ്യാപാരകരാർ (Free Trade Agreement) ക്രമാ നുഗതമായി ഇറക്കുമതിച്ചുങ്കം ചുരുക്കിക്കൊണ്ടു വന്ന് ചുങ്ക നിരക്ക് പൂജ്യ ത്തിലെത്തിക്കുകയാണ് ആസിയൻ കരാറിന്റെ ഉന്നം. ഇന്ത്യയിലെ കുത്ത കവ്യവസായികളുടെ ഉൽപ്പന്നങ്ങൾക്കും സേവനങ്ങൾക്കും കമ്പോളം വിപുലപ്പെടുത്തുകയാണ് കരാർകൊണ്ട് ലക്ഷ്യമാക്കുന്നത്. കേരളത്തിന്റെ ഭൂപ്രകൃതിയും കാലാവസ്ഥയും ആസിയൻ രാജ്യങ്ങളുടേതും ഒരുപോ ലെയാണ്. കാർഷികോൽപ്പന്നങ്ങളും ഒന്നുതന്നെ. കേരളം ഉൽപ്പാദിപ്പി ക്കുന്ന വാണിജ്യവിളകൾ തന്നെയാണ് കൂടിയ അളവിലും കുറഞ്ഞ ഉൽപ്പാദനച്ചെലവിലും ആസിയൻ രാജ്യങ്ങൾ ഉൽപ്പാദിപ്പിക്കുന്നത്. ആസി യൻ രാജ്യങ്ങളിൽനിന്നുള്ള ചുങ്കരഹിതമായ ഇറക്കുമതി, കേരളത്തിന്റെ കാർഷിക സമ്പദ്വ്യവസ്ഥയെ തകർക്കും.

www.ingramcontent.com/pod-product-compliance
Lightning Source LLC
LaVergne TN
LVHW040755051026
849519LV00007BA/2558
* 9 7 8 9 3 8 2 3 2 8 4 4 5 *